பொற்காலங்களும் இருண்ட காலங்களும்

பொற்காலங்களும் இருண்ட காலங்களும்
பொ. வேல்சாமி (1951)

புலவர் பட்டம் பெற்றவர். 'நிறப்பிரிகை' இதழ் ஆசிரியர் குழுவில் ஒருவராகப் பங்கு பெற்றவர். முட்டை வணிகம் செய்து வருகிறார். இது இவரது முதல் நூல்.

மனைவி: ரத்தினம், மகள்கள்: ரேவதி, அம்பிகா, அபிராமி, நித்யா ஆகியோர்.

முகவரி: 3/53, கொங்குநகர்,
மோகனூர் சாலை,
நாமக்கல் 637 001

பொ. வேல்சாமி

பொற்காலங்களும்
இருண்ட காலங்களும்

காலச்சுவடு பதிப்பகம்

● அன்பார்ந்த வாசகருக்கு,

வணக்கம்.

காலச்சுவடு நூலை வாங்கியமைக்கு நன்றி.

நூலின் உள்ளடக்கம், உருவாக்கம், அட்டைப்படம் இன்ன பிற அம்சங்கள் பற்றிய உங்கள் கருத்துகளையும் ஆலோசனைகளையும் காலச்சுவடு வரவேற்கிறது. தகவல், எழுத்து, வாக்கியப் பிழைகள் தென்பட்டால் அவசியம் தெரிவித்து உதவுங்கள். நூல் தயாரிப்பில் கடும் குறைபாடு இருப்பின் மாற்றுப் பிரதி உங்களுக்குக் கிடைக்கக் காலச்சுவடு ஏற்பாடு செய்யும்.

மின்னஞ்சல்: **publisher@kalachuvadu.com**

காலச்சுவடு நாகர்கோவில் அலுவலகத்திற்குக் கடிதம் அனுப்பலாம்.

தங்கள்
எஸ்.ஆர். சுந்தரம் (கண்ணன்)
பதிப்பாளர் — நிர்வாக இயக்குநர்

பொற்காலங்களும் இருண்ட காலங்களும் ✦ கட்டுரைகள் ✦ ஆசிரியர்: பொ. வேல்சாமி ✦ © பொ. வேல்சாமி ✦ முதல் பதிப்பு: ஜூலை 2006, பன்னிரண்டாம் பதிப்பு: ஆகஸ்ட் 2024 ✦ வெளியீடு: காலச்சுவடு பப்ளிகேஷன்ஸ் (பி) லிட்., 669 கே. பி. சாலை, நாகர்கோவில் 629001

poRkaalankaLum iruNTa kaalankaLum ✦ Essays ✦ Author: Po. Vel samy ✦ © B.Velsamy ✦ Language: Tamil ✦ First Edition: July 2006, Twelth Edition: August 2024 ✦ Size: Demy 1 x 8 ✦ Paper: 18.6 kg maplitho ✦ Pages: 240

Published by Kalachuvadu Publications Pvt.Ltd., 669 K.P. Road, Nagercoil 629001, India ✦ Phone : 91 - 4652 - 278525 ✦ e-mail: publications @kalachuvadu.com ✦ Printed at Clicto Print, Jaleel Towers, 42 KB Dasan Road, Teynampet Chennai 600018

ISBN: 978-81-89359-31-7

08/2024/S.No.159, kcp 5275, 18.6 (12) uss

என்னைப் புதிய வகையில்
சிந்திக்கத் தூண்டிய
என் ஆசிரியர்
கா. சிவத்தம்பி
அவர்களுக்கு

நன்றி

தமிழில் புதிதாகச் சொல்வதற்கு என்னிடம் ஆற்றல் உள்ளது என்று எனக்கு உணர்த்திய மறைந்த தோழர் கந்தர்வன் அவர்கள்,

அவற்றை வெளிப்படுத்துவதற்கு முயற்சியற்று இருந்த என்னைத் தூண்டிவிட்டதோடு கருத்துகளை எழுத்துகளாக மாற்றுவதில் சோம்பல் கொண்டிருந்த எனக்குத் தனது மாணவர்களைத் துணையாக அனுப்பி நான் சொல்லச்சொல்ல எழுத்து வடிவாக்கியும் வாசித்தும் செம்மைப்படுத்திய எழுத்தாளர் பெருமாள் முருகன் அவர்கள்,

பெரும்பாலான கட்டுரைகளுக்கு முதல் வாசகராக அமைந்த முனைவர் சு. துரை அவர்கள்,

எழுத்துருவாக்கத்திற்கு உழைப்பை நல்கிய தமிழ் மாணவர்கள் பெ. பாலசுப்ரமணியன், ஆ. சின்னதுரை ஆகியோர்,

வணிக நெருக்கடிகளைக் காட்டி எனது எழுத்தார்வத்தைக் குலைக்காமல் பாதுகாத்துவரும் கை. மணிகண்டன், க. வடிவேல், ரா. சரவணன் மற்றும் பணியாளர்கள்,

கட்டுரைகளை வெளியிட்ட 'நிறப்பிரிகை', 'கவிதாசரண்', 'காலச்சுவடு', 'தீராநதி', 'உங்கள் நூலகம்', 'புது எழுத்து', 'சுபமங்களா' முதலிய இதழ்கள்,

நூலை வெளியிடும் காலச்சுவடு பதிப்பகத்தினர்,

அனைவருக்கும் நன்றி.

பொருளடக்கம்

முன்னுரை - பொ. வேல்சாமியின் முழுமைப் பார்வை	13
அவைதிகப் பாரம்பரியத்தில் திராவிட இயக்கங்கள்	19
பொற்காலங்களும் இருண்ட காலங்களும் தேவை : ஒரு தலைகீழ் பார்வை	32
தொல்காப்பியம் முதல் இரத்தக் கண்ணீர் வரை - தமிழ் இலக்கிய மரபில் பதியிலார் குறித்த பதிவுகள்	40
கர்நாடக இசை தமிழிசையிலிருந்து திருடப்பட்டதா?	50
மருதுபாண்டியர்	57
மாமாவும் மருமகனும்	69
பாரதி யார்?	76
ஈ.வெ.ரா.வின் ஊடாக - தமிழ் மொழி	88
மறைமலையடிகள் எழுதி மறைந்துவிட்ட இருநூல்கள்	96
அறியாமை அவதூறாகுமா?	101
அச்சில் வந்தும் அறியப்படாத தமிழ் நூல்கள்	103
தலித் சிந்தனைகளின் முன்னோடி: அயோத்திதாசர்	109
கீதையின் அரசியல்	133
வாசகர்கள் முட்டாள்களா?	137

உண்மை வரலாற்றுக்கு ஒரு தொடக்கப்புள்ளி	144
அபத்தங்களை மறுக்கும் அறிவியல் ஆய்வு	151
புயலிலே ஒரு தோணி - ஒரு அனார்க்கிச நாவல்	159
எஸ். ராமகிருஷ்ணனின் 'நெடுங்குருதி'	162
பீக்கதைகள்: ஒரு கிளறல் பார்வை	167
பலி ஆடுகள் - முன்னுரை	175
'கல்கி'யின் இந்துத்துவம்	181
நம் காலத்தின் குரல்	186
அருட்பா x மருட்பா என்னும் அழிவழக்கு	190
தமிழில் மொழிபெயர்ப்பு நூல்களின் வரலாறு (பத்தொன்பதாம் நூற்றாண்டுவரை)	195
மொழிபெயர்ப்புக் குளறுபடிகள்	204
பொருளடைவு	213

முன்னுரை

பொ. வேல்சாமியின் முழுமைப் பார்வை

பொ. வேல்சாமி என்னும் பெயர் சிற்றிதழ் வாசகர்களுக்குக் கிட்டத்தட்ட இருபதாண்டுகளுக்கும் மேலாகப் பரிச்சயமானது. எனினும் இப்பெயருக்கான அடையாளம் என்னவாக இருந்திருக்கிறது என்பது முக்கியம். பொ. வேல்சாமி, முட்டை வியாபாரி; நூல், இதழ் வெளியீடுகள் சிலவற்றுக்குப் பண உதவி செய்யும் மனம் உடையவர் எனச் சிற்றிதழ் சூழல், புரவலர் ஒருவருக்குக் கொடுக்கும் உள்ளார்ந்த ஏளனம் கலந்த போலி மரியாதையை அவருக்கு வழங்கி வந்தது. 'நிறப்பிரிகை' ஆசிரியர் குழுவில் அவர் பெயர் இடம்பெற்றதும் 'அ. மார்க்ஸ், பொ. வேல்சாமி' என இரட்டையர் பெயரில் கட்டுரைகள் வெளியானதும்கூட அவர் புரவலர் என்பதால் தான் என்னும் கருத்து எப்படியோ வடிவம் பெற்று உலவியது.

பொ.வேல்சாமியின் தலைப்பெயரில் சில கட்டுரை களும் கடிதங்களும் பிரசுரமான சந்தர்ப்பங்களில் அ.மார்க்ஸ் தன் பெயரில் எழுத முடியாதவற்றை வேல்சாமியின் பெயரைப் பயன்படுத்தி எழுதுகிறார் என்பதான அபிப்ராயங்கள் வலுவாக இருந்தன. இத்தகைய மாயக்கருத்துகள் போகிற போக்கில் எவர் வாயிலிருந்தோ உதிர்ந்து சிறு வட்டத்திற்குள் எளிமையாகப் பரவலாகிவிடுகின்றன. ஆனால் இதனுள் பொ.வேல்சாமி என்னும் புரவலர் சுய சிந்தனையோ எழுத்தாற்றலோ அற்றவர் என்பதான நுட்பம் பொதிந்த சித்திரம் ஒன்று புகைப்படிவாக அமைந்தது.

புலமையும் வறுமையும்தான் சேர்ந்தே இருப்பவை என்னும் அசைக்க முடியாத மரபைக் கொண்ட தமிழ்ச் சூழலில், புரவலர்களின் புலமை சந்தேகக்கண்ணோடு பார்க்கப்படுதல் இயல்புதான். ஆகவே பொ. வேல்சாமிக்கு அமைந்த அடையாளம், அடையாளமின்மை என்பதே.

*2003*ஆம் ஆண்டிலிருந்து 'கவிதாசரண்', 'உங்கள் நூலகம்', 'காலச்சுவடு' உள்ளிட்ட பல்வேறு இதழ்களில் தொடர்ந்து அவர் கட்டுரைகள் எழுதினார். கிட்டத்தட்ட மூன்றாண்டுகளில் சிறியதும் பெரியதுமாக ஐம்பது கட்டுரைகளுக்குமேல் அவர் கணக்கில் சேர்ந்துள்ளன. இக்கட்டுரைகளே பொ. வேல்சாமியின் தனித்த அடையாளத்தைக் கண்டுகொள்வதற்கான சான்றுகளாக நம்முன் இருக்கின்றன.

பொ. வேல்சாமி, புலவர் பட்டம் பெற்றவர். மரபான புலவர்களைப்போல் குறுகிய வட்டத்திற்குள் அடைபட்டு விட்டவரல்ல. மொழி, இலக்கியம், தத்துவம், வரலாறு என எல்லாவற்றையும் முடங்கிவிட்டவகையாகப் பார்த்து முடக்கமே பெருமை என்னும் ஊனப்பார்வையிலிருந்து முற்றிலுமாக விலகியவர் அவர். ஆகவே அவரைப் புலவர் என்று சொல்வது முறைசார் கல்வியில் தமிழிலக்கியத்தைப் பயின்றவர் என்பதற்கான நிரூபணமாகக் கொள்ளலாம். அவ்வளவே.

தேர்ந்தெடுக்கப்பட்ட இந்நூல் கட்டுரைகளில் அவரது சிந்தனைகளும் பார்வைகளும் எதை நோக்கியனவாக இருக்கின்றன என்று கணிக்கலாம். புனைவாக்கப்பட்ட வரலாற்றின் மீதான தீவிரத்தாக்குதல்களே இக்கட்டுரைகள். வரலாறு என்பது பெருமைகளையும் மேன்மைகளையும் பேசுவதற்கானதும் மொழி, பண்பாடு, பழமை, மதம் முதலியவற்றின் சிறப்புகளை விதந்தோதுதற்கானதுமான வெளி என்னும் கருத்தோட்டத்தைக் கொண்டே வரலாறுகள் எழுதப்பட்டுள்ளன; எழுதப்படுகின்றன. அதற்கு ஆதரவான தரவுகள் திரட்டப்படுவதும் முன்னிலைப் படுத்தப்படுவதும் நடக்கிறது. கட்டமைக்கப்படும் வரலாற்றுக்கு எதிரான தரவுகள் புறக்கணிக்கப்படுகின்றன; மறைக்கப்படுகின்றன; முக்கியத்துவம் தரப்படாமல் போகிறபோக்கில் ஒரு மூலையில் வைக்கப்படுகின்றன. பொ. வேல்சாமியின் கவனம் முழுவதும் இத்தகைய போக்கில் தகர்வை உண்டாக்கும் நோக்கில் செயல்படுகிறது.

பொதுப்புத்தியில் பதிந்திருக்கும் வரலாற்றுக்கு எதிரான தரவுகளை அவர் முன் வைக்கிறார். அவரது கட்டுரைகள் சில சந்தர்ப்பங்களில் தகவல்களின் அடுக்குப் போலத் தோன்று

வது உண்டு. அவ்வாறு அடுக்குவதற்குக் காரணம், வரலாற்றில் இவற்றிற்கும் கவனம் வரவேண்டும்; இவையும் கணக்கில் எடுத்துக்கொள்ளப்பட வேண்டும் என்னும் நோக்கமே ஆகும். 'பிரிட்டிஷ் மியூசியம்' நூலகப் பட்டியலை அடிப்படையாக வைத்து 'அச்சில் வந்தும் அறியப்படாத தமிழ் நூல்கள்' என்னும் கட்டுரை ஒன்றை எழுதியுள்ளார். பத்தொன்பதாம் நூற்றாண்டின் சமூக வரலாறு, உரைநடை வரலாறு, பதிப்பு வரலாறு முதலியவை மிகக்குறைவான, பிரபலமாக அறியப்பட்ட சில நூல்களையே சார்ந்து எழுதப்படுவதைக் கேள்விக்கு உட்படுத்தும் வகையில் அச்சுத் தரவுகள் பலவற்றை முன்வைக்கிறார். 'தமிழில் மொழிபெயர்ப்பு நூல்களின் வரலாறு' கட்டுரை, தமிழில் மொழிபெயர்ப்பு என்பதே இருபதாம் நூற்றாண்டில்தான் தோன்றியது என்னும் அபத்தமான கருத்தொன்றை மறுத்து எழுதப்பட்டுள்ளது. இருவித அதிதீவிரக் கருத்துகள் தமிழில் நிலவிக்கொண்டிருக்கின்றன. ஒன்று, தமிழில் எல்லாமே இருக்கின்றது என்னும் வெற்றுப் பெருமைப்பார்வை. மற்றொன்று, தமிழில் என்ன இருக்கிறது என்னும் அசட்டைப் பார்வை. மாறாகத் தமிழில் உள்ளதை உள்ளபடி அறிந்து சொன்னாலே தமிழின் பெருமை விளங்கும் என்னும் பார்வையில் மொழி பெயர்ப்பு வரலாற்றுத் தகவல்கள் பலவற்றை இக்கட்டுரையில் தருகின்றார். தமிழ் இலக்கிய வரலாற்று நூல்கள் சுத்தமாகப் புறக்கணித்துவிட்ட இந்த மொழிபெயர்ப்பு வரலாறு விரிவாக எழுதப்பட்டால் சில நூல்கள் அளவு வரும் என்னும் உணர்வை இக்கட்டுரை தருகின்றது. 'மறைமலையடிகள் எழுதி மறைந்து விட்ட இரு நூல்கள்' கட்டுரையில், வரலாற்றுக்கு முக்கியமான இருநூல்கள் மறுபதிப்பு செய்யப்படாமலே மறைக்கப்பட்ட வரலாற்றை வெளிப்படுத்துகின்றார். இவ்வாறு, வேல்சாமி தரும் தகவல்கள் அனைத்தும் எதிர் வரலாறு ஒன்றுக்கான மையத் தரவுகளாக அமைகின்றன.

வரலாற்றில் பெரிதாகப் பேசப்படும் மிகச் சிறு ஆதாரம் ஒன்று, நுட்பமாகப் பார்க்கப்படாமல் தமது நோக்கத்திற்கு ஏற்றவாறு திரிக்கப்படுகின்றது என்பதை வெளிப்படுத்தும் பார்வை இவருடைய கட்டுரைகளின் மற்றொரு மையம். மூலத்தைப் பார்க்காமல் யார்யாரோ எழுதியதையே நம்பிக்கை யான ஆதாரமாகக் கொண்டு சடங்குபோல வரலாற்றுக் கருத்து உதிர்க்கப்பட்டு வருவதைக் கேள்விக்குட்படுத்தும் பார்வை இது. எப்போதும் இரண்டாமவர், மூன்றாமவர் வழியாக ஒன்றை அணுகாமல் நேரடியாக மூலத்தை நோக்கிப் போவது வேல்சாமியின் இயல்பு. இதற்குச் சிறந்த உதாரணமாகக் 'குடவோலைமுறை' பற்றிய இவரது பார்வையைச் சொல்லலாம்.

ஜனநாயகத் தேர்தல் முறை அக்காலத்திலேயே நிலவியது என்பதற்கு ஆதாரமாக உத்திரமேரூர்க் கல்வெட்டு குறிப்பிடும் குடவோலைமுறை பற்றிப் பலரும் விதந்து எழுதியுள்ளனர். அக்கல்வெட்டு பார்ப்பனர்களுக்குள் நடக்கும் தேர்தல் பற்றியது தான் என இவர் விளக்கம் தருகின்றார். இந்நோக்கில் களப்பிரர் காலம், இஸ்லாமியப் படையெடுப்பு முதலியவை குறித்த பொ. வேல்சாமியின் விளக்கங்கள் மிக முக்கியத்துவம் வாய்ந்தவை.

விலக்கப்பட்ட தரவுகள், பார்வைகள் ஆகியவற்றைக் கொண்டு, அறியப்பட்ட வரலாற்றுக்கு எதிராக மாற்று வரலாறு ஒன்றை வேல்சாமி உருவாக்குகிறார் என்பது இவர் கட்டுரை களின் அடுத்த மையம். அருட்பா, மருட்பா பிரச்சினை இதுவரை தனிநபர் சார்ந்ததாகவே கருதப்பட்டு வந்தது. மதிப்புரையாக எழுதப்பட்ட சிறுகட்டுரை ஒன்றில், அருட்பா X மருட்பா பிரச் சினை, காலமாற்றத்தின் ஊடாகப் பகையாகிப் போன இரண்டு நட்புக் கருத்தியல்களின் முரண் என்று வரலாற்றை மாற்றுகின் றார். பகவத்கீதை பற்றிய மதிப்புரையில், 'இந்தியாவில் பிற இடங்களில் ஆதிக்கத்தை இழந்த வேதமும் பார்ப்பனர்களும் தமிழ் அரசர்களால் தலையில் தூக்கி வைத்துக் கொண்டாடப் பட்ட முரணான வரலாறுதான் தமிழரின் தோற்ற வரலாறு' என்று அதிர்வூட்டக் கூடிய வரலாற்றை ஒற்றை வரியில் உரு வாக்கிச் செல்கிறார். தமிழிசை பற்றிய கட்டுரையில், சூத்திரத் தமிழர்களால் இழிநிலைக்கு ஆட்படுத்தப்பட்ட மக்கள் தமது கலைகளை இழந்ததையும் பார்ப்பனர்கள் அவற்றைக் கையிலெடுத்துக் கொண்டதையும் விவரிக்கிறார். தமிழிசையைத் திருடிக் கர்நாடக இசையாகப் பார்ப்பனர் மாற்றிக்கொண்டனர் என்னும் வரலாற்றுக்கு மாறான வரலாறு இது. எதிர்நிலையில் யாரை நிறுத்துகிறோமோ அவர்கள் மீதே குற்றங்களைச் சுமத்திவிட்டு நிரபராதி வேஷம் கட்டும் மனநிலை வரலாற்றிலும் செயல்படுகிறது என்பதை இக்கட்டுரை அம்பலமாக்குகிறது.

தமது அரசியல் சார்புகளுக்காக வரலாற்றைத் திரித்தலும் மறைத்தலும் இவரிடமில்லை. பாரதியைப் பற்றிய கட்டுரையில் அவரது பன்முக ஆளுமையை எதற்குள்ளும் குறுக்கிவிடக் கூடாது என்னும் எச்சரிக்கை உணர்வு செயல்படுகின்றது. அயோத்திதாசரையும் பாரதியாரையும் ஒப்பிட்டுக்காணும் கட்டுரையும் அயோத்திதாசர் ஆய்வில் புதியதொரு பரிமாணம். சமகாலத்தில் இயங்கியவர்களின் கருத்துநிலைகளைச் சிதைக் காமல் அவற்றை அடுத்தடுத்து வைத்து வாசகருக்குப் புரிதலை உருவாக்குகின்றார். பாரதியாரின் மீதோ அயோத்திதாசர் மீதோ

16

சாய்வற்ற நோக்கு புதிய கோணத்தில் சிந்திக்க அவருக்கு உதவியிருக்கிறது.

பொ. வேல்சாமியின் அடிப்படை இயல்பு, கிடைக்கும் எந்த ஒரு சான்றையும் தனிப்படுத்திப் பார்ப்பதில்லை என்ப தாகும். வரலாற்றின் விரிந்த வெளியில், முழுப்பரப்பில் வைத்துப் பார்க்கும் முழுமைப் பார்வை இவருடையது. தமிழக வரலாறு என்னும் பெரும்பரப்புக்கு ஏதாவது பங்களிப்பு செய்யும் கண் ணோட்டம் எல்லாக் கட்டுரைகளிலும் ஊடாடிச் செல்கின்றது.

மறைமலையடிகளின் நாட்குறிப்பு பற்றிய விவாதக் குறிப் பொன்றில் இவ்வாறு எழுதுகின்றார் -

> . . . வரலாற்றுச் சின்னங்களாகிவிட்ட தனி மனிதர்களின் ஆளுமையை முழுமையாக மதிப்பிடுவதற்கு அவர்களைப் பற்றிய எவ்விதமான குறிப்புகளும் தவிர்க்கக்கூடியனவோ வெறுக்கக்கூடியனவோ அல்ல என்பதோடு சென்ற காலம் விட்டுச்சென்ற வரலாற்றுக்கான ஆதார ஆவணங் கள் என்னும் அடிப்படையில் அவற்றைக் காண வேண்டும். அப்படிக் காண மறுப்பது சென்ற கால வரலாற்றைச் சரியான முறையில் நாம் அறிய முடியாமல் போவதற்கு வழிவகுக்கும். மேலும் மேநாட்டு வரலாற்று நூல்களுக்குக் கிடைக்கக்கூடிய நம்பகத்தன்மை உருவாவது மட்டுமல் லாது கீழை நாடுகளின் வரலாறு வெறும் கட்டுக்கதைகள் என்னும் இன்று வரையிலான கருத்தை மாற்றுவதற்கும் இத்தகைய குறிப்புகள் சேர்ந்த முழுமைப் பார்வைதான் பயன்படும்.

புறக்கணிக்கப்பட்ட தரவுகளை முன்வைத்தல், அறியப்பட்ட தரவுகளைப் புதுப்பார்வை கொண்டு விளக்குதல், மாற்று வரலாற்றை உருவாக்குதல், எதையும் வரலாற்றில் வைத்துப் பார்க்கும் முழுமைப் பார்வை ஆகியவை துலங்கும் கட்டுரைகள் மூலம் பொ. வேல்சாமி, அடிப்படையில் ஒரு வரலாற்றாளர் என்று இனம் காணலாம். இலக்கிய இலக்கணங்களில் பயிற்சி உடையவர், கல்வெட்டுகளிலும் அகராதிகளிலும் ஆர்வம் காட்டக்கூடியவர், தத்துவத்தில் ஈடுபாடு கொண்டவர் என்பன வெல்லாம் அவரது முழுமையின் பகுதிகள். எல்லாம் வரலாற்றுத் தரவுகள் என்று காணும் வரலாற்றாளர் என்பதே அவரது முழுமையாகும்.

மாபெரும் விஷயங்களைச் சுருங்கச் சொல்லல், நீண்ட தொடரமைப்புகள் கொண்ட நடை, காரமான சொற்கள் எனக்

கட்டுரைகள் சில குறைகளைக் கொண்டுள்ளன. அவற்றில் கவனம் வைத்து, தமிழக வரலாற்றின் சில பகுதிகளை வெளிச்சப் படுத்தும் வேலையில் முழுமையாக இறங்குவார் என்றால் பொ. வேல்சாமியின் பங்களிப்பு, ச. வையாபுரிப்பிள்ளை, தெ.பொ.மீ., கா. சிவத்தம்பி போன்ற அறிஞர்களின் பங்களிப்புக்கு நிகராக விளங்க முடியும். அதற்கு இந்நூல் ஒரு தொடக்கப்புள்ளி.

நாமக்கல்   பெருமாள்முருகன்
14.04.06

அவைதிகப் பாரம்பரியத்தில் திராவிட இயக்கங்கள்

பகுதி ஒன்று

1

"இந்தியா என்பது மதங்களின் நாடு ஆகும்" என்கிற பேராசிரியர் புளும் பீல்டின் மேற்கோளில் ஒரு சிறிய திருத்தத்தைச் செய்து, "இந்தியா என்பது ஒன்றுடன் ஒன்று போரிடும் மதங்களின் நாடு" என்று அவர் கூறியிருந்தால் அது மேலும் அதிக ஆழமான, உண்மை யான கருத்தாக இருந்திருக்கும். உண்மையில் இந்தியா வின் வரலாற்றில் மதத்திற்கு இருந்துள்ளது போன்ற பெரும் பங்கு வேறு எந்த நாட்டின் வரலாற்றிலும் இருக்கவில்லை. "இந்தியாவின் வரலாறு இரண்டு மதங்களுக்கிடையே – புத்த மதத்திற்கும் பிராமணியத் திற்கும் நடந்த கடும் போராட்டமன்றி வேறல்ல" (அம்பேத்கர் பேச்சும் எழுத்தும், தொகுதி – 7, ப. 160) என்று கூறுவார் டாக்டர் அம்பேத்கர். தொடர்ந்து எழுதும் போது பிராமணியத்திற்கும் புத்த மதத்திற்கும் இடையே நடந்த ஆதிக்கப் போராட்டமே இந்திய வரலாறு என்று குறிப்பிடுவார். இந்தியத் துணைக்கண்டத் தின் உட்கூறுகளில் ஒன்றாக உள்ள தமிழ்நாட்டிற்கு இக்கூற்றைப் பொருத்தும் போது புத்த மதம் என்பதோடு சமணத்தையும் நாம் இணைத்துக் கொள்ள வேண்டிய தாக இருக்கிறது. பார்ப்பனியம் என்பதற்குப் பதிலாக சைவ, வைணவ மதங்கள் என்று சொல்வது மேலும்

பொருத்தமாக இருக்கும். குறிப்பாக சைவ வேளாளர் மதத்திற்கும் சமணத்திற்கும் இடைக்காலத்தில் நடந்த பெரும் போரை நாம் அறிவோம். தொகுத்துச் சுருக்கிச் சொல்வதானால் பார்ப்பனியம் – சைவம் – வைணவம் என்பதெல்லாம் ஒரு பக்கமாகவும் பௌத்தம் – சமணம் – ஆஜீவகம் முதலான மதங்கள் மறுபக்கமாகவும் நின்று போரிட்டுக்கொண்ட வரலாறுகளாகவே இந்தியத் துணைக்கண்டத்தின் வரலாறுகள் அனைத்தும் அமைந்துள்ளன.

இந்தியத் தத்துவ ஞானிகள் அனைவரையும் இருபெரும் பிரிவினராகப் பிரிப்பது வழக்கம். வேத உபநிடதங்களில் கூறப்பட்டவற்றைச் சரியென ஒப்புக்கொள்வோர். மற்ற பிரிவினர் அவற்றைச் சரியென ஒப்புக்கொள்ளாதோர். வேதத்தை ஒப்புக்கொள்வோரை வைதிகர் என்ற சொல்லாலும் ஒப்புக்கொள்ளாதோரை அவைதிகர் என்ற சொல்லாலும் குறிப்பிடும் மரபு உண்டு. (கி. லஷ்மணன், இந்திய தத்துவ ஞானம், ப. 4, 1987) உலகாயதர், சமணர், பௌத்தர் ஆகிய மூவருமே அவைதிகர் எனப்படும் பிரிவைச் சேர்ந்தவர். வைதிகருள் சாங்கியர், யோக மதத்தினர், நையாயிகர், மீமாம்சகர், வேதாந்திகள், சித்தாந்திகள் எனப் பல உட்பிரிவினர் இடம் பெறுவர்.

மேற்குறிப்பிட்ட இரு தொகுதி மதங்களையும் அகச் சமயங்கள் எனவும் புறச் சமயங்கள் எனவும் அழைக்கிற வழக்கம் ஒன்று இருந்ததையும் நாம் அறிவோம். எந்த அடிப்படையில் சைவம், வைணவம் முதலியன அகச் சமயங்களாகவும் பௌத்தமும் சமணமும் புறச் சமயங்களாகவும் பெயரிடப்பட்டன? நான்கு வேதங்களையும் அவற்றின் அடியாகத் தோன்றிய உபநிடதங்களையும் பிரமாணமாக ஏற்றுக்கொண்டவை அகச் சமயங்கள் எனவும் அவ்வாறு ஏற்றுக்கொள்ள மறுத்தவற்றைப் புறச் சமயங்கள் எனவும் பெயரிட்டனர். இன்றைய மொழியில் சொல்வதானால் நான்கு வேதங்கள் எனும் மீப்பெருங்கதையாடல்களையும் (grand narratives) உபநிடதங்களாகிய பெருங்கதையாடல்களையும் ஏற்றுக்கொண்டவை வைதிகச் சமயங்கள். இப்பெரும் கதையாடல்களுக்கு எதிரான பெரும் போராட்டம் ஒன்றை நடத்தியவை அவைதிகப் புறச் சமயங்கள் எனவும் அழைக்கப்பட்டன. பின்னாளில் வரலாற்றைக் கட்டமைக்கும் வாய்ப்புப் பெற்றவர்களாக இருந்தவர்கள் வைதிகச் சமயத்தைச் சார்ந்தவர்கள் தான் என்பதற்கு வைதிகச் சமயங்களுக்கு அகச் சமயங்கள் எனவும் அவைதிகச் சமயங்களுக்குப் புறச்சமயங்கள் எனவும் பெயரிடப்பட்டதே தக்க சான்றாகும். எனவே அம்பேத்கரின் கருத்தைக் கீழ்க்கண்டவாறு நாம் சுருக்கிச் சொல்லலாம்:

பொ. வேல்சாமி

இந்தியாவின் வரலாறென்பது வைதிகத்திற்கும் அவைதிகத்திற்கும் நடந்த போராட்டத்தின் வரலாறே ஆகும்.

2

வேதங்களைப் பிரமாணமாகக் கொள்வது என்பது தவிர வேறு எந்தெந்த அம்சங்களில் வைதிகத்திற்கும் அவைதிகத்திற்கும் இடையிலான வேறுபாடுகளைக் கோடிட முடியும்? மேலோட்டமாகப் பார்க்கும்போது நமக்குத் தோன்றுகிற முதலாவது முக்கிய வேறுபாடு கடவுள் தன்மை பற்றியதாக இருக்கிறது. "பௌத்தத்தைத் தோற்றுவித்த புத்தரும் சமணத்தை நிறுவிய மகாவீரரும் முழுமையான கடவுள் மறுப்பாளர்கள் / பொருள் முதல் வாதிகள் இல்லையாயினும் கடவுளைப் புறக்கணித்தனர்" (*A.L. Basham, The wonder that was India, P.* 298). கடவுளைக் குறிப்பாக இந்துக் கடவுளர்களை மறுக்க வந்த அடுத்த இரண்டாயிரம் ஆண்டு கால எதிர்ப்பாளர்கள் பலருக்கும் கடவுளை மறுக்கும் நோக்கில் விளக்கமளிக்க வாய்ப்பளிக்கக் கூடியதாகப் புத்த, சமணக் கதையாடல்கள் அமைந்தன. பௌத்த வணக்கத்தின் அடிப்படையாக உள்ள புகழ் பெற்ற முழக்கங்களாகிய

புத்தம் சரணம் கச்சாமி
தர்மம் சரணம் கச்சாமி
சங்கம் சரணம் கச்சாமி

என்பதற்கு நம் காலத்துப் புகழ் பெற்ற கடவுள் மறுப்பாளராகிய பெரியார் ஈ.வெ.ரா. அவர்கள் அளிக்கும் விளக்கத்தைப் பாருங்கள்: தலைவனுக்குக் கீழ்ப்படிதல், கொள்கைக்குக் கீழ்ப்படிதல், அமைப்புக்குக் கீழ்ப்படிதல் என்கிற சமகாலத்திய கட்சி / அமைப்புக் கோட்பாடுகளைத் தாண்டி புத்த வணக்கத்திற்கு வேறு பொருள் இல்லை என விளக்கம் அளித்தார் பெரியார் (*புத்தநெறி, தந்தை பெரியார், பக். 3, 4*). தவிரவும் புத்தம் என்பது மதமல்ல எனவும் புத்தன் என்பவன் கடவுளல்ல; புத்தியைப் பயன்படுத்திச் சிந்திப்பவர்கள் எல்லோரும் புத்தனே எனவும் விளக்கமளித்தார் பெரியார். புத்தரின் தம்மம் என்பது அடிப்படையிலேயே மதம் என்ற கருத்தாக்கத்திலிருந்து எவ்வாறு வேறுபடுகிறதென்பதை டாக்டர் அம்பேத்கர் அவர்கள் விரிவாக விளக்கி உள்ளார். (*டாக்டர் அம்பேத்கர், புத்தரும் அவர் தம்மமும், பக். 275 – 282*)

இந்திய மண்ணில் தோன்றிய இடதுசாரிச் சிந்தனையாளர்கள் பலரும் புத்த – சமண – அவைதிக மரபை அனுதாபத்துடனும் நட்புடனும் அணுகி இருப்பதற்கு நிறைய சான்றுகள்

உண்டு. ராகுல சாங்கிருத்தியாயன், கோசாம்பி என நிறைய பேரை இவ்வரிசையில் சொல்லலாம்.

(தமிழ்ச் சைவ மறுமலர்ச்சியின் தலைமகனான ஸ்ரீ–ல–ஸ்ரீ வேதாசலம் பிள்ளை எனும் மறைமலையடிகளார் சமணத்தை ஒரு மதமென ஏற்றுக்கொள்ளாததற்கு அவர் சொல்லும் ஒரே காரணம் கடவுள் தன்மை பற்றிய கருத்தாக்கம் சமணத்தில் இல்லை என்பதே.)

3

மேலோட்டமாகப் பார்க்கும் போது வைதிக மரபிற்கும் அவைதிக மரபிற்கும் இடையிலான அடுத்த முக்கிய வேறுபாடு வேள்விகள் மற்றும் பார்ப்பன மேலாண்மையை உறுதிப்படுத்தும் சடங்குகளை ஏற்றலும் மறுத்தலுமாகும். புத்தர், மகாவீரர் இருவரும் சத்திரிய மரபில் வந்தவர்கள் என்பதும் இனக்குழுத் தலைவர்கள் என்பதும் குறிப்பிடத் தக்கன. வேள்வியை எதிர்த்து அகிம்சை என்கிற கருத்தாக்கம் இவர்களால் முன் மொழியப்பட்டது. பார்ப்பன மேலாதிக்கம், வர்ணாச்சிரம தர்மம் ஆகியவை இவர்களால் கண்டிக்கப்பட்டன. வருணத்தை ஏற்றுக் கொள்ளாத ஆதி பௌத்த சமணத்தின் பொற்காலம் எனச் சொல்லக்கூடிய கி.மு. 3இல் இருந்து கி.பி. 150 வரையிலான காலகட்டம் என்பது இந்திய வரலாற்றில் பார்ப்பனர்களின் மிகப் பரிதாபத்துக்குரிய இருண்ட காலம் என்பதை நாம் அறிவோம் (டாக்டர் அம்பேத்கர், பார்ப்பனியத்தின் வெற்றி, தொகுதி 7).

4

மேலோட்டமாகவன்றிச் சற்று நுணுக்கமாகப் பார்க்கும் போது கண்ணில் படும் வேறுபாடுகளை இனி தொகுக்கத் தொடங்குவோம். பிறவி அடிப்படையிலான ஏற்றத் தாழ்வுகள், கர்மவினை முதலான கோட்பாடுகளை வைதிகம் மிக அடிப்படையாகக் கொள்வதையும் அவைதிகம் அதனை முற்றாகப் புறந்தள்ளுவதையும் காண முடியும். சங்கம் என்னும் பொதுமைக் கோட்பாடு அவைதிக மதத்தில் மட்டுமே காணக்கூடிய ஒன்று. பிறவி அடிப்படையில் ஏற்றத் தாழ்வுகளை மறுக்கக்கூடிய எண்ணற்ற சான்றுகளுள் சிலவாக – அப்பன் பெயர் தெரியாத ஆபுத்திரனின் கதையையும் கணிகையாக இருந்து ஒரு பார்ப்பனனைத் திருமணம் செய்து கொண்டு குடும்ப வாழ்க்கையை மேற்கொள்கிற வாசவதத்தை

யின் கதையையும் கணிகையின் மகளாக இருந்து துறவியாய்ச் சிறந்த மணிமேகலையின் கதையையும் நாம் அவைதிக மரபில் மட்டுமே காண முடியும். அனைவருக்கும் கல்வி, பசிப்பிணி அகற்றுதல் (உண்டி கொடுத்தோர் உயிர் கொடுத்தோரே) என்பதையும் தலையாயப் பணியாக அவைதிகம் மேற்கொண்டுள்ளது. சமணப் பள்ளிகள் என்பன பொது மக்கள் வந்து பயிலும் கல்வி நிறுவனங்களாக விளங்கின. பள்ளியிலுள்ள கூடங்களில் மாணவர்கள் பயிற்றுவிக்கப் படுதல் என்கிற உண்மையின் அடிப்படையிலேயே பள்ளிக் கூடங்கள் என்கிற சொல்லாக்கம் தமிழில் உருவானதென்பர் ஔவை துரைசாமி (கரந்தைக் கட்டுரைக் கோவை). "கல்வியென்னும் பல்கடல் பிழைத்தும்" எனவும் "கல்லாத பேர்களே நல்லவர்கள் நல்லவர்கள்" எனவும் முழக்கிய வைதிகப் பாரம்பரியத்தில் கல்வி என்னும் கருத்தாக்கம் பொதுக்கல்வியைக் குறித்ததல்ல. கல்வி என்பதன் மூலம் வேதக் கல்வியையே வைதிகப் பாரம்பரியம் பொருள் கொண்டது. குருமுகமாகப் பிறவியில் உயர்ந்த பார்ப்பனர்களுக்கு மட்டுமே வேதங்கள் கற்பிக்கப்பட்டு வந்தன. குருமுகமாகக் கற்பிக்கப்படும் சொற்கள் பிழைபடாமல் இருத்தல் வேண்டி சிட்ஷா, வியாகரணம், சந்தஸ் முதலிய எழுத்து, சொல் மற்றும் செய்யுள் இலக்கணங்கள் வகுக்கப்பட்டன. வைதிகச் சொற்களின் பொருளை விளக்கும் நூற்கள் நிருத்தம் எனப் பட்டன (பி.எஸ். சுப்ரமணிய சாஸ்திரி, சங்க நூல்களும் வைதிக மார்க்கங்களும், பக். 14, 15)

எனவே வைதிக மார்க்கத்தில் உருவான இராஜராஜன், ராஜேந்திரன் முதலிய மாமன்னர்கள் நிறுவிய கல்விக்கூடங் கள் என்பன பார்ப்பனர்கள் மட்டுமே கற்கக்கூடிய வேதக் கல்விக்கூடங்கள்தான் என்பது நாம் அனைவரும் கருத்தில் இருத்த வேண்டிய ஒன்று. மாறாகச் சமண, பௌத்த, அவைதிகப் பாரம்பரியத்தில் கல்வி என்பது பொதுக் கல்வியையே குறிப்பதாகும் பிறவியின் அடிப்படையில் ஆனதாக அல்லாமல் பயிற்சியின் அடிப்படையில் ஆனதாகக் கல்வி கருதப்பட்டது. கவிதை எழுதுவது உட்பட பயிற்சியின் அடிப்படை யிலான ஒரு செயல்பாடாகக் கருதப்பட்டு அதன் அடிப்படை யில் நிகண்டுகள் உருவாக்கப்பட்டன. திவாகரம், பிங்கல நிகண்டு, சூடாமணி நிகண்டு முதலானவை சமணப் பாரம் பரியத்தில் உருவானவை என்பதும் ஐரோப்பியக் கல்விமுறை அறிமுகமாகும்வரை நமது கிராமியப் பள்ளிக்கூடங்களில் இத்தகைய நிகண்டுகளைப் பயிற்றுவிப்பதே கல்விமுறையாக இருந்தமையும் இங்கே கவனத்தில் கொள்ளத்தக்கன. எளிய முறையில் இலக்கணங்களைக் கற்றுக்கொள்வதற்கேற்ப

நன்னூலும் சின்னூலும் யாத்தனர். வாய்ப்பாடு எனும் சொல்லைக்கூட சமணர்களின் கொடையாகக் கருத இட முண்டு. எளிதில் கணக்கியல் கற்றுக்கொள்வதற்கென இயற்றப் பட்ட நெல்லிக்கனி வாய்ப்பாடும் சிறுகுழி வாய்ப்பாடும் அருகனை, அமலனை, அசலனை அடிதொழ இயற்றப்பட்டுப் பயிற்றுவிக்கப்பட்டன. இந்திய வரலாற்றின் புகழ் பெற்ற கல்வி நிறுவனங்களாக இருந்த நாலந்தா மற்றும் காஞ்சி பல்கலைக்கழகங்கள் பௌத்த மரபில் உருவானவை என்பதை யும் நாம் மறந்துவிடலாகாது. இந்தியத் துணைக் கண்டத்தைச் சேர்ந்தவர்கள் மட்டுமன்றி தென்னாசியாவின் பல்வேறு திசைகளிலிருந்தும் எண்ணற்ற பல இனங்களையும் மொழி களையும் சேர்ந்த பலரும் வந்து கல்வி பயின்று செல்லும் மையங்களாக இவை விளங்கின.

5

பெண்களின் இருப்பை வைதிகம் முற்றாக மறுத்து ஒதுக்கியதென்றால் அவைதிகம் பெண்களின் இருப்பை ஏற்றுக்கொண்டது. கல்வியில் ஆண் பெண் வேறுபாடுகள் அவைதிகத்தில் புறந்தள்ளப்பட்டன. வேதக் கல்வி என்பது பார்ப்பன ஆண்களுக்கே உரித்தாக இருந்தபோது அவைதிக மரபில் மட்டுமே மணிமேகலை போன்ற கணிகையரும் தன்னைக் கொலை செய்ய வந்த கணவனைக் கொன்று பழி தீர்த்த நீலகேசி முதலானோரும் கல்வியிற் சிறந்து, தர்க்கத்தில் முதிர்ந்து, காவிய நாயகிகளாய் உலாவரும் சாத்தியப்பாடுகள் முழுதாய் இருந்தன. இன்றுவரை பகுத்தறிவு பேயாட்சி புரியும் ஐரோப்பாவில்கூட மகளிருக்குக் குருத்துவ நிலை அளிக்கப்படாத போது கவுந்தியடிகள் முதலான பெண் துறவிகளையும் நம்மால் அவைதிக மரபில் மட்டுமே பார்க்க முடியும். சீவகசிந்தாமணியை உ.வே.சா. பதிப்பிக்கத் தொடங்கிய போது அவருக்கு ஏற்பட்ட ஐயங்களை விளக்கும் வல்லமை, சமண மரபில் வந்த குடந்தை அம்மையாருக்கு மட்டுமே சாத்தியமாயிற்று என்ற உண்மையும் நினைவில் கொள்ளத்தக்கது.

6

நுணுக்கமாக மட்டுமன்றிச் சற்று ஆழமாகவும் பரிசீலிக்கும் போது காணக் கிடைக்கும் ஒரு முக்கியமான வேறுபாடு இங்கே கருதத்தக்க ஒன்று. சிந்துவெளி நாகரிகத்தின் திராவிடத்

தன்மை, ஆரியப் படையெடுப்பு முதலானவை குறித்த முற்று முழுதான தெளிவான முடிவுகள் என எதையும் இன்று நம்மால் அறுதியிட்டுச் சொல்ல முடியாது. படையெடுப்பு என்பதைக் காட்டிலும் இடப்பெயர்வு என்கிற கருத்தாக்கம் பொருத்தமாக இருக்கும் என்கிறார் ரொமீலா தாப்பர். (Ancient Indian Social History, P. 214) உள்நாட்டுக் குடிகளுடன் மோதியும் பிணைந்தும் திராவிடம் அல்லது ஆரியம் என்றெல்லாம் பிரித்துப் பார்க்க இயலாத இந்தோ – ஆரியப் பண்பாடு ஒன்று உருவாகி, கொஞ்சம் கொஞ்சமாக அது கிழக்கு நோக்கி கங்கைச் சமவெளியில் பரவியது. இரும்பைப் பயன்படுத்தும் விவசாய நாகரிகத்தோடு இந்தோ – ஆரியப் பரவல் இணைந்தது. இந்தோ – ஆரியப் பண்பாடு பரவும் போது உள்நாட்டு இனக்குழுக்கள் பல அப்படியே உள்வாங்கப் பட்டு, வருணசாதி அமைப்பில் ஒரு குறிப்பிட்ட இடம் அவற்றிற்கு வழங்கப்பட்டது. வேறு வார்த்தைகளில் சொல்வ தானால் இத்தகைய இனக்குழுச் சமுதாயங்கள் வைதிகமயம் ஆக்கப்பட்டன. இத்தகைய வைதிக மயமாக்குவதற்கு விவசாய மயமாக்கல் துணை புரிந்ததென்பது கவனிக்கத்தக்கது. இதை யடுத்து இந்திய வரலாற்றை நாம் நுணுகி நோக்கினால் விவசாய நாகரிகம் வைதிகத்துடன் இணைந்த ஒன்றாக இருப்பது தெரிய வருகிறது. நிலைபெற்ற விவசாயச் சமூகங் களுக்கு உரிய மதங்களாகச் சைவ வைணவ மதங்கள் விளங் கின. தமிழ்ச் சூழலுக்கு இது மேலும் நுண்மையாகப் பொருந்து கிறது. பாசன முறை மற்றும் விவசாய மயமாக்கல் முதலியவை வைதிக மயமாக்கலுடன் பிணைந்து நிற்பதை அகத்தியர் கதை முதலியவை நிறுவுகின்றன. தமிழகத்தில் இரும்பின் பயன்பாடு மற்றும் அதனடியான நிலைபெற்ற விவசாய உற்பத்திமுறை முதலியன இந்தோ – ஆரியப் பரவலுக்குப் பின்பே நிகழ்ந்திருக்கும் எனச் சொல்வதற்கும் இடமுண்டு. விவசாயத்தை மையமாகக் கொண்ட பேரரசுகள் உருவான போது அவை தமது உபரியைப் பெருக்கிக்கொள்ள மேலும் மேலும் இனக்குழு மக்களையும் மேட்டு நில மக்களையும் விவசாய மயமாக்கலுக்கு உட்படுத்தின. இடப்பெயர்வு தடை செய்யப்பட்டது. இடம் பெயர் நாடோடி வாழ்க்கை இழி வெனக் கருதப்பட்டது. பதியெழுவறியா பழங்குடித் தன்மை போற்றப்பட்டது.

இவ்வாறு விவசாயமயம் ஆக்கப்படும்போது இனக்குழு மக்களிடையே இருந்த பொது உரிமை முறை அழிக்கப்பட்டுப் பார்ப்பன – வேளாள – வைதிக மரபினர்க்கும் வைதிகக் கோவில்களுக்கும் காணியாட்சி உரிமைகள் வழங்கப்பட்டன. வேள்விகள் செய்து கொடுத்து இவ்வாறு எண்ணற்ற இனக்குழு

மக்களின் நிலங்கள் வேள்விக் குடிகளாக மாற்றப்பட்டு பார்ப்பனர்களுக்குத் 'தானம்' வழங்கப்பட்ட வரலாற்றிற்கு எண்ணற்ற சங்கப் பாடல்கள் சாட்சியாக உள்ளன. இத்தகைய விவசாய வைதிக மயமாக்கலின் விளைவாகப் பயனடைந்தவர்கள் பார்ப்பனர்களும் வேளாளர்களும் என்றால் இதனால் பேரழிவுக்கு ஆளானவர்கள் அவ்வப் பகுதியில் வாழ்ந்த இனக்குழு மற்றும் மேல்நில மக்களாவர். வள்ளலார் இராமலிங்க அடிகளார் (தொண்டை மண்டலச் சதகஉரை, 1855), மறைமலை யடிகளார் (வேளாளர் நாகரிகம்) முதலானோர் வெள்ளாளர்களுக்கும் வேளாண்மைக்கும் தொடர்புபடுத்தித் தமிழ்க் கலாச்சாரத்தை அதனடியாக வரையறுக்க முயல்வது குறிப்பிடத் தக்கது. (Eugene F. Irschick, Dialogue and History, P. 200 - 205)

இத்தகைய வைதிகமயமாக்குதலுக்கு எதிராக இனக்குழு மக்களும் மேட்டுநில மக்களும் இருந்தனர். வைதிகமயமாக்கு தலுக்கு எதிரான இவர்களது குறுகிய கால வெற்றியாக வைதிக நெறியாளர்களால் இருண்ட காலம் எனக் குறிக்கப் பெறும் 'களப்பிரர்' காலத்தைக் குறிப்பிடலாம். களப்பிரர் காலத்தில் பார்ப்பனருக்கு முன்னர் கொடுக்கப்பட்டிருந்த நிலங்கள் பறிமுதல் செய்யப்பட்டமை குறிப்பிடத்தக்கது (வேள்விக்குடிச் செப்பேடுகள்). களப்பிரர் காலத்தில் அவைதிக மதங்கள் எழுச்சியுற்றிருந்தன எனச் சொல்வதற்கும் இடமுண்டு.

அவைதிக மதங்கள் தங்களை விவசாயக் கலாச்சாரத் துடன் இணைத்துக் கொள்ளாமல் இனக்குழு மரபுகளுடனும் வணிக மரபுகளுடனும் இணைத்துக் கொண்டமைக்கு வரலாற் றில் ஏராளமான சான்றுகளை நம்மால் கூறமுடியும். வளர்ச்சி அடைந்த உற்பத்தி முறையாக விளங்கிய விவசாயமயமாக் கலுடன் தன்னை இணைத்துக்கொள்ளாமல் இருந்ததென்பது அவைதிக மதங்கள் வீழ்ந்துபட்டதற்கான பொருளியல் காரணங் களில் ஒன்றாக இருக்க முடியும்.

இதுகாறும் சொன்னவற்றைத் தொகுத்துக்கொண்டோ மேயானால் கடவுள் நம்பிக்கையை மையமாகக் கொள் ளாமை, வேதங்களைப் பிரமாணமாக ஏற்காமை, பார்ப்பன மேலாண்மையை ஒத்துக் கொள்ளாமை, பொதுக்கல்வியைப் போற்றுகிற தன்மை, பெண்களின் இருப்பை அங்கீகரிக்கும் பண்பு, விவசாயமாக்கலுடன் இணைந்துகொள்ளாத தன்மை ஆகிய அம்சங்களில் அவைதிக மரபு என்பது வைதிக மரபிலிருந்து பெரிய அளவில் வேறுபட்டிருப்பது கண்கூடு. வேறுசில வேறுபாடுகள் காணக்கூடும் எனினும் எல்லாவற்றை யும் சுட்டிக்காட்டுவதற்கு ஈண்டு இடமில்லை. தர்க்கவாதம், வெகுசன மத்தியிலான பட்டிமண்டபம் போன்றவற்றை

யும்கூட அவைதிக மரபில் நாம் இனங்காண முடியும். கடைசியாக ஒன்றைக் குறிப்பிடுவது முக்கியம். வேறுபாடுகள் எனச் சொல்ல வரும்போது எல்லைகள் வகுப்பது தவிர்க்க இயலாதது. சுற்றெல்லைப் புள்ளிகளில் இந்த வேறுபாடுகள் மயங்கி நிற்கும். மேற்கண்ட வேறுபாடுகள் அனைத்தும் சமயங்களின் அடிப்படையில் கணிக்கப்பட்ட வேறுபாடுகள். சுற்றெல்லைகளில் இவை மயங்கி நிற்பதற்கான சான்றாகச் சமண, புத்த மதங்களில் பின்னாளில் ஏற்பட்ட மாற்றங்கள் பலவற்றைக் குறிப்பிடலாம்.

பகுதி 2

இந்தியத் துணைக்கண்டம் முழுமையிலுமான கருத்தியல் கள், இயக்கங்கள் ஆகியவற்றை ஆய்வுக்கு எடுத்துக்கொண்டு பார்த்தோமேயானால், அவற்றுள் வைதிகக் கூறுகள் அல்லது அவைதிகக் கூறுகள் இவற்றில் ஏதாவதொன்று கூடுதலாக இருக்கும். 18ஆம் நூற்றாண்டை ஒட்டி இந்தியத் துணைக் கண்டத்தில் வடக்கில் உருவான பல்வேறு சமூக மறுமலர்ச்சி இயக்கங்கள் பலவற்றிலும் வைதிகக் கூறுகள் மிகுந்திருப்பது கண்கூடு. எடுத்துக்காட்டாக பிரம்ம சமாஜம், ஆரிய சமாஜம் முதலியவற்றைக் குறிப்பிடலாம். இராஜாராம் மோகன்ராய், ராணடே முதலானவர்களால் உருவாக்கப்பட்ட சதி ஒழிப்பு, பாலிய விவாக மறுப்பு, விதவைத் திருமணம் முதலியவற்றிற் கான இயக்கங்கள் எல்லாம்கூட வைதிகக் கூறுகள் மிகுந்த இயக்கங்களாகவே இருந்தன. இந்து மதத்தை நவீன காலத் திற்கேற்ப புத்துயிர்ப்புச் செய்வதே இவர்கள் நோக்கமாக இருந்தது. அடிப்படையில் வேத மேன்மையை இவர்கள் அனைவரும் ஏற்றுக்கொண்டனர். நம் காலத்து நவீனத்துவ நாயகனாகிய பாரதியையும்கூட இத்தகைய வைதிகக் கூறுகள் நிறைந்துள்ளவனாகவே காண முடியும். எனில் வ.வே.சு. ஐயர் முதலான நமது மறுமலர்ச்சி நாயகர்கள் பற்றிச் சொல்ல வேண்டியதில்லை.

மாறாக ஒடுக்கப்பட்ட மக்களின் விடுதலைக்காகக் குரல் கொடுத்த பலரும் குறிப்பாகச் சாதி முறையைக் கருத்தியல் அளவிலும் இயக்க மட்டங்களிலும் எதிர்த்தவர்கள் பலரும் அவைதிகக் கூறுகள் மிகுந்தவர்களாக இருப்பது கண்கூடு. அண்ணல் அம்பேத்கர் பற்றி ஏற்கனவே குறிப்பிட் டோம். வாழ்நாள் முழுவதிலும் வைதிகக்கூறுகளை எதிர்த் தவர் அவர். பிராமணியத்தையும் முதலாளியத்தையும் இரு பெரும் எதிரிகளாய்ப் பறைசாற்றியவர் அவர். தம் வாழ்நாளின் இறுதியில் பெரும் மக்கள் திரளோடு வைதிக இந்து மதத்தை

விட்டொழித்துவிட்டுப் புத்த மதத்தைத் தழுவியவர் அவர். தாழ்த்தப்பட்ட மக்களுக்குக் கல்வி, வேலைவாய்ப்பு ஆகியவற் றிற்காக வாழ்நாள் முழுமையும் போராடியவர் அவர். கற்பி, ஒன்றுசேர், கலகம் செய் எனக் கல்வியின் முக்கியத்துவத்தை வலியுறுத்தியவர் அவர். தாழ்த்தப்பட்டவர்க்கான பல்கலைக் கழகம் ஒன்றை அமைக்க முயற்சித்தவர்.

அம்பேத்கரின் முன்னோடியாக மராட்டியத்தில் விளங் கிய அண்ணல் ஜோதிபாபூலே அவைதிகக் கூறுகளின் மொத்த உருவாகத் திகழ்ந்தவர். வர்ணாசிரமத்தையும் பார்ப்பனியத் தையும் வேரோடு கிள்ளியெறிய முயற்சிகள் மேற்கொண்டவர். கல்விக்கு, குறிப்பாகப் பெண்களின் கல்விக்கு முதன்மை அளித்தவர். எழுத்து முறையில் பாலியல் கூறுகளை ஒழித்து பால்சாரா எழுத்துமுறை ஒன்றை 150 ஆண்டுகளுக்கு முன்பே முயற்சித்தவர்.

தமிழகத்தில் தமது சித்தர் மரபினரும் இராமலிங்க அடிகளாரும் இசுலாமிய மரபில் வந்த சூபி கவிஞர்களும் வைதிக மரபிலிருந்து வெவ்வேறு மட்டங்களில் விலகி நிற்கின்றனர். இராமலிங்க அடிகளார் முதலானோர் சாதி களை எதிர்த்தமையும் பெண் கல்வி பற்றிப் பேசியமையும் பசிப்பிணி அகற்றுதலுக்கு முக்கியத்துவம் கொடுத்தமையும் குறிப்பிடத்தக்கன.

தமிழறிஞர்கள் அனைவரும் வைதிக மரபில் வரக்கூடிய வர்கள்தான் என்று சொன்னால் அது ஒரு மிகையான கூற்றல்ல. விதிவிலக்காகச் சொல்லப்படக் கூடியவர் அயோத்தி தாசப் பண்டிதர் (1845–1914). காத்தவராயன் என்ற இயற்பெயர் கொண்ட பறையர் சமூகத்தைச் சேர்ந்த அயோத்திதாசக் கவிராஜ பண்டிதர் திராவிட மகாஜன சங்கம் (1881) என்ற அமைப்பையும் பின்னாளில் சாக்கிய புத்த மதச் சங்கம் என்பதையும் உருவாக்கிச் செயல்பட்டவர். தாழ்த்தப்பட்டவர் களுக்கான அரசியல் கோரிக்கைகளைத் திராவிட மகாஜன சங்கம் முன் வைத்தது. புத்தமதத்தை மீட்டுருவாக்கும் பணியை சாக்கிய புத்த சங்கம் மேற்கொண்டது. வடமொழி, பாலி, ஆங்கிலம், தமிழ் எனப் பல மொழிகளில் ஒருசேரப் புலமை பெற்ற பண்டிதர், திருக்குறள் அறத்துப்பாலுக்கும் ஆத்தி சூடிக்கும் புதிய உரை எழுதியுள்ளார். பார்ப்பனரின் மேலாண்மை நிறுவப்பெற்ற சூழ்ச்சி வரலாற்றை 'யதார்த்த பிராமண வேதாந்த விவரம்', 'வேஷப்பிராமண வேதாந்த விவரம்' என்கிற இருநூல்களில் ஆராய்ந்துள்ளார். 'இந்திர தேச சரித்திரம்', 'அரிச்சந்திரன் பொய்கள்', 'திருவள்ளுவர் வரலாறு', 'புத்த மார்க்க வினாவிடை' என்பன அவரது

நூல்களில் சில. 'ஒரு பைசா தமிழன்' என்கிற இதழைத் தொடங்கி நடத்திய பண்டிதர் வேத மரபிலிருந்து விலகிய புத்த மரபு சார்ந்த தமிழக வரலாறொன்றைக் கட்டமைக்க முயன்றவர்.

இத்தகைய அவைதிக மரபின் கடைசிக் கண்ணியாக நம் கண்முன் காட்சியளிப்பது ஈ.வெ.ரா. பெரியார் தோற்று வித்த சுயமரியாதை இயக்கமாகும்.

பகுதி 3

திராவிட இயக்கம் என்ற ஒற்றைப் பெயரில் நம்மால் இன்று அழைக்கப்படும் இயக்கமென்பது உண்மையில் ஒன்றுக் கொன்று முற்றிலும் வேறுபட்ட பல்வேறு கூறுகளின் தொகுப் பாகும். நீதிக்கட்சி, சுயமரியாதை இயக்கம், தனித்தமிழ் இயக்கம், திராவிடர் கழகம், திராவிட முன்னேற்றக் கழகம் ஆகிய பல்வேறு கூறுகளுக்கு இடையேயான பொருத்தப் பாடுகளைக் காட்டிலும் வேறுபடும் கூறுகள் மிகுதி. இவை அனைத்தையும் திராவிட இயக்கம் என்கிற ஒற்றைக் கருத்தாக்கத்தின் கீழ் இணைப்பதற்கான ஒரே அடிப்படை ஆரிய – திராவிடர் என்னும் முரண் எதிர்வைக் கட்டமைத்து ஆரிய மேலாண்மையை எதிர்த்தது என்கிற ஓர் அம்சத்தில் மட்டுமாகும். நாம் இதுகாறும் சொல்லி வந்தவற்றின் அடிப் படையில் பார்க்கும் போது பார்ப்பன மேலாண்மை எதிர்ப்பு என்பது அவைதிக மரபின் ஒரு கூறுதானே ஒழிய அது மட்டுமே அவைதிக மரபின் அடிப்படையும் ஆகாது. எனவே திராவிட இயக்கக் கூறுகள் எல்லாவற்றையும் பார்ப்பன எதிர்ப்பு என்கிற ஓர் அம்சத்தின் அடிப்படையில் மட்டும் அவைதிக மரபிற்குள் வைத்துவிட முடியாது. திராவிட இயக்கங்களுக்குள்ளும் வைதிக மரபுக் கூறுகள் மிகுந்துள்ள வற்றையும் அவைதிக மரபுக் கூறுகள் மிகுந்துள்ளவற்றையும் வேறுபடுத்திப் பார்ப்பது அவசியம். பெரியாரின் சுயமரியாதை இயக்கம் முற்று முழுதாக அவைதிகத் தன்மையுடன் மிளிர்ந்ததை இங்கே விளக்க வேண்டியதில்லை. நீதிக் கட்சியைப் போலன்றி பெரியார் பார்ப்பனர்களின் அரசியல் மேலாண்மையை மட்டுமன்றிச் சடங்கு மேலாண்மையையும் எதிர்த்தவர். தனித்தமிழ் இயக்கம் போலன்றித் தமிழில் கலந்து போன வடமொழிச் சொற்களை மட்டுமன்றி வைதிகக் கருத்தாக்கங்களையே எதிர்த்தவர். தமிழை (வைதிக) மதத்தால் கறையுண்ட மொழி என்றவர் அவர். பெண் விடுதலை குறித்து மிக நவீனமாகச் சிந்தனைகளை முன்வைத்தது மட்டுமல்லாமல் இயக்க நடவடிக்கைகளில் பெண்களுக்கு

முக்கியத்துவம் அளித்தவர். தர்மாம்பாள், மூவலூர் இராமா மிர்தம், மணியம்மை போன்ற பெண்கள் இயக்கத்தில் தலைமையேற்க வழி வகுத்தவர். வைதிகக் கூறுகளில் ஒன்றான தேவதாசி மரபை முத்துலெக்ஷ்மி ரெட்டி எதிர்த்தபோது, சத்தியமூர்த்தி ஐயர் போன்ற வைதிகர்களுக்கு எதிராக முத்துலெஷ்மி அம்மையை ஆதரித்து தேவதாசி முறை ஒழிப் பிற்குக் காரணமானவர். அடித்தட்டு மக்களின் கல்விக்கும் இடஒதுக்கீட்டிற்கும் வாழ்நாள் எல்லாம் போராடியவர். அம்பேத்கர் போன்று அடித்தட்டு மக்களுக்குக் கல்வி நிறுவனங்களை உருவாக்க முனைந்தவர்.

திராவிட இயக்கத்தின் கூறுகளில் ஒன்றாகிய தனித்தமிழ் இயக்கத்தை அவைதிக மரபில் வைத்துப் பார்ப்பதற்கான கூறுகளே ஏதும் இல்லை. முற்றிலும் வைதிக மரபு சார்ந்த ஒரு இயக்கமாகவே சுந்தரம்பிள்ளையால் கால்கோளிடப்பட்டு மறைமலையடிகளால் உருவாக்கப்பட்ட தனித்தமிழ் இயக்கத்தைக் காண முடியும். ஆரியக் கூறுகளை மிகக் கடுமையாக அவர்கள் எதிர்த்தபோதும் ஆரிய வேதங்களை இவர்கள் மறுத்த போதிலும் சைவம் மூலமாக இவர்கள் வேத மேலாண்மையை ஏற்றுக்கொள்ள வேண்டிய அவசியம் ஏற்படுகின்றது. நாங்கள் சொல்வது தமிழ் வேதம் என இவர்கள் முழக்கமிட்ட போதும் தமிழ் வேதம் என்றால் என்ன? அவை எவ்வகையில் ஆரிய வேதத்திலிருந்து வேறுபடுகின்றன என்பதை அவர்கள் விளக்கியதில்லை; விளக்கவும் முடியாது. நீதிக்கட்சி அரசியல் ரீதியாக மட்டுமே பார்ப்பன மேலாண்மையை எதிர்த்தது. பார்ப்பனரின் மேலாண்மையைச் சடங்களவில் ஏற்றுக் கொண்டது. இடஒதுக்கீட்டைத் தாண்டி அது போனதில்லை. திராவிடநாடு திராவிடர்க்கே, தனித்தமிழ் நாடு ஆகிய முழக்கங்கள் நீதிக்கட்சியின் எல்லைக்கு அப்பாற்பட்டவை. தி.மு.க.வைப் பொறுத்த மட்டில் அவைதிகக் கூறுகளை முதன்மையாகக் கொண்டு அதன் தொடக்கம் இருந்ததெனி னும் நவீன அரசு ஒடுக்குமுறை இயந்திரத்திற்கான குடிமக் களை உருவாக்கும் பணியை அது தனது தலையாய பணியாக ஏற்றுக்கொண்ட பின்னர் அது தனது வைதிக எதிர்ப்புக் கூறுகளை மழுங்கடித்துக்கொண்டது.

பகுதி 4

திராவிட x ஆரிய என்ற முரண் எதிர்வுக் கட்டமைவே தமிழரின் வீழ்ச்சிக்குக் காரணம் என்ற ஒரு குரல் இன்று வலுவாகத் தமிழகத்தில் ஒலிக்கத் தொடங்கி உள்ளது. (குணா – திராவிடத்தால் வீழ்ந்தோம்) பார்ப்பனிய (ஆரிய) எதிர்ப்பு

என்பதைக் காட்டிலும் திராவிட எதிர்ப்பு என்பதே சரியாக இருக்கமுடியும் என்று ஒலிக்கிறது இந்தக் குரல். தமிழர்களின் வீழ்ச்சிக்குக் காரணம் திராவிடப் படையெடுப்புகள், தெலுங்கர், கன்னடர், மலையாளிகள் முதலானோரின் ஆதிக்கம்தான் என்று ஒலிக்கிறது இந்தக் குரல். இது எந்த அளவிற்குச் சரியானது என்பதை ஆராய்வது இக்கட்டுரையின் நோக்க மல்ல. ஆனால் நமது கட்டுரைத் தலைப்புடன் பொருந்தக் கூடிய ஒரு சில அம்சங்களை இங்கு சுட்டிக் காட்டுவது அவசியம். திராவிடத்தால் வீழ்ந்தோம் என்கிற இந்தக் குரலை ஒலிப்பவர்கள் தமிழர்களின் எதிரிகளாகச் சுட்டிக்காட்டுபவை பெரியாரின் திராவிட இயக்கம், சமண, பௌத்த மரபுகள், களப்பிரர் காலம் முதலியன. தமிழின் பொற்காலமாக இவர்கள் சுட்டுவது வைதிகம் கோலோச்சிய மூவேந்தர் ஆட்சி, பல்லவ சோழ ஒருங்கிணைப்பு, சமண – பௌத்தத்தை வீழ்த்திய சைவ, வைணவ பக்தி இயக்க காலம், மறைமலை யடிகளார் உள்ளிட்ட தனித்தமிழ் இயக்கம். 'திராவிட' என்கிற கருத்தாக்கம் இன்று எந்த அளவுக்குப் பொருந்தும் என்பது விவாதத்திற்கு உரிய ஒன்று என்பதில் நமக்குக் கருத்து மாறுபாடில்லை. ஆனால் திராவிடம் என்கிற கருத் தாக்கத்தை எதிர்க்கிறோம் என்கிற பெயரில் பெரியார், சமண, பௌத்த முதலான அவைதிகக்கூறுகளையே எதிர்ப் பதும் சைவம், வேதம் (தமிழ்ப் பார்ப்பனியம்) ஆகியவற்றை ஆதரிப்பதும் மிகவும் ஆபத்தானது. இத்தகையோர் பெரியாரை மட்டுமல்ல – அம்பேத்கர், அயோத்திதாசப் பண்டிதர் போன் றோரையும் மறுப்பதாக உள்ளது கவனிக்கத்தக்க ஒன்று.

'கவிதாசரண்', அக். – நவ. 1997

பொற்காலங்களும் இருண்ட காலங்களும் தேவை : ஒரு தலைகீழ் பார்வை

கி.பி. 768ஆம் ஆண்டில் ஒரு நாள் மாடமாமதில்கள் நிறைந்த கூடல் மாநகரில் சிரிவரன், சிரி மனோகரன், வீரபுரோகன் என்றெல்லாம் புகழ்பெற்ற பாண்டிய மாமன்னன் நேரியன் கோன் நெடுஞ்சடையன் வீதி உலா வந்துகொண்டிருந்த வேளையில் "கொற்றவனே" என விளித்து வீதியில் விழுந்தான் ஒரு பார்ப்பனன். சிண்டும் பூணூலும் மண்ணில் புரள விழுந்தெழுந்து கையேந்தி நின்ற அப்பார்ப்பனனின் பெயர் கொற்கை கிழான் நற்சிங்கன். "என்ன உன் குறை" எனப் பாண்டியன் கேட்ட பொழுது பார்ப்பனன் கீழ்க்கண்டவாறு விடை யிறுத்தான். "முன்னாளில் உமது முன்னோரால் பாகனூர் கூற்றத்தைச் சேர்ந்த விண்ணளாவிய சோலைகள் சூழ்ந்த வேள்விக்குடி என்னும் ஊரை உனது மூதாதையர் எனது மூதாதையர்க்கு வேள்வி நடத்திக் கொடுத்ததற் காகத் தாரைவார்த்துத் தந்திருந்தனர். ஆனால் அந்தத் தானம் களப்பிரர் என்னும் கலியரசரால் நீக்கப்பட்டது. எனக்கு நீ அதை மீட்டுத் தர வேண்டும்." இதைக் கேட்ட அரசன் அவன் கூறியதை ஏற்றுத் தம் முன் னோர்களால் தரப்பட்டது எனப் பெருமை கொண்டு அந்த வேள்விக்குடியை மீண்டும் அப்பார்ப்பனனுக்கு நீரோட்டித் தானம் வார்த்தான்.

இச்செய்தி வேள்விக்குடிசாசனம் என்று அழைக்கப் படக்கூடிய புகழ் பெற்ற செப்பேட்டில் விரிவாகச் சொல்லப்படுகின்றது. தமிழக வரலாற்று ஆதாரங்களில்

மிக முக்கியமானவை எனக் கருதப்படுவனவற்றுள் ஒன்று. இது சங்க காலத்தைச் சேர்ந்தவனும் புறநானூற்றில் பாடப் பெற்றவனுமான "பல்யாக சாலை முதுகுடுமிப் பெருவழுதி" என்னும் பாண்டிய மன்னனுக்கு சுருதி மார்க்கம் பிழையாத கொற்கை கிழான் நற்கொற்றன் என்கிற பார்ப்பனன் வேள்வி முற்றுவித்துக் கொடுத்ததற்காக வேள்விச் சாலை முன்பு நின்று வேள்விக்குடி என்னும் அவ்வூரைத் தாரை வார்த்துக் கொடுத்த செய்தியும் பின்னர் இத்தகைய தானங்கள் எல்லாம் களப்பிரர் என்னும் கலியரசரின் ஆட்சிக் காலத்தில் நீக்கப் பட்டதும் பின்னர் களப்பிரர்கள் வீழ்த்தப்பட்டுப் பாண்டியர் கள் மீண்டும் ஆட்சிக்கு வந்த பின் மீண்டும் அத்தானங்கள் அந்தப் பார்ப்பனர்களின் சந்ததியினர்க்கு மீண்டும் தானம் வழங்கியதையும் இச்செப்பேட்டிலிருந்து விரிவாய் அறிகின் றோம். இதிலிருந்து நாம் பெறும் உண்மைகளைக் கீழ்க்கண்ட வாறு தொகுத்துக்கொள்ளலாம்.

1. சங்க காலத்தின் நடுப்பகுதியிலிருந்து பார்ப்பனர்களுக்கு வேள்வி செய்தமைக்காகத் தானங்கள் வழங்கப்படு கின்றன.

2. கி.பி. 3லிருந்து கி.பி. 6 வரை தமிழகத்தில் ஆட்சி அதிகாரம் பெற்ற களப்பிரர்கள் இத்தகைய வேள்வி களையும் பார்ப்பனர்க்கான தானங்களையும் ஒழிக் கின்றனர்.

3. மீண்டும் கி.பி. ஆறாம் நூற்றாண்டில் களப்பிரரை அழித்து ஆட்சிக்கு வருகிற பாண்டிய மன்னர்கள் வேள்விகளையும் தானங்களையும் நிலமான்யங்களை யும் ஊக்குவிக்கின்றனர்.

'களப்பிரர் காலம்' என அழைக்கப்படுகின்ற மேற்குறிப் பிட்ட மூன்று நூற்றாண்டுகளை இருண்ட காலம் எனவும் கலியரசர்களின் ஆட்சிக் காலம் எனவும் "தமிழ் நாகரிகம்" அழிக்கப்பட்ட பிறமொழி மன்னர்களின் காட்டாட்சிக் காலம் எனவும் தமிழக வரலாறெழுதிகளால் இதுவரை குறிக்கப்பட்டு வந்திருக்கின்றது. மேற்குறிப்பிட்ட வேள்விக் குடிச் செப்பேட்டிற்கு வாசகங்கள் தயாரித்தவனிலிருந்து, பெரிய புராணம் எழுதிய சேக்கிழார், நீலகண்ட சாஸ்திரியார், மு. அருணாசலம், ஔவை துரைசாமிப் பிள்ளை, பெங்களூர் குணா வரை அதில் அடக்கம். களப்பிரர் குறித்த இந்தத் தமிழ்ப் பாரம்பரிய வரலாற்று ஆசிரியர்களில் மூவரின் கூற்றை மட்டும் பார்ப்போம்.

மு. அருணாசலம் சொல்கிறார்:

"களப்பிரர்கள் எந்த ஒரு இராஜ பாரம்பரியத்திலும் வந்தவர்கள் அல்லர். பழங்காலத்தில் இராஜ பாரம்பரியத்தில் வந்தவர்களே ஆளுமை உடையவர்களாக இருந்தனர். இந்த இராஜ பாரம்பரிய ஆளுமை என்பது அக்கால கட்டத்திய எல்லா இலக்கியங்கள், மத நிறுவனங்கள் போன்றவற்றில் தனது முத்திரையைப் பதித்திருந்தது. எனவே இராஜபாரம் பரியமற்ற களப்பிரர்கள் பழந்தமிழ்ப் பெருமையைக் கட்டிக் காப்பதற்குச் சாத்தியமற்றவர்களாக இருந்தனர். மொழியையும் பண்பாட்டையும் அழித்த எதிர்மறை ஆட்சியாகவே அவர் களது ஆட்சி இருந்தது. 7ஆம் நூற்றாண்டில் **திருஞானசம் பந்தர்** மேற்கொண்ட புனிதப் போரின் விளைவாக சைவம் அதற்குரிய நியாயமான பீடத்தில் ஏற்றப்பட்டது" (அழுத்தம் மட்டும் நம்முடையது).

2. ஔவை துரைசாமிப் பிள்ளை சொல்கிறார்:

"(களப்பிரர்கள்) புகுதற்கு முன் தமிழகம் நாடு புகழும் நலஞ்சிறந்து விளங்கிற்று. அத்தகைய தமிழகம், கல்வி, வாணி பம், பொருள், அரசியல், சமயம் என்ற துறைகளில் களப்பிரர் வரவால் பெரு வீழ்ச்சி உற்றது. அவ்வத்துறைகளை விளக்கும் தமிழ் நூல்கள் அழிந்தது அக்காலத்தே ஆகும். சுருங்கச் சொல்லுமிடத்து, தமிழர்களின் கல்வியைச் செல்வாக்கிழப் பித்து கடல் வாணிகத்தை உடலறக் கெடுத்துப் பொருள் விளக்கத்தை இருள்படுத்தி அரசியலை அலைக்கழித்து சமயத்தைக் குலைத்து நின்றது களப்பிரரது கடுங்கோலாட்சி யென்பது அமையும் . . . பாண்டிய நாட்டில் இடைக்காலத்தே தோன்றிய கடுங்கோன் முதலிய பாண்டியர்களால் அவர்கள் வேரோடு தொலைக்கப் பெற்றனர்."

3. அ. சா. ஞானசம்பந்தன்:

"(களப்பிரர்கள்) அரசர்களாகப் படைகளுடன் வந்து போராடி தமிழ்நாட்டை வென்றார்கள் என்று சொல்வதற் கில்லை. கொள்ளைக் கூட்டத்தினர் என்றுதான் இவர்களை நினைக்க வேண்டி இருக்கிறது."

செப்பேட்டின் தொனி அப்படியே இக்கூற்றுகளில் ஒலிப்பதைக் காண முடிகின்றது. பார்ப்பன, வேளாள பண் பாட்டையே திட்டமிட்டு நம்மீது திணித்து வரும் இவ்வாய் வாளர்களும் இதன் பின்னணியாக உள்ள வஞ்சனையையும் சூதையும் அறியாது இக்கூற்றை ஏற்று உளறித் திரியும்

குணா போன்றவர்களும் களப்பிரர் காலத்தை இருண்ட காலமாகச் சொல்வதற்கு அடிப்படையாகக் கொள்ளும் காரணங்களைக் கீழ்க்கண்டவாறு தொகுக்கலாம்.

1. களப்பிரர்கள் தமிழையும் தமிழ்ப் பண்பாட்டையும் அழித்தவர்கள்.
2. வேள்விப் பாரம்பரியத்தையும் சைவப் பாரம்பரியத்தையும் அழித்தவர்கள்.
3. பார்ப்பனர்களுக்கு அளிக்கப்பட்ட தானங்களை ஒழித்தவர்கள்.
4. இவர்கள் தமிழர்கள் அல்லர்.

இக்கூற்றுகளில் ஏதேனும் உண்மை இருக்கிறதா என ஆராய்வது ஒடுக்கப்பட்ட மக்கள் நோக்கில் நின்று இன்று தமிழக வரலாற்றை எழுதுபவர்களின் கடமையாகிறது.

மேற்குறித்த சைவத் தமிழ் ஆய்வுப் பாரம்பரியத்திலிருந்து விலகி களப்பிரர்கள் குறித்து நல்ல வார்த்தைகள் சொன்ன தமிழ் வரலாற்று ஆய்வறிஞர்கள் என நான் அறிந்தவரை இருவரைச் சொல்ல முடியும். ஒருவர் மறைந்த முதுபெரும் தமிழ் அறிஞரும் எளியவர்களிலும் எளியவரான மயிலை சீனி. வேங்கடசாமி அவர்கள். மற்றவர் தனது இருபதாண்டு கால உழைப்பின் பயனாய் இடைக்காலத் தமிழகத்தின் வரலாற்றை நவீன ஆய்வுக் கருவிகளின் துணையோடு வடித்துத் தந்துள்ள அறிஞர் பர்டெயின் ஸ்டெயின் (Burton stein).

இருண்ட காலம் எனப் பார்ப்பன சைவப் பாரம்பரியத்தால் குறிப்பிடப்படுகிற களப்பிரர் காலத்தில் எழுதப்பட்ட தமிழ் நூல்களைப் பற்றிய விரிவான பட்டியலை சீனி. வேங்கடசாமி அவர்கள் தனது 'களப்பிரர் காலம்' என்ற நூலில் குறிப்பிடுகின்றார். அபிநயம், காக்கைப்பாடினியம், நத்தத்தம், பல்காப்பியம், பல்காயம் முதலிய இலக்கண நூல்கள், நரி விருத்தம், எலி விருத்தம், கிளி விருத்தம், சீவக சிந்தாமணி, பெருங்கதை முதலிய இலக்கிய நூல்கள், விளக்கத்தார் உத்து என்னும் கூத்து நூல், கார் நாற்பது, களவழி நாற்பது, இனியவை நாற்பது, திரிகடுகம், ஏலாதி போன்ற கீழ்க்கணக்கு நூல்களில் பெரும்பாலானவை இறையனார் களவியல் உரை, முதலியன களப்பிரர் காலத்தில் தோன்றிய சில நூல்கள், தமிழ் எழுத்து பிராமியிலிருந்து வட்டெழுத்தாக மாறியது களப்பிரர் காலத்தில்தான். ஆசிரியம், வஞ்சி, வெண்பா, கலி என்னும் நான்கு வகைகளுக்குள் தமிழ்ப் பாக்கள்

மடங்கிக் கிடந்தது தளர்ந்து தாழிசை, துறை, விருத்தம் எனப் புதிய பா வகைகள் தோன்றியது இந்த "இருண்ட கால" கட்டத்தில்தான். கவிதை குறித்த கோட்பாடுகளிலேயே பல வளர்ச்சிகள் இக்காலகட்டத்தில் தோன்றியது என்பதையும் வேங்கடசாமி அவர்கள் குறிப்பிடுகின்றார். வச்சிர நந்தியார் மதுரையில் திரமிளச் சங்கம் தோற்றுவித்ததும் இக்கால கட்டத்திலேயே. சிவபெருமான் திருவந்தாதி, ஆசாரக் கோவை, இறையனார் களவியல் போன்ற நூல்கள் இக்கால கட்டத்தில் தோன்றியது, களப்பிரர்கள் சமயப்பொறை அற்றவர்கள் என்ற கூற்றையும் பொய்யாக்குகின்றது.

களப்பிரர்கள் தமிழர்கள் அல்லர் என்கிற கூற்றைப் பார்ப்பன, சைவப் பாரம்பரிய ஆசிரியர்கள் தொடர்ந்து வலியுறுத்தி வருகின்றனர். களப்பிரர்கள் யாவர்? எங்கிருந்து வந்தனர்? என்பன குறித்தெல்லாம் இதுவரை ஐயத்துக்கிட மற்ற முடிவுகள் எதையும் தமிழாய்வு நிறுவிவிடவில்லை என்பதை நான் வலியுறுத்தி இங்கே குறிப்பிட விரும்புகின் றேன். களப்பிரரைத் தமிழர்கள் எனவும் சில ஆய்வாளர்கள் குறிப்பிடுகின்றனர். க.ப. அறவாணன் அவர்களில் ஒருவர். "கள்வர் கோமான் புல்லி" (சுகம் – 61) என்ற கூற்றை அடிப் படையாகக் கொண்டு வேங்கட நாட்டை ஆண்ட கள்வர் பாரம்பரியத்தில் தோன்றியவர்களே களப்பிரர்கள் என மு. இராகவய்யங்கார் அவர்களும் குறிப்பிடுகின்றார்.

சிரவணபெல கோலாவிலிருந்து வந்த கருநாடகர்கள் என்கிற கருத்தைப் பார்ப்பன சைவப் பாரம்பரியத்தார் வலியுறுத்துகின்றனர். கி.மு. 3க்குப் பிறகு ஒரே சமயத்தில் பாண்டிய, சோழ, தொண்டை மண்டலப் பகுதிகளில் களப்பிரர்கள் பழைய ஆட்சிகளைக் கவிழ்த்துவிட்டு வேரூன்றி உள்ளனர். ஒரே சமயத்தில் இப்படித் தமிழகம் முழுமையும் பரவிக் கைப்பற்றும் அளவிற்கு அண்டைப் பகுதிகளில் வலு வான அரசப் பாரம்பரியங்கள் இருந்ததற்கான சான்றுகள் ஏதும் இல்லை. களப்பிரர் கருநாடர் என நம்புதற்குப் பிற நாட்டு வரலாற்று ஆதாரங்களும் ஏதும் இல்லை. அது போலவே பல்லவர்கள், வேளிர்கள் முதலியோர்க்கும் தெளி வான வரலாற்றுத் தோற்றங்கள் இதுவரை நிறுவப்படவில்லை. எல்லாவற்றையும் கணக்கில்கொண்டு பார்க்கையில் களப்பிரர்கள் குறித்து பர்டெயின் ஸ்டெயின் கூறியுள்ள கருத்துகளில் நம் கவனம் குவிவது தவிர்க்க இயலாததாகிறது.

சங்க காலத்தின் பிற்பகுதி தொடங்கி விவசாயமயமாக்கல் தீவிரமாகிறது. மையங்களில் உருவாகும் அரசு ஆதிக்கங்கள் மேலும் மேலும் விளிம்புகளிலுள்ள இனக்குழுச் சமூகங்களைத்

பொ. வேல்சாமி 36

தமது விவசாய விரிவாக்கத்திற்குள் கொண்டு வந்து அவர்களிடமிருந்து உபரிகளை உறிஞ்சுவதென்பது நடைமுறையாகின்றது. பார்ப்பனர்களும் தானங்களாக அவர்களது நிலங்களும் அரசனுக்கு வரியாக அவர்களது வியர்வையின் விளைபொருள்களும் வன்முறையாகப் பற்றப்பட்டன. இதற்கு எதிரான எதிர்ப்பு என்பது தொடர்ந்து விளிம்புகளிலிருந்த அடித்தட்டு மக்களிடமிருந்து வந்துகொண்டே இருந்தது. அரச மையங்களின் விவசாயமயமாக்கலுக்கு எதிரான இனக்குழு மக்களின் இந்த எதிர்ப்பின் உச்சக் கட்டமே களப்பிரர் காலம் என அழைக்கப்படும் காலகட்டம் என்கிறார் அறிஞர் பர்டன் ஸ்டெயின் (Peasant State and Society in Medieval South India - Oxford 1980 - page 875 to 889). அதாவது இனக்குழு மற்றும் சமவெளிகளில் அல்லது மேல்நிலங்களில் வாழ்ந்த மக்கள் ஆட்சி அதிகாரத்தைப் பார்ப்பன, வேளாள மையங்களிலிருந்து கைப்பற்றிய ஒரு குறுகிய காலகட்டமாகக் களப்பிரர் ஆட்சிக் காலத்தை பர்டன் ஸ்டெயின் கூறுகிறார். சாதி அடிப்படையில் பார்க்கப் போனால் ஒடுக்கப்பட்ட சாதிகளின் எழுச்சிக் காலமாக இதனைக் காண முடியும். களப்பிரர்கள் அரசப் பாரம்பரியத்தில் வந்தவர்கள் இல்லை என்பதைப் பார்ப்பன சைவ வரலாற்றாய்வாளர்கள் திரும்பத் திரும்ப வலியுறுத்துவது இங்கே ஒப்பு நோக்கத்தக்கது.

களப்பிரர் ஆட்சி வெகு விரைவில் மீண்டும் மையங்களால் அழித்தொழிக்கப்பட்டதற்கான காரணங்களாக ஸ்டெயின் சுட்டிக் காட்டுபவை மிகவும் முக்கியமானவை. அவை:

அ) பார்ப்பன நிறுவனங்களுக்கும் இத்தத்துவத்திற்கும் (அதாவது சைவத்திற்கும்) மதிப்பளிக்காமை.

ஆ) உள்ளூர் தலைமைகளை அங்கீகரிக்காமை (அதாவது பார்ப்பன, வேளாள நாட்டுத் தலைமைகளை ஏற்காமை).

தொழில்நுட்ப ரீதியாகப் பார்க்கும்போது விவசாய மயமாக்கல் என்பது அடுத்த கட்ட வளர்ச்சியைக் குறிக்கிறது. ஆனால் இந்த வளர்ச்சியின் பலன்கள் என்பது இங்கிருந்த வருண சாதி அமைப்பின் விளைவாகப் பார்ப்பன, வேளாளர்களுக்குச் சாதகமாகவும் ஒடுக்கப்பட்ட சாதிகளாகிய இனக்குழு மக்களுக்கு எதிராகவும் அமைந்துவிட்டது. மத்திய காலத்தில் விவசாயமயமாக்கல் என்பது தவிர்க்க இயலாத உற்பத்தி முறையாகப் பெருக்கம் கொண்டபோது களப்பிரர் ஆட்சி அழித்து ஒழிக்கப்பட்டது. அருணாசலம் மகிழ்ந்து ஆடுவது போல மீண்டும் சைவம் "அதற்குரிய நியாயமான" பீடத்தைப் பிடித்துக்கொண்டது. பார்ப்பன சைவப் பாரம்

பரியம் ஆட்சி பீடத்தில் அமர்வதே நியாயமானது என்கிற அடிப்படையில் நின்றுகொண்டு பார்ப்பதன் விளைவே இவர்கள் களப்பிரர் காலம் இருண்ட காலம் எனச் சொல்வதாகும்.

இங்கு ஒன்றைக் குறிப்பிடுவது அவசியம். களப்பிரரை அழித்தொழித்த பாண்டிய மன்னர்களைப் பற்றிச் சொல்ல வரும் வேள்விக்குடி சாசனம் அவர்களது பெருமைகளாகக் கீழ்க்கண்டவற்றைச் சொல்லும்.

அ) பிரவரைப் பாழ்படுத்தி, குறுநாட்டவர் குலங்கெடுத்து செந்நிலங்களைச் செறுவென்றது.

ஆ) இரணிய கர்ப்பம், துலாபாரம் முதலியன தரணிமிசை பல செய்து அந்தணர்க்கு ஈன்றளித்தது.

இ) மகீதலம் **பொது நீக்கி** தானமளித்து அரசாண்டது.

இதில் "பொது நீக்கி" என்ற தொடரின் உட்பொருளைக் கவனமாக ஆராய்தல் அவசியம். இனக்குழு மக்களிடம் பொதுவாக இருந்த நில உரிமையை அழித்து பார்ப்பன, வேளாள அதிகாரத்துவத்திற்குத் தனிவுடைமையாக மாற்றியதையே இது குறிக்கின்றது. ஆம் ஒடுக்கப்பட்ட மக்களிடம் பொதுவாக இருந்த நிலவுரிமை அழித்தொழிக்கப்பட்ட காலம் இவர்களுக்குப் பொற்காலம். பார்ப்பன, வேளாளர்களுக்கு கேடுவந்த களப்பிரர்காலம் இருண்ட காலம். நமக்கு எதிராக இப்படி ஒரு வரலாற்றை எழுதித் தமிழ் வரலாறு எனவும் தமிழ்ப்பண்பாடு எனவும் தமிழ்ப் பாரம்பரியம் எனவும் தமிழ் மதம் எனவும் நம்மீது திணிப்பதை எத்தனை காலத்திற்கு நாம் சகித்திருப்பது? இத்தகைய வரலாற்று வன்முறையிலிருந்து தப்பிப்பதற்கு ஒரே வழி இருண்ட காலங்களைப் பொற்காலங்களாகவும் பொற்காலங்களை இருண்ட காலங்களாகவும் தலைகீழாக்குவது தவிர வேறு எதுவாக இருக்க முடியும்?

உதவிய நூல்கள்

1. பாண்டியர் செப்பேடுகள் பத்து – தமிழ் வரலாற்றுக் கழகம்
  சென்னை 14, 1967.

2. களப்பிரர் ஆட்சியில் தமிழகம் – மயிலை சீனி. வேங்கடசாமி,
  மக்கள் வெளியீடு,
  சென்னை 2, 1976.

3. பெரியபுராணம் திரு.வி.க. உரை – முன்னுரை –
  அ.ச. ஞானசம்பந்தன்.

4. சிவஞான போதச் சிற்றுரை – முன்னுரை – ஔவை துரைசாமியின் அண்ணாமலைப் பல்கலைக்கழக வெளியீடு.

5. *Burton Stein* – *Peasant state and Society in Medieval South India Oxford University Press,1980*

6. *M. Arunachalam* – *Kalapiras of Tamil Country.*

'தலித் கலை இலக்கியம் அரசியல்', மார்ச் 1996

தொல்காப்பியம் முதல் இரத்தக் கண்ணீர் வரை - தமிழ் இலக்கிய மரபில் பதியிலார் குறித்த பதிவுகள்

1. பதியிலார் அல்லது வரைவின் மகளிர் எனப்படும் திருமணம் இல்லாப் பெண்டிர் குறித்த செய்திகள் சங்க இலக்கியம் தொடங்கி இன்று வரை தொடர்ச்சியாக நமது இலக்கியங்களில் பதிவாகியுள்ளன. **விறலியர், கணிகையர், வேசையர், காமக் கிழத்தியர், விலைமகள், கொண்டி மகளிர்** எனப் பலவாறான பெயர்களில் அழைக்கப்படும் இவர்களுக்குள் நுண்மையான வேறுபாடுகள் இருப்பினும் மூன்று வகைப்பாட்டிற்குள் இவர்களை அடக்கலாம்.

(அ): குறிப்பிட்ட எவரையும் திருமணம் செய்து கொள்ளாமல் ஆடல், பாடல் இவற்றில் வல்லவராகி அதன் மூலம் ஓரளவு சமூக மரியாதையுடன் இருந்தவர்கள் (எ–டு: விறலியர், கணிகையர்).

(ஆ): திருமணம் இல்லாமல் குறிப்பிட்ட ஒருவனிடம் வைப்பாக வாழ்ந்தவர்கள் (எ–டு: காமக் கிழத்தியர்).

(இ): பலரிடமும் உறவு கொண்டு வாழ்ந்தவர்கள் (எ–டு: விலைமகளிர்).

பரத்தையராவார் யாரெனின் அவர் ஆடலும் பாடலும்
வல்லவராகி அழகும் இளமையும் காட்டி இன்பமும்
பொருளும் வெஃகி ஒருவர் மாட்டும் தங்காதவர்

என வரையறுப்பார் இளம்பூரணர். *(தொல் – பொருள் – கற்பியல், சிவலிங்கனார் பதிப்பு, பக்கம் : 179).*

2. சங்க இலக்கியம் தொடங்கி இன்றுவரை உள்ள பதியிலார் குறித்த பதிவுகள் எள்ளளவும் மாற்றமின்றி ஒரே மாதிரியாக இருப்பது வியப்பிற்குரிய ஒன்று. **தொல்காப்பியர்** முதல் **திருவாரூர் தங்கராசு** வரை பதியிலார் குறித்த ஒரே பார்வையைத் திருப்பித் திருப்பி எழுதி வந்தது குறிப்பிடத் தக்கது. தங்கராசுவின் "இரத்தக் கண்ணீர்" கதை 'நாலடியாரி' லேயே பதிவாகியுள்ளது கவனிக்கத்தக்கது.

ஆமாபோல் நக்கி அவர் கைப்பொருள் கொண்டு
சேமாபோல் குப்புறூஉம் சில்லைக்கண் அன்பினை
ஏமாந்து, எமதென்று இருந்தார் பெறுபவே,
தாமாம் பலரால் நகை.

(நாலடியார் : 38–7)

எளிதில் பொருள் விளங்கக் கூடியதுதான். காட்டுப் பசுபோல நக்கிச் சுகமளித்துக் கைப்பொருளைக் கவர்ந்து கொள்ளும் கணிகை, எல்லாம் கவர்ந்தபின் காட்டு எருது போலப் பாய்ந்து விலகி (வேற்றாளிடம்) சென்று விடுவாள். அவளது இந்த அற்ப அன்பை உண்மை என நம்பி ஏமாறு கின்றவரது வாழ்க்கை பிறரால் நகைக்கக் கூடியதாய் இழி வுறும் என்பதே அப்பொருள்.

3. பதியிலார் பற்றிய ஆண் நோக்கிலான பார்வைகள் மட்டுமே நமக்குக் கிடைக்கின்றன என்பதையே இவை காட்டுகின்றன. தலைவி அல்லது கற்புடை மகளிர் எனப்படும் குடும்பப் பெண்ணின் "மாற்றாக"ப் (*other*) பதியிலார்கள் நிறுத்தப்படுகின்றனர்.

தம்மேனி நோக்கார்; தலைஉளரார்; கைந்நொடியார்,
எம்மேனி ஆயினும் நோக்கார் – தலைமகன்,
தன்மேனி அல்லால் பிற

என்பது **ஆசாரக்கோவை** (பாட்டு 77) தலைவிக்கு விதிக்கும் இலக்கணம். தலைவனின் மேனியைத் தவிர தன் மேனியைக் கூட நோக்கக்கூடாது எனவும் (**நீதி வெண்பா** – பாட்டு 31), பேசவே கூடாது எனவும் (**நீதி வெண்பா** – பாட்டு 31), வீதியில் செல்லக் கூடாது, பள்ளிக்குச் செல்லக் கூடாது என்றெல்லாம் வரையறை செய்யப்பட்டிருந்த சூழலில் நுண்கலைகள் கைவரப்பெற்ற (*skilled*) வர்களும் குடும்ப

நிறுவனத்தைப் பிழைப்பிற்குச் சார்ந்திராதவர்களுமான பதியிலாரை ஆணினம் அச்சத்துடன் நோக்கியதை நமது இலக்கியப் பிரதிகள் வெளிப்படுத்துகின்றன. மாயப் பரத்தையர் என்பார் **தொல்காப்பியர்**, மாய மகளிர் என்பார் **திருவள்ளுவர்**, மாயப் பொய் கூட்டி மயக்கும் விலைக் கணிகை என்பார் **பரிபாடலாசிரியர்**. மேலைப் பகுத்தறிவு சூனியக்காரிகளைப் பார்த்ததுபோலத் தமிழ் மரபு ஆணியச் சமூகத்தின் சுரண்டற் கருவிகளாக ஆக்கப்பட்டிருந்த பரிதாபத்திற்குரிய பதியிலாரை மாயம் செய்து அழிப்பவர்களாகக் கண்டு காய்ந்தது.

4. பதியிலார் மாயம் செய்பவராகவும் பொருளைக் கவருகிறவராகவும் ஆணின் வாழ்வை நகைப்புக்கிடமாக்குபவர் போலவும் சித்திரிக்கப்படுவது ஒரு புறம். இந்தச் சித்திரிப்புகளில் பயன்படுத்தப்படும் தமிழ்ச் சொற்கள் குடும்பப் பெண்களைச் சித்திரிக்கப் பயன்படும் சொற்களிலிருந்து வேறுபட்டு நிற்பது குறிப்பிடத்தக்கது. பாலியல் நோக்கில் கறைபட்ட தமிழ் நமது ஆண் புலவர்களுக்குப் பெரிதும் கைகொடுக்கிறது. ஏறுதல், விரித்தல், பன்னாடை, சேட்டை போன்ற சொற்கள் பரத்தையர் குறித்த பாடல்களில் அதிகம் இடம் பெறுவது கவனிக்கத்தக்கது. அதிகம் விளக்கம் தேவையிராத – **காளமேகப் புலவரின்** – சில சிலேடைப் பாடல்கள் வருமாறு.

பனைமரம் – வேசி

கட்டித் தழுவுதலால் கால்சோர ஏறுதலால்
எட்டிப் பன்னாடை இழுத்தலால் – முட்டப்போய் ஆசைவாய்க்
கள்ளை அருந்துதலால் அப்பனையும்
வேசை எனலாமே விரைந்து.

(பாடல் 227)

தென்னை – வேசி

பாரந் தலைவிரிக்கும் பன்னாடை மேல்சுற்றும்
சோர இளநீர் சுமந்திருக்கும் – நேரேமேல்
ஏறி இறங்கவே இன்பமாம் தென்னமரம்
கூறும் கணிகைஎன்றே கொள்.

(பாடல் 228)

வெற்றிலை – வேசி

கொள்ளுகையால் நீரில் குளிக்கையால் மேல்ஏறிக்
கிள்ளுகையால், கட்டிக் கிடக்கையால் – தெள்ளுபுகழ்ச்
செற்றலரை வென்ற திருமலைராயன் வரையில்
வெற்றிலையும் வேசையா மே.

(பாடல் 279)

கூத்தாடும் பெண்கள் – குரங்கு

ஓட்டம் கடியதால் உள்ளவரை மேவுதலால்
சேட்டை எவரிடத்தும் செய்தலால் – நாட்டமுடன்
காத்திரத்திற் குட்டியுறக் கட்டுதலால், தெட்டுதலால்
கூத்தியாக்கு நேராம் குரங்கு.

(பாடல் 231)

காளமேகம் போன்ற பிற்காலப் புலவர்கள் மற்றும் தனிப்பாடல் ஆசிரியர்களின் குறும்பு என இவற்றை ஒதுக்கிவிட முடியாது. நமது புனித இலக்கியத் தொகுப்பில் வேறு பல இடங்களிலும் பாலியல் உருவகம் சார்ந்த சொல் லாட்சிகளுடன் ஆணியல் நோக்கில் பதியிலாரின் பெண் உறுப்புகள் இழிவு செய்யப்படுவதற்குப் **பரிபாடலிலிருந்து** ஓர் எடுத்துக்காட்டு:

மாயப்பொய் கூட்டி மயக்கும் விலைக்கணிகை
பெண்மைப் பொதுமைப் பிணையிலி ஐம்புலத்தைத்
தூற்றுவதுற்றுந் துணையிதழ வாய்த்தொட்டி
முற்றா நறுநறா மொய்புன லட்டிக்
காரிகை நீரோ்வயல் காமக் களிநாஞ்சில்
மூரி தவிர முடுக்கு முதுசாடி.

(பாடல் 20, வரிகள் 49–54)

பொருள் : காமத்தைப் பொய்யோடும் கூட்டி விற்கும் கணிகையே, ஒருத்தனுக்கே உரிமையின்றிப் பலர்க்கும் பொதுவுடைமையாய்! ஐம்புல நுகர்ச்சியைப் பெறும் காமுகரமாகிய பன்றிகள் நுகர்கின்ற தொட்டியே . . . கள்ளாகிய நீரைவிட்டுக் காமமாகிய கலப்பையால் எம்முடைய எருது சோம்பக் கிடவாமல் உழுகின்ற பழைய சாலே!

பன்றிமேயும் தொட்டி, முதுசாடி, கலப்பையால் உழுதல் போன்ற பாலியல் உருவகம் சார்ந்த சொற்கள் பயன்படுத்தப் படுவது கவனிக்கத்தக்கது. நமது போற்றுதலுக்குரிய வள்ளுவரும் கூட "சாக்கடை" (அளறு) போன்ற சொற்களைப் பயன்படுத் துவது குறிப்பிடத்தக்கது. "இருமனப் பெண்டிர்", "பொது நலத்தார்" போன்ற சொற்களையும் பொய்யா மொழியார் கையாளுவது கவனிக்கத்தக்கது. இனக்குழு வாழ்வுடன் இணைந்த "பொது" என்னும் இனிய அழகிய சொல், மரபுத் தமிழில் சற்றே இழிவாகக் குறிப்பிடப்படுவது மனங்கொள்ளத் தக்கது. கல்வெட்டுகளில் பொதுநீக்கி என்று குறிப்பிடப்படு வதும் பொதுநீக்கி அரசாளுதல் மூவேந்தரின் சிறப்பாகச் சொல்லப்படுதலும் கவனிக்கத்தக்கன.

5. பதியிலார் குறித்த கோட்பாடு ரீதியான பார்வைகள் இத்தகையதாக (மாயப்பரத்தையர்) இருப்பினும் இலக்கியப்

பிரதிகளில் இடம்பெறும் பரத்தையர், பதியிலார், காமக்கிழத்தியர் முதலியோர் – இந்தப் பிரதிகள் ஆண்களால் உருவாக்கப் பட்டவையாயினுங்கூட – பண்புமிக்கவர்களாகவும் அன்பு நிறைந்தவர்களாகவும் காட்சியளிக்கின்றனர். இவர்களை வையும் குலமகளிரோ கொடுஞ்சொல் பேசுபவர்களாகவும் வன்னெறியாளர்களாகவும் இருப்பதற்கு மேற்குறித்த பரிபாடல் முதல் இன்றைய **தி. ஜானகிராமன்** (மோகமுள்) வரை சான்றுகளாகின்றனர். **நல்லந்துவனாரின்** இப்பரிபாடல் (பாட்டு 20) முழுவதிலும் தலைவியும் அவளது கூட்டத்தாரும் பேசுகிற வசவுகளையும் (வைது உரைத்தல்கள்) அதற்குப் பரத்தையின் பதிலுரையையும் காண்க. ஓர் எடுத்துக்காட்டு: தன் தந்தை தனக்கு ஈந்த இடுவளை, ஆரப்பூண் முதலியவை பரத்தையிடம் இருந்ததைக் கண்ட தலைவி அவளை மாயக் கள்வி என ஏசுவதையும் அதற்கு அந்தப் பரத்தை, "நின் அன்பன் எனக்கும் அன்பன்; அவன் கள்வன், நானல்ல" எனப் பொறுமையாய்ப் பதிலிறுப்பதையும் அறிக.

தலைவி கூற்று

அ . . . சொல் நல்லவை நாணாமல்
தந்து முழவின் வருவாய்நீ வாய்வாளா;
எந்தைஎனக்கு ஈத்த இடுவளை, ஆரப்பூண்
வந்தவழி நின்பான் மாயக் களவன்றேற்,
தந்தானைத் தந்தே தருக்கு;

பரத்தையின் மறுமொழி

மாலை அணிய விலைதந்தான்; மாதர்நின்
கால சிலம்பு கழற்றுவான்; சால,
அதிரல் அம் கண்ணிநீ அன்பன் எற்கு அன்பன்
கதுவாய் அவன் கள்வன் கள்வி நான் அல்லேன்.
(பாடல் வரிகள் 74–82)

6. பதியிலாரை எழுதுவதில் வைதிக மரபிலான நூற்களிலிருந்து அவைதிக மரபிலான நூற்கள் வேறுபட்டு நிற்பது குறிப்பிடத்தக்கது. இவையும் ஆண்களால் எழுதப்பட்ட பிரதிகளேயாயினும் ஆணியல் பார்வைகளே இவற்றில் ஊடாடி நிற்பினும் மணிமேகலை, சிலம்பு, நீலகேசி, குண்டலகேசி முதலான சமண, பௌத்த மரபிலான நூற்கள் பதியிலாரின் இருப்பிற்கு அனுதாபத்துடன் கூடிய இடமளிக்கின்றன. கணவனுக்குத் துரோகமிழைத்த **சாலி**யின் மகன் **ஆபுத்திர**னும் கணிகையின் மகள் மணிமேகலையும்தான் பசிப்பிணி அகற்றும் பேரறத்தை மேற்கொள்ளுகின்றனர். **மாதவி, மணிமேகலை** முதலான கணிகையர் குலத்தோன்றல்கள் கவுரவ

மாகச் சித்திரிக்கப்படுவதும் இம்மரபில்தான். பிக்குணிகளாக இவர்கள் ஏற்றுக்கொள்ளப்படுவது நினைக்கத்தக்கது.

7. தமிழ் இலக்கிய மரபில் பெண்களின் குரல் அதிகம் பதிவாகவில்லை என்பதை நாம் அறிவோம். அப்படிப் பதிவான குரல்கள் அனைத்தும் பதியிலாதார் அல்லது பதியை உதறியவர்களின் குரலாகவே உள்ளது குறிப்பிடத்தக்கது. காட்டாக, **ஆண்டாள், காரைக்காலம்மையார், காளிமுத்து** முதலானோரைச் சொல்லலாம். **அவ்வை, காக்கைப் பாடினி, நச்செள்ளை, வெள்ளிவீதி** முதலானோர்கூட பதிவுடையவர்களாகப் பதிவுகள் இல்லை. பாணர், விறலியர் மரபில் வந்திருக்க வேண்டும். குடும்ப நிறுவனத்திற்கு வெளியே இருக்கும் மகளிரே அறிவாளிகளாக (intellectuals) இருக்க முடியும். இதற்குத் தமிழ் மண்ணில் இரு முக்கிய எடுத்துக் காட்டுகள் சுட்டிக்காட்டத்தக்கன.

(அ) காளிமுத்து: காளமேகப் புலவரின் காலத்தில் நாகையில் வாழ்ந்த கணிகை. பெருஞ்செல்வனும் வள்ளலுமாகிய **வருணகுல ஆதித்தன் காத்தான்** என்பவன் மீது "வருண குலாதித்தன் மடல்" எனும் இலக்கிய நயமிக்க உலா மடலை எழுதியவர் இவ்வம்மை. **மு. அருணாசலம்** போன்ற பழமை நேயமிக்க தமிழறிஞர்களால்கூட தமிழிலக்கிய வரலாற்றில் மிகுந்த சிறப்புடைய நூல் எனப் போற்றப்படும் பெருமை யுடையது இந்நூல். பள்ளுக்கு முக்கூடல், குறவஞ்சிக்குக் குற்றாலம் என்பதுபோல மடலுக்கு வருணகுலாதித்தன் எனப் பெயர் பெற்றது இந்நூல். பெண்ணுடல் விவரணங்கள், காம உணர்வுகள் முதலியன சிறப்பிக்கப்படுவதுடன் காம விளையாட்டில் பெண்ணுக்குச் செயலூக்கமற்ற இடம் என்பது மாற்றப்பட்டு நமது மரபு புரட்டப்படுவது வியப்புக்குரிய ஒன்று. "மடல் ஊர்வேன் என்று ஒரு பெண்பாற் புலவர் பாடுவது அபூர்வம்" என மயிர்க்கூச்செறிகிறார் அருணாசலம்.

(ஆ) முத்துப்பழனி: பெண்ணின் உணர்வுகளை முதன்மைப் படுத்திப் பாடிய இன்னொரு பெண்பாற் புலவர் தஞ்சையை ஆண்ட **பிரதாபசிம்மன்** அவையில் புலவராகவும் கணிகை யாகவும் வீற்றிருந்த **முத்துப் பழனி**. பேரழகி, பெரும்புலவர். 'ராதுகா சந்தவனம்' என்கிற இனிய தெலுங்குக் காதல் பிரபந்தத்தை எழுதியவர். இலக்கிய அழகிலும் காதற் சுவை யிலும் விஞ்சி நிற்கும் இச்சிறு காவியத்தில் ராதை காதலிக்கப் படுபவளாக மட்டுமன்றிக் காதலிப்பவளாகவும் காதல் விளையாட்டில் முன்கை எடுப்பவளாகவும் சித்திரிக்கப் படுவது குறிப்பிடத்தக்கது. இந்த நூற்றாண்டின் தொடக்கத்தில் இந்நூலைப் பதிப்பித்தவர் இன்னொரு கணிகை. **பெங்களூர்**

புட்டலஷ்மி அம்மாள் மகள் வித்யா சுந்தரி நாகரெத்தினம் மாள். திருவையாற்றில் **தியாகையருக்குச்** சமாதி எடுத்த இவ்வம்மை இந்நூலின் பதிப்புரையில் கணிகையர் குலத்தில் பிறந்த ஒரு பெண்மணியால் அக்காவியம் பாடப்பட்டது பற்றி மகிழ்ச்சி தெரிவித்து முன்னுரை எழுதியுள்ளார். ஒரு கணிகை எழுதிய காமரசப் பாடல் எனக் கண்டித்து அந் நூலைத் தடை செய்வதிலும் வெற்றி பெற்றவர் தெலுங்குச் சீர்திருத்தவாதியும் நாவலாசிரியருமான **கந்துகூரி வீரேச லிங்கம்**.

8. அறிவு வெளியில் மட்டுமல்ல புவிவெளியிலும்கூட உரிமையாய், சுதந்திரமாய் உணர்ந்த பெண்கள் தெரு வணிகர் களாக உள்ளவர்களும் பரத்தையரும்தான். இதற்கும் தமிழ் மரபில் எடுத்துக்காட்டுகள் சொல்ல முடியும். தெரு/வீதி என்னும் பொது இடம் (*public space*) ஆணுக்குரியது. இதில் ஒரு குடும்பப் பெண் உரிமையோடு நடை பயில முடியாது. கூனிக் குறுகி, இழுத்துப் போர்த்தி விரைந்து கடக்க வேண்டும். இவ்வீதிகளில் சுதந்திரமாகக் கைவீசி ஆட்டி நடந்து செல்லக் கூடியவர்களாக (அ) கணிகையரையும் (ஆ) வணிக மகளிரையும் தான் தமிழ் இலக்கியங்கள் சுட்டிக்காட்டுகின்றன. **அகநானூற் றில் ஆலங்குடி வங்கனார்** எழுதிய மருதத்திணைப் பாடலொன் றில் (எண் 106) தலைமகள் தன்னைப் புறங்கூறினாளாகக் கேட்ட பரத்தை, தோழி கேட்பச் சொல்லிய கூற்றாக அமையும்.

செறிதொடி தெளிர்ப்ப வீசிச் சிறிது அவண்
உலமந்து வருகம் சென்மோ தோழி!

என்னும் வரிகளும் **மதுரைக்காஞ்சி**யில்

ஆய்கோல் அவிர்தொடி விளங்க வீசிப்
போதவிழ் புதுமலர் தெருவுடன் கமழ . . .

வரிகள் (563, 564)

எனச் சொல்லும் வரிகளும் மேற்குறித்த கூற்றுக்குச் சான்று களாய் அமையும்.

9. **திருவாரூர் தங்கராசு** பற்றிச் சொன்னேன். அவரது புகழ்பெற்ற நாடகம் "ரத்தக் கண்ணீர்". இப்பிரதி வேசையைத் தமிழ் மரபு வழி நின்று இழிவு செய்கின்றது. எல்லாவற்றிலும் மரபை மீறிய **பெரியாரின்** வழிவந்தவர்களிடம் அடி நாத மாய்க் குடிகொண்டுள்ள ஆணியல் ஒழுக்கவாதப் பார்வைக்கு இது ஒரு சான்று. தேவதாசி முறையை ஒழிப்பதற்கான இயக்கம் நடத்தியவரும் தமிழின் தொடக்க நாவலாசிரியர் களில் ஒருவரும் பொட்டுக் கட்டும் குலத்தில் தோன்றிய வருமான **மூவலூர் இராமாமிர்தம்** அம்மையும்கூட இதற்கு

விதிவிலக்கல்ல. பொட்டுக்கட்ட மறுக்கும் உரிமைக்காகப் போராடிய பெருமைக்குரிய இவ்வம்மை ஒரு பெண்ணின் இலட்சியம் குடும்பப் பெண்ணாக இருப்பதுதான் என்கிற நோக்கில் தன் நாவலைப் படைத்திருப்பது குறிப்பிடத்தக்கது. "தாசிகளின் மோசவலை அல்லது மதி பெற்ற மைனர்" என்கிற நாவலின் தலைப்பே இதற்கொரு சான்று. ஒழுக்கவாதப் பார்வைகளில் ஆர். எஸ். எஸ், காங்கிரஸ், பொதுவுடைமை, திராவிட, தமிழ்த் தேசிய இயக்கங்களிடையே எந்தப் பெரிய, ஏன் சிறிய வேறுபாடுகளும்கூட இல்லை என நாங்கள் தொடர்ந்து வற்புறுத்தி வருகிற கருத்து, பலருக்கு உவப்பாக இல்லாத போதிலும் அதுவே உண்மை.

10. பதியிலாத பெண்டிரைச் சற்றே அனுதாபத்துடன் பார்த்த நோக்கென்பது இந்த நூற்றாண்டின் தற்கால இலக்கியங்களில்தான் காணக் கிடைக்கின்றது. விரிவாகப் பேச சாத்தியமில்லை என்பதால் இரு முக்கியப் பிரதிகளை மட்டும் சுட்டிக் காட்ட விரும்புகின்றேன். இரண்டும் இடதுசாரி நிலைபாடுகளைத் தமது தொடக்க நிலையில் கொண்டிருந்த இரண்டு எழுத்தாளர்களால் உருவாக்கப்பட்டவை. ஒருவர் **ஜெயகாந்தன்** ("இலக்கணம் மீறிய கவிதை"); மற்றவர் **ஜி. நாகராஜன்** ("குறத்தி முடுக்கு") மற்றும் "நாளை மற்றுமொரு நாளே"). இரு பிரதிகளிலும் வேசியரின் இருப்பு அங்கீகரிக்கப்படுகிறது. தமிழ் மரபிலிருந்து விலகி கணிகையரை மாயப் பிசாசமாகக் காட்டாமல் அன்பு கூர்ந்த மனிதப் பிறவிகளாகப் படைக்கின்றனர். எனினும் இவ்விரு பிரதிகளுக்குள்ளுமுள்ள ஒரு நுணுக்கமான வேறுபாடு இங்கே கருதத்தக்கது.

ஜெயகாந்தனின் நாயகி ஒரு வேசியாயினும் அவளின் சிறப்பு அவளிடம் குடும்பப் பெண்ணின் பாங்குகளும் பணிவிடைகளும் நிறைந்திருப்பதே. எனவே "அவளில்" "நம்மை" அடையாளம் காண்பதே ஜெயகாந்தனுடைய பூரிப்பின் அடிப்படையாக இருக்கிறது. அந்த வகையில் அவளது வேசி என்னும் இருப்பு கேவலமாக உணர்த்தப்படுகிறது. ஆக மீண்டும் குடும்பப் பெண்ணே இலட்சிய மாதிரியாக உணர்த்தப்படுகிறாள். ஜி. நாகராஜனின் நாயகிகள் மட்டுமே வேறு எந்தப் புனிதங்களுமின்றி வேசிகளாகவே படைக்கப் படுகின்றனர். வேறு எந்த இலட்சிய மாதிரிகளும் அவர்கள் மீது ஏற்றப்படுவதில்லை. வேசிகளின் இருப்பில் நம்முடைய தன்னிலை, ஆணாதிக்க மதிப்பீடுகள் என்பன அதிர்வுக் குள்ளாகின்றன.

11. சமகாலப் பெண்ணியப் பிரதிகள் விரிவாக ஆய்வுக் குள்ளாக்கப்பட வேண்டியவை. குடும்ப நிறுவனம், ஆணாதிக்க

ஒழுக்க மதிப்பீடுகள் முதலிய ஆணியல் பார்வைகளை உள்வாங்கிக்கொண்டவர்களால் எழுதப்படும் பிரதிகள் – அவர்கள் ஆணாயினும் பெண்ணாயினும் – அவை பெண்ணிலை நோக்கிற்கு எதிரானவைகளாகவே உள்ளன.

பின் குறிப்புகள்:

1. **தூதுத்திரட்டில்** *(1957* பதிப்பு, பக்: *106, 107)* காணப்படும் வேசியர் பற்றிய ஒரு விவரணம்:

கங்க மங்கலத்திலே கட்ட பொம்மு மாணிக்கம்
கொங்கை வயிற்றில் விழுந்து கூத்தாட – அங்கதையும்
காட்டாது இளைஞர்கள் கட்டியணை நற்காமக்
கோட்டாலைக் கொண்டு பணம் கூட்டுகிறாள் – நாட்டமாய்
மிக்க தென் திருப்பேரை மின்வயிரமுத்து பெரும்
செக்கதுபோல் ஆகியும் பொன் தேடுகிறாள் – செவ்வாணன்
இரட்டைத் திருப்பதி ஊரிலிருக்கும் குப்பியின்மை
வெட்டை கொடுத்தேனு நிதி வேண்டுகிறாள்.

வயதான பின்பும் மேகநோய் பீடித்த பின்பும் பணம் பறிக்கும் கொடியராக வேசியர் சித்திரிக்கப்படுவதும் **மாணிக்கம், வயிரமுத்து, குப்பி, சிலம்பி, வல்லி, கூத்தாள், கலைச்சி, திம்பி, தஞ்சி, கமலாட்சி, ஆவுடை, மனோன்மணி** என்றெல்லாம் பெயர் சொல்லி இழிவுபடுத்தப்படுதலும் குறிப்பிடத்தக்கன.

2. அவைதிக மரபின் வேறுபட்ட பார்வைக்கு இன்னுமொரு எடுத்துக்காட்டு **புத்தர் – அம்பபாலிகை** கதை.

3. தஞ்சைத் தமிழ்ப் பல்கலைக்கழகம் வெளியிட்டுள்ள **வேங்கடராமையாவின்** "தஞ்சை மராட்டிய மன்னர்கால அரசியலும் சமுதாய வாழ்க்கையும்" பற்றிய நூலில் தென்படும் சில செய்திகள்.

அ. *5.8.1825 :* 'அங்கு' என்பவளின் மகள் 'நாகு' ரெசிடென்ட் துரைக்கு மரியாதை தராததற்காக *2* பணம் அபராதம் விதிக்கப்படுகிறாள்.

ஆ. *17.2.1846 :* தஞ்சை மேலவீதி கொங்கணேசுவரர் கோவிலுக்கு அடுத்த சந்தில் இருந்த ராவ் சாகிபு சிதம்பரம் பிள்ளை, அலிகாணா சந்தில் இருக்கும் வெள்ளாளர் அப்புபிள்ளை பெண்சாதியின் பெண் **காவேரியைக்** கிரயத்திற்கு வாங்குகிறார்.

இ. அப்புராவ் காடிகேயின் வைப்பாட்டி பெண் **சீதாபாய்** (வயது *10*), நாடகசாலை கிருஷ்ணாவின்

பெண் **செல்லம்** *(வயது 10)* ஆகியோரை சர்க்கார் கிரயத்திற்கு வாங்கிக்கொள்கிறது.

'விளிம்பு நிலை ஆய்வுகளும் தமிழ்க் கதையாடல்களும்'
('நிறப்பிரிகை' ஆய்வரங்கக் கட்டுரைகள்)
முதல் பதிப்பு டிசம்பர் 1998

கர்நாடக இசை தமிழிசையிலிருந்து திருடப்பட்டதா?

இருபதாம் நூற்றாண்டிலிருந்துதான் தமிழகத்துக்கு வரலாறு தொடங்குகிறது. ஏன் அதற்கு முன்னர் வரலாறு இல்லையா என்ற ஐயம் எழுவது இயல்புதான். அதற்கு முந்தைய காலங்களில் வரலாறும் புராணங்களும் செவிவழிச் செய்திகளும் ஒன்றாகக் கலக்கப்பட்டுக் கர்ண பரம்பரைக் கதைகள்தான் வழக்கிலிருந்தன. இதனால் கரிகால் சோழனுக்கு இளங்கோவடிகள் பேரனானார்.[1] ஔவையாரும் புகழேந்திப் புலவரும் நூற்றாண்டுகள் தோறும் அவதரித்தனர். திருவள்ளுவர் நக்கீரரோடு இணைக்கப்பட்டார்.[2] பேராசிரியர் உரை எது, நச்சினார்க்கினியர் உரை எது, பரிமேலழகர் உரை எது என்னும் வேறுபாடு தெரியாமல் எல்லோரும் ஒன்றாகப் போட்டுக் குழப்பப்பட்டனர். தமிழ்நாட்டில் தான் இந்த அவல நிலை இருந்ததாகக் கொள்ள வேண்டியதில்லை. இந்தியா முழுமையிலும் இதே நிலைதான். இருபதாம் நூற்றாண்டில் இத்தகைய செய்திகள் தொகுத்துப் பகுத்து ஆராயப்பட்டு, முறைப் படுத்திய வரலாற்று நூல்கள் வெளிவரத் தொடங்கின. இத்தகைய வரலாற்றுப் புரிதலுக்கு அடித்தளமிட்டவர்கள் ஐரோப்பியர்களான வெள்ளையர்களே. வெள்ளையர்களால் எழுதப்பட்ட இந்திய – தமிழக வரலாற்றுக் குறிப்புகள், வெள்ளையர் கண்ணோட்டத்தின்படி ஐரோப்பியர்களைப் பகுத்தறிவு உள்ளவர்களாகவும் மற்றவர்களைப் பழங்குடியினராகவும் நாகரிகம் குறைந்தவர்களாகவும் படைத்துக் காட்டின.

பத்தொன்பது, இருபதாம் நூற்றாண்டுகளில் ஐரோப்பிய முறையில் கல்வியறிவு பெற்ற தமிழர்களான பார்ப்பனர்களும் முதலியார், வெள்ளாளர் போன்ற உயர்சாதிச் சூத்திரர்களும் தான் முன்னணியில் இருந்தனர். குறிப்பாகப் பார்ப்பனர்கள், வெள்ளையர்களின் நிர்வாக அமைப்பில் முதல் இடத்தைப் பிடித்துவிட்டனர். கடந்தகால வரலாற்றில் உயர் சாதிச் சூத்திரர்களாகிய தங்களுடன் சேர்ந்துகொண்டு அதிகாரத்தை அனுபவித்த பார்ப்பனர்கள், நிகழ்காலத்தில் தங்களை விட்டு விட்டு ஆங்கிலேயர்களை அண்டி அதிகாரத்தில் பங்கெடுத்தது கண்டு சூத்திர உயர் சாதியினர் கொதிப்படைந்திருந்தனர். இந்த வகையான நட்பும் பகையும் பூண்ட பார்ப்பன, சூத்திர உயர் சாதித் தமிழர்களால்தான் தமிழக வரலாற்றுப் புனைவுகள் முதன்முதலில் உருவாக்கப்பட்டன.

இத்தகைய சூழ்நிலையில்தான் தமிழக வரலாறு தொடர் பான எழுத்துகள் வர ஆரம்பித்தன. வரலாற்றுப் புனைவாளர் கள் இயல்பாகச் செய்யக்கூடியதைப் போன்று தங்களுக்குச் சாதகமான செய்திகளை வரிசைப்படுத்தி வரலாறாகத் தொகுத்த இவர்கள், பாதகமான ஒரு காரணத்தையும் கற்பித் தனர். நவீன தமிழ் வரலாற்றில் இத்தகைய கற்பிதங்கள் ஏராளம் உண்டு. அவை பொற்காலங்கள், இருண்ட காலங் கள், நாகரிகமற்றவர்களின் ஆக்கிரமிப்புகள் போன்ற பல. சூத்திர மேல் சாதியினருக்குச் சங்ககாலம் பொற்காலமாக மாறியது. ஏனென்றால் பார்ப்பனர்கள், சூத்திரர்களை அண்டியிருந்த காலம் அதுதான். பார்ப்பன உயர்சாதிச் சூத்திரர்களுக்கு இருண்ட காலம் என்பது களப்பிரர் காலம். ஏனென்றால் பழங்குடித் தமிழ் மக்களின் நிலங்களைக் கைப்பற்றும் முயற்சியில் தோல்வியடைந்து இந்தப் பார்ப்பன, சூத்திரக்கூட்டு ஒடுங்கியிருந்த காலம் இது. இசுலாமியர் வருகையினால் இந்தக் கூட்டின் கொடுங்கோன்மையிலிருந்து ஒடுக்கப்பட்ட மக்கள் தற்காலிகமாக விடுபட்டிருந்த காலம் இது. குறிப்பாகத் தங்கள் அதிகாரம் ஓங்கிய காலங்களை இந்தக் கூட்டாளிகள் பொற்காலம் என்று எழுதுவார்கள். தங்கள் அதிகாரத்தைச் செயல்படுத்த முடியாத காலங்களை இவர்கள் இருண்ட காலம் என்பார்கள். நாம் கேட்க வேண் டிய கேள்வி, யாருக்குப் பொற்காலம்? யாருக்கு இருண்ட காலம்? கடந்த காலப் புனைவுகள் என்பன, சில தலைமுறை கள் கடந்தவுடன் பொதுக் கருத்தியலில் திராவிடக் கருத்திய லின் ஊடாக இயல்பான உண்மைகள் போன்று உருப்பெறு கின்றன. இந்த உருவாக்கம் அனைத்து மக்களுக்கும் பொது வானது என்ற மாயக் கருத்தையும் வலுவாக விதைத்து விடுகின்றது. இதனால் சுஜாதா போன்ற பார்ப்பனர்கள்[3],

மு. அருணாசலம் போன்ற சூத்திரச் சாதி ஆராய்ச்சியாளர்கள்[4], சமீப காலங்களில் தமிழிசை பற்றி[5] பல நல்ல கட்டுரைகளை எழுதிவரும் ந. மம்மது போன்றவர்கள் ஒரே குரலில் பேசும் நிலை ஏற்படுகிறது.

உண்மையில் அந்தக் காலகட்டம் எப்படி இருந்தது என்பதைக் கொஞ்சம் பார்ப்போம். இந்தியாவுக்கும் அதாவது தமிழ் நாட்டிற்கும் மேற்கு நாடுகளாகிய அரேபியா, கிரேக்கம், ரோம் போன்ற நாடுகளுக்குமான வர்த்தகம் கொடிகட்டிப் பறந்த காலம் இதுதான். இதற்கான சான்றுகள் தமிழகமெங்கும் காணப்படுவதை இன்றைய அகழாய்வுகள் வெளிப்படுத்து கின்றன. அரிக்கமேடு, கரூர், கொற்கை போன்ற பல இடங் களில் குவியல் குவியலாக ரோமானியப் பொற்காசுகள் கிடைத்திருக்கின்றன. இந்தக் காலத்தைச் சேர்ந்த சிலப்பதி காரத்தில் மதுரை நகர் பற்றிய வருணனையும் மதுரைக்காஞ்சி யில் வருகின்ற மதுரை நகரத்தைப் பற்றிய வருணனை போன்ற பகுதிகளும் இந்திய மொழி இலக்கியங்கள் எதிலும் காணக்கிடக்கவில்லை என்று வரலாற்று அறிஞர் A.L. பசாம் தன்னுடைய 'வியத்தகு இந்தியா' (The wonder that was India) நூலில் குறிப்பிடுகின்றார்.[6]

இந்தியத் தத்துவ வரலாற்றில் தலைசிறந்தவராகக் குறிப் பிடுகின்ற தர்மகீர்த்தி, சீனாவிலும் ஜப்பானிலும் பௌத்த மதத்தைப் பரப்பி, அவர்கள் மத்தியில் இன்றுவரை புகழ் பெற்று விளங்கும் போதி தர்மர், இலங்கையில் மகாயான பௌத்தத்தைப் பரப்பி சிங்கள மொழியிலும் பாலி மொழி யிலும் பல நூல்களை எழுதிய சங்கமித்திரர் போன்ற நூற்றுக்கணக்கான ஜைன, பௌத்த அறிஞர்களும் துறவிகளும் தமிழ்நாட்டைச் சேர்ந்தவர்கள் என்பது குறிப்பிடத்தக்கது. சிலப்பதிகாரம், மணிமேகலை, பெருங்கதை முதலிய தமிழில் தோன்றிய முதல் காவிய நூல்களும் பல்வேறுபட்ட யாப்பு நூல்களும் இசை நுணுக்கம், இந்திரகாளியம் போன்ற இசை நூல்களும் திருக்குறள், நாலடியார் போன்ற நீதி நூல்களும் தமிழில் தோன்றி புகழ் பரப்பியதும் இந்தக்காலம்தான். இத்தகைய தன்மைகள் நிறைந்த இக்கால கட்டத்தை இருண்ட காலம் என்று சொல்லத் துணிபவர் குருடர்களாகத்தானே இருக்க முடியும். உயர்சாதிக் குருடர்கள் இப்படிக் கூறுவதை விட்டுவிடுவோம். மம்மது போன்ற இசைத்துறை ஆராய்ச்சி யாளர் ஒருவர் தமிழ் இசைக்குக் கேடு உண்டாக்கியவர்கள் ஜைனர்களும் பௌத்தர்களும் களப்பிரர்களும் என்று கூறுவது தமிழக வரலாற்றைச் சரியாகக் கவனிக்காததால் வந்த பிழையெனக் கருதலாமா?

பொ. வேல்சாமி

சமணர்களாலும் பௌத்தர்களாலும் இசை நூல்கள் அதாவது தமிழிசை நூல்கள் அழிக்கப்பட்டிருந்தால் தமிழிசை, நாடகம் போன்றவற்றைப் பேசும் நூல்களான இசை நுணுக்கம், இந்திர காளியம், பஞ்ச மரபு, பரத சேனாதிபதியம், மதிவாணர் நாடகத் தமிழ் நூல் போன்றவற்றை அடியார்க்கு நல்லார் 600 ஆண்டுகளுக்குப் பின் தன்னுடைய உரையில் எவ்விதம் கையாண்டிருக்க முடியும்? இன்றைய நிலையிலும் பழந்தமிழ் இசைபற்றி ஆராய்ச்சி செய்பவர்கள் அதற்கான ஆதாரங்களைச் சமண, பௌத்த நூல்களான சிலப்பதிகாரம், பெருங்கதை, சீவகசிந்தாமணி, யசோதர காவியம், போன்ற நூல்களிலிருந்துதானே பெறுகின்றனர். இந்த வெளிப்படையான உண்மை புரியாமல் போனது ஏன்? ஞானசம்பந்தர், அப்பர், சுந்தரர் போன்றவர்களின் பதிகங்களுக்கான இசை வடிவங்கள் இந்தப் பதிகங்களைத் திருமுறைகளாகத் தொகுக்கும்போது காணாமல் போனதாகக் கதை வருகிறதே, அது எப்படி? அப்படிக் காணாமல் போன இசைப் பகுதிகளைப் பாணர் குலத்தைச் சேர்ந்த ஒரு பெண்மணிதான் மீள்வார்ப்பு செய்து கொடுத்ததாகக் கதை இருக்கிறதே[7] இதையெல்லாம் கருத்தில் கொள்ளாமல் ‘வாய்புளித்ததோ மாங்காய் புளித்ததோ’ என்று வாய்க்கு வந்ததைச் சொல்லுவது ஏன்?

உண்மையில் இந்தப் பிரச்சினைகள் சமணர்களும் பௌத்தர்களும் சம்பந்தப்பட்டவை அல்ல. இது சாதி சார்ந்த பிரச்சினை. உயர் சாதியினர் வரலாறு எழுதியதால் இத்தகைய பகுதிகளை மறைத்துவிட்டுச் சமணர்கள், பௌத்தர்கள், களப்பிரர்கள் என்று கதை கட்டினர். ஏனென்றால் இசையைப் போற்றி வளர்த்த தமிழர்கள், பார்ப்பன, சூத்திரக் கூட்டு ஆதிக்கத்தின் கீழ் தமிழகம் வந்தபோது தாழ்த்தப்பட்டவர்களாக்கப்பட்டனர். பழந்தமிழ் நூல்களில் குறிக்கப்படும் இசைவாணர்களான பாணர், பறையர், கடம்பர், துடியர் (புறம். 335) போன்றவர்கள் பின்னாளில் தீண்டத்தகாதவராக்கப்பட்டனர். இவர்களுக்குப் பொதுக்களம் மறுக்கப்பட்டது. இவர்களுடைய இசைக் கருவிகள் இழிவுபடுத்தப்பட்டன. திருநீலகண்ட யாழ்ப்பாணர் கதையில் ஞானசம்பந்தர் இவரைக் கோவிலுக்குள் அழைத்துச் செல்வதுகூடத் திருநீலகண்டரின் இசைப் புலமைக்காகத்தானே தவிர ஞானசம்பந்தருக்குச் சாதி ஒழிய வேண்டும் என்ற சிந்தனையால் அல்ல என்பதை உளம்கொள்ள வேண்டும். இதற்கு இந்த இசைவாணர்கள் அல்லது இசை நாடகம் சார்ந்த கலைஞர்களின் பயிற்சி முறையும் காரணம் ஆகும்.

சுமார் ஆறு, ஏழு வயதில் பயிற்சிக்குள் நுழையும் இவர்கள் இருபது வயதுக்குப் பின்னர் அரங்கத்துக்கு வருகின்

றனர். இடைப்பட்ட அவ்வளவு காலமும் இவர்கள் இசை நாடக நாட்டியப் பயிற்சி தவிர கல்விப் பயிற்சி பெறவே வாய்ப்பில்லாத வாழ்க்கையைப் பெற்றுவிடுகின்றனர். ஆகவே இத்தகைய கலைஞர்கள் கலைகளில் மேம்பட்டு விளங் கினாலும் நூல் கல்வியைப் பொறுத்தமட்டில் தற்குறிகளாகவே இருந்துவிட்டனர். இருபதாம் நூற்றாண்டில் தோன்றிய ஜி.என்.பாலசுப்ரமணியம் என்பவர்தான் இசைக்கலைஞர் களுள் முதலில் பி.ஏ. பட்டம் பெற்ற பட்டதாரி[8]. இத்தகைய பின்புலம் ஒருபுறமென்றால், மறுபுறத்தில் நாட்டியத்தில் தேர்ந்த பெண்மணிகள் தேவதாசிகள் என்று பெயர் சூட்டப் பட்டுப் பரத்தையர்களாகக் குறிக்கப்பட்டனர். இவர்களுடைய நாட்டிய நிகழ்ச்சி சதிர் என்று இழிவாகக் குறிக்கப்பட்டது. முத்துப் பழனி போன்ற பதினெட்டாம் நூற்றாண்டில் வாழ்ந்த மாபெரும் பெண்கவிஞர், வடமொழி, தென்மொழி களில் வல்லவர், நாட்டியத்தில் அந்தக் காலகட்டத்தில் தலைசிறந்தவர் என்று போற்றப்பட்டவர். அவர்கூடப் பிரதாப சிம்மன் என்ற தஞ்சை மராட்டிய மன்னனுக்கு வைப்பாட்டி யாகத்தான் வரலாற்றில் குறிப்பிடப்படுகிறார். இத்தகைய பெண்கள் சோழர் காலத்திலிருந்தே நாட்டியம் சார்ந்த விபச்சாரத்தில் ஈடுபடுத்துவதற்காக மராட்டியர் காலம் வரை விற்பனை செய்யப்பட்டதற்கு ஏராளமான சான்றுகள் தமிழக வரலாற்றில் குவிந்துள்ளன.

இத்தகைய இழிநிலைக்குச் சூத்திரத் தமிழர்களால் ஆட்படுத்தப்பட்ட மக்கள் எப்படித் தமிழ் இசையையும் நாட்டியத்தையும் மரியாதையுடன் போற்றியிருக்க முடியும்? வயிற்றுப் பிழைப்புக்குத்தான் இந்தக் கலைகள் அவர்களுக்குப் பயன்பட்டன. இருபதாம் நூற்றாண்டில் இந்தக் கலைகள் தம் கையிலிருந்தால் தமக்குப் பெருமை கிடைக்கும் என்பதை உணர்ந்த பார்ப்பனர்கள் கைவசப்படுத்திக்கொண்டனர். அதற்குக் கர்நாடக சங்கீதம் என்று புனிதப் பெயருமிட்டனர்.

இதுபோன்று சூத்திர உயர் சாதித் தமிழர்களால் புறக் கணிக்கப்பட்டவை நுண்கலைகள் மட்டுமல்ல, நம்முடைய தமிழ்நூல்கள் பல இன்றும் ஐரோப்பிய நாடுகளின் பழம் பொருட்சாலைகளில் தூங்கிக்கொண்டுள்ளன. சுமார் எழுபது ஆண்டுகளுக்கு முன்னர் தொல்காப்பியச் சொல் லதிகாரக் குறிப்பு என்று பி.ச.சுப்ரமணிய சாஸ்திரியால் எழுதப்பட்ட நூல் தமிழ்மொழியின் சொல்லிலக்கணம் அனைத்தும் வடமொழியான சமஸ்கிருதத்திலிருந்துதான் உருவானது என்று விவாதித்தது. அந்நூலை அதேகாலத்தில் தன்னுடைய ஆய்வினூடாகக் கடுமையாக விமர்சித்து, தமிழ் தனித்துவமுடையது என்பதை விஞ்ஞானப்பூர்வமாக நிலை

நாட்டிய பெருந்தமிழ் இலக்கண அறிஞரும் போலீஸ் சர்க்கிள் இன்ஸ்பெக்டருமான மன்னார்குடி சோமசுந்தரம்பிள்ளை அவர்கள் எழுதிய கட்டுரைகள் எந்தத் தமிழனுக்கும் தெரியாது. தொல்காப்பியம் – பொருளதிகாரத்திற்கான பேராசிரியர் உரைக்கு இவரால் ஆராய்ச்சிக் குறிப்பு எழுதப்பட்டு, சுமார் அறுநூறு பக்கங்களாக வெளியிடப்பட்ட நூல் தமிழர்களால் இன்று மறக்கப்பட்ட நூல்களில் ஒன்று. இந்நூல் பிரிட்டிஷ் மியூசியத்திலுள்ளது. நம்முடைய ஐம்பொன் சிற்பங்கள், தமிழ்க்கலை வரலாறு பற்றிய குறிப்புகள் போன்ற எதுவும் தமிழர்களால் இன்றுவரை கண்டுகொள்ளப்படவில்லை. 21ஆம் நூற்றாண்டிலும் இந்நிலை தொடர்கிறது. தமிழை வளர்ப்போம், தமிழரை வளர்ப்போம் என்று ஆர்ப்பாட்ட அரசியலை நடத்தியவர்களை நம்பிப் பின்சென்ற தமிழர்கள், இன்று பேச்சுத்தமிழையும்கூட தம் பிள்ளைகளுக்கு ஒழுங்காகக் கையளிக்கும் நிலையிலில்லை என்ற கசப்பான உண்மையும் உளம்கொளத்தக்கது. பாரம்பரியமாகச் சாதிப் பெருமை பேசித் தமக்குள் சுருங்கிக்கொண்ட சாதித்தமிழர்கள் அரசியல் அதிகாரம் பெறுவதற்காக மக்கள் மத்தியில் வீசிவிட்ட சில பொருளற்ற வார்த்தைகளில் ஒன்றுதான் தமிழிசையைக் களவாடிவிட்டதான கதையும் ஆகும்.

குறிப்புகள்

1. A.L. பசாம், வியத்தகு இந்தியா, இலங்கை அரசாங்க வெளியீடு, முதற்பதிப்பு 1963, ப. 606

2. கி.சு.வி. லட்சுமி அம்மணி (ஜமீன்தாரிணி, மங்காபுரி) திருக்குறள் தீபாலங்காரம் (வெளியீட்டு விபரம் தெரியவில்லை) முதற்பதிப்பு 1928, ப. கரு (திருவள்ளுவ நாயனார் சரிதம்)

3. சுஜாதா, ஆனந்த விகடன்

4. மு. அருணாசலம், தமிழ் இலக்கிய வரலாறு பதிமூன்றாம் நூற்றாண்டு, காந்தி வித்தியாலயம், திருச்சிற்றம்பலம், 1970, ப. 363

5. ந. மம்மது, புதிய பார்வை, டிசம்பர் 11.05.2004, ப. 26

6. A.L. பசாம், வியத்தகு இந்தியா, இலங்கை அரசாங்க வெளியீடு, முதற்பதிப்பு 1963, ப.287

7. க. வெள்ளைவாரணன், பன்னிரு திருமுறை வரலாறு (முதற்பகுதி), அண்ணாமலைப் பல்கலைக்கழகம், மறுபதிப்பு 1994

8. இசையை வாழ்க்கையாகக் கொண்டவர்கள் அநேகமாகப் பள்ளிப்படிப்பு விசயத்தில் அத்தனை அக்கறைகாட்டவில்லை. ஒன்று அவர்களுக்குப் பள்ளிப்படிப்பில் நாட்டம் செல்லவில்லை. அல்லது படிப்பு அவர்களுக்கு வரவில்லை. பள்ளிப்படிப்பைவிட அனுபவப்படிப்பையே அவர்கள் அதிகம் நம்பினார்கள். ஆனால் சங்கீத வித்வான் ஸ்ரீமான் ஜி.என். பாலசுப்ரமணியம் பி.ஏ., ஹானர்ஸ் (லிட்டரேச்சர்) முதல் சில ஆண்டுகளில் அவருடைய கச்சேரிகளைப்பற்றிய அறிவிப்புகளில் இப்படித்தான் நீளமாய் போடுவார்கள்; பட்டதாரிக் கலைஞராகவே அறிமுகமானார். (சு.ரா., இரு பதாம் நூற்றாண்டின் சங்கீத மேதைகள், அல்லையன்ஸ் கம்பெனி, முதல்பதிப்பு 1987, ப. 113).

'புதுவிசை', ஏப்ரல் – ஜூன் 2005

மருது பாண்டியர்

1801ஆம் ஆண்டு ஜூன் மாதத் தொடக்கத்தில் ஒரு நாள் திருவரங்கக் கோவில் மதிலிலும் திருச்சிக்கோட்டை வெளிச்சுவரிலும் ஒரு பிரகடனம் ஒட்டப்பட்டது. வெள்ளையர் ஆட்சிக்குச் சிம்ம சொப்பனமாய் விளங்கிய திப்புசுல்தானையும் கட்டபொம்மு நாயக்கனையும் (1799) கொன்று தீர்த்த வெற்றிக் களிப்பை வெள்ளையர்கள் முழுமையாக அனுபவிக்க முடியாமல் தென் தமிழகப் பாளையக்காரர்கள் கிளர்ந்து எழுந்துகொண்டிருந்த காலம் அது. தென் தமிழக அடித்தள மக்களின் கலகமாக அந்த எழுச்சி உருப்பெற்றது. இச்சூழலில் சிவகங்கையில் கலக நாயகர்களாக மருது பாண்டியர் ஒட்டிய பிரகடனம்தான் நான் மேலே குறிப்பிட்டது. அந்தப் பிரகடனத்தின் முக்கிய வாசகங்கள் வருமாறு:

- இதை யார் பார்த்தாலும் கவனமுடன் படிக்கவும்.
- ஜம்பு (நாவலந்) தீவிலும் ஜம்பு தீபகற்பத்திலும் வாழுகிற சகல சாதியினருக்கும், நாடுகளுக்கும், பிராமணர்களுக்கும், சத்திரியர்களுக்கும், வைசியர்களுக்கும், சூத்திரர்களுக்கும், முசல்மான்களுக்கும் இந்த அறிவிப்புத் தரப்படுகிறது.
- மேன்மை தங்கிய நவாப் முகம்மதலி முட்டாள்தனமாக ஐரோப்பியர்களுக்கு நம்மிடையே இடம் கொடுத்து விதவை போல் ஆகிவிட்டார். ஐரோப்பியர்கள் அவர்களது நம்பிக்கைக்கு மாறாக அவற்றைப் புறக்கணித்து, இந்த நாட்டை ஏமாற்றித் தமதாக்கிக் கொண்டதுடன் மக்களை நாய்களாகக் கருதி அதிகாரம் செலுத்துகின்றனர். உங்களிடையே ஒற்றுமை இல்லை, நட்பு இல்லை.

- இந்த இழிபிறவிகளால் ஆளப்படும் இந்நாடுகளின் மக்கள் ஏழைகளானார்கள். அவர்களின் உணர்வு, வெள்ளம் (நீராகாரம்) தான் என்றாயிற்று. அவர்கள் இவ்வாறு இன்னலுறுவது வெளிப்படையாகத் தெரிந் தாலும் அதன் காரணங்கள் இவை என்னும் அறிவு இல்லாதவராய் உள்ளனர். இப்படி ஆயிரம் ஆண்டுகள் வாழ்வதிலும் இதைப் போக்க சாவது எவ்வளவோ மேலானது என்பது உறுதி. அப்படி சாவைத் தழுவு கின்றவனின் புகழ் சூரிய சந்திரர் உள்ளளவும் வாழும்.
- அந்த (ஐரோப்பியர்) இழி பிறவிகளின் பெயர்கூட இல்லாதவாறு ஒழிக்க வேண்டி, அங்கங்கு பாளை யங்களிலும் ஊர்களிலும் உள்ள ஒவ்வொருவரும் உங்களுக்குள் ஒன்றுபட்டு ஆயுதம் ஏந்திப் புறப்படுமாறு வேண்டப்படுகிறது. அப்போதுதான் ஏழைகளும், இல்லாதோரும் விமோசனம் பெறுவார்கள்.
- எனவே வயல்களிலோ அல்லது வேறு துறைகளிலோ அரசின் பொது அலுவலகங்களிலோ, ராணுவத்திலோ எங்கு வேலை பார்ப்பவர்கள் ஆயினும், ஆயுதம் ஏந்தத் தெரிந்த எவரும் தங்கள் துணிச்சலைக் காட்ட, இதோ உங்களுக்கு முதல் வாய்ப்பு வந்துவிட்டது.
- எங்கெல்லாம் அந்த இழிபிறவிகளைப் பார்க்க நேரு கிறதோ அங்கேயே அவர்களை அழித்தொழியுங்கள். வேருடன் களையப்படும் வரை அவ்வாறு செயல் படுங்கள். இவற்றையெல்லாம் ஏற்றுக்கொள்ளாத வனின் மீசை, என் மறைவிடத்து மயிருக்குச் சமானம்! அவன் உண்ணும் உணவு செத்தொழிந்து சுவையற்றுப் போகட்டும். அவனது மனைவியும் குழந்தைகளும் இன்னொருத்தனுக்காகட்டும். அவை அவ்வழி பிறவி களுக்குப் பிறந்தவைகளாகக் கருதப்படட்டும்.
- இதைப்படிக்க நேருகிற, இதன் சாராம்சத்தைக் கேட்க நேருகிற எவரும் இதனை நண்பர்களுக்கு எழுதி எவ்வளவு பகிரங்கப்படுத்த முடியுமோ அவ்வளவு பகிரங்கப்படுத்தி எழுதி ஒட்டச் செய்வீர்! அதைப் பெறுகிற நண்பர்களும் அதே மாதிரி (அதைப் படி யெடுத்து) வெளியிடச் செய்து பிரச்சாரம் செய்திடச் செய்வீர்! மேலே சொன்னபடி எழுதவும், எழுதியதைச் சுற்றுக்கு விடவும். மறுக்கிறவர்கள் கங்கைக்கரையில் காராம் பசுவைக் கொல்கிற பாவத்திற்கும், நரகத் திற்கும் போகிற, வேறு பாவங்களுக்கும், ஆன குற்றங் களைச் செய்தவர்களாகக் கருதப்படுவார்கள். இதை

அனுசரிக்காத முசல்மான்கள் பன்றியின் இரத்தத்தைக் குடித்தவர்களாகக் கருதப்படுவார்கள்.

இங்ஙனம்,
பேரரசர்களின் ஊழியன்
ஐரோப்பிய இழிபிறவிகளை ஒரு போதும் மன்னிக்கார் மருது பாண்டியன்.

இந்தப் பிரகடனத்திற்கு ஜம்புதீபப் பிரகடனம் என்று பெயர். ஜம்பு தீவு என்பது தென்னாட்டிற்கு வழங்கப்படும் இன்னொரு பெயர். கிட்டத்தட்ட தென்னாடு முழுவதும் வெள்ளையர்களுக்கு எதிரான ஒரு எழுச்சி உருக்கொண் டிருந்த பிரக்ஞையோடு மருதுபாண்டியர் இந்தப் பெயரைத் தேர்வு செய்து உள்ளனர்.[1]

இப்பிரகடனம் பல அம்சங்களில் முக்கியத்துவம் வாய்ந் தது. வெள்ளையர்களின் நாடு பிடிக்கும் நோக்கத்தையும் பொருளாதாரச் சுரண்டலையும் அவற்றிக்கு எதிரான ஒன்று பட்ட போராட்டத்தின் தேவையையும் இது வற்புறுத்துகிறது. திரு.மீ. மனோகரன் சுட்டிக்காட்டி இருப்பது போலத் தளவாய் வேலுத்தம்பி முதலானோரின் பிரகடனம் போல, மத உணர்வு களைத் தூண்டும் வகையில் இப்பிரகடனம் அமையாமல், அயலவர்களுக்கு எதிரான மதச்சார்பற்ற பிரகடனமாக அமைந்திருப்பது இதன் இன்னொரு சிறப்பம்சம். அந்நியர் களுக்கு எதிராக மக்களைத் திரட்டுவதில் மருதுபாண்டியர் மேற்கொள்ளும் சில உத்திகள் (படியெடுத்து வெளியிடச் செய்தல் பற்றியவை) இப்பிரகடனத்தில் கவனிக்கப்பட வேண்டிய மூன்றாவது அம்சம். இந்திய வரலாற்றைப் புதிய கோணத்தில் எழுதுகிற 'சபால்டன் ஆய்வாளர்கள்' சுட்டிக் காட்டும் சில அடித்தள மக்களின் உத்திகள் இங்கே பின்பற்றப் படுவது குறிப்பிடத்தக்கது.[2] இது குறித்துச் சற்று விரிவாகப் பின்னர் பார்ப்போம்.

II

மேற்குறித்த பிரகடனத்தை வெளியிட்ட மருது சகோதரர் கள் சிவகங்கைச் சீமையின் பாளையக்காரர்களாக இருந்து வெள்ளையரை எதிர்த்துக் கலகம் செய்தமைக்காக, இன் றைக்குச் சரியாக இருநூறு ஆண்டுகளுக்கு முன்னர் ஐந்நூறு பேர்களுடன் தூக்கிலிடப்பட்டவர்கள். சிவகங்கைச் சீமையின் பாளையக்காரர்களாக அவர்கள் விளங்கிய போதும் அந்தப் பாளையப்பட்டுக்கு அவர்கள் மரபுவழியில் உரிமை பெற்றவர் கள் அல்லர். இருந்தும் அவர்கள் சிவகங்கைச் சீமையை ஆளும் உரிமை பெற்ற கதை சுவையானது.

தென்பாண்டிப் பூமியின் நாலுகோட்டை நாட்டைச் சேர்ந்த முக்குளத்து உடையார் பழனியப்பன் சேர்வைக்கும் ஆனந்தாயிக்கும் 1738–வாக்கில் பிறந்தவர் மருது சகோதரர்களில் மூத்தவரான பெரிய மருது. அவருக்கு ஐந்தாண்டு இளையவர் சின்னமருது. இராமனாதபுரம் செல்லமுத்து சேதுபதி மன்னரின் இராணுவத்தில் பணிபுரிந்துகொண்டிருந்த பழனியப்பன்சேர்வை துடியான தனது இருமகன்களையும் அரசரின் சேவையில் ஈடுபடுத்தினார். இயல்பிலேயே உடல் வலிமையும் புத்திக் கூர்மையும் மிக்க இச்சகோதரர்கள் வெகு விரைவில் அரசரின் நம்பிக்கைக்குப் பாத்திரமாயினர். அப்போது சிவகங்கையை ஆண்டு கொண்டிருந்தவர் முத்து வடுகநாத தேவர். இராணுவத்தையும் நாட்டையும் நிர்வகிக்க நம்பிக்கைக்குரிய இளைஞர்கள் தேவை என முத்துவடுகர் கேட்டுக்கொண்டதற்கிணங்க 1762–வாக்கில் மருது சகோதரர்கள் சிவகங்கை பாளையப்பட்டில் பணிக்குச் சேர்ந்தனர். விசுவாகமும் வல்லமையும் மிக்க இச்சகோதரர்கள் வெகு விரைவில் முத்துவடுகருக்கும் அவரது மூத்த மனைவி வேலு நாச்சியாருக்கும் நம்பிக்கைக்குப் பாத்திரமானதைத் தொடர்ந்து 1768இல் பெரிய மருது சிறுவயலுக்கும் சின்ன மருது உறுதிக் கோட்டைக்கும் சமீன்தார்கள் ஆக்கப்பட்டனர்.

ஆர்க்காட்டு நவாப் முகமதலி தென் தமிழ்நாட்டுப் பாளையக்காரர்களிடமிருந்து கப்பத்தொகையை எளிதில் பெற முடியாதிருந்த காலமது. நாடுபிடிக்க வந்த வெள்ளையர்களின் துணையோடு தஞ்சையை அடக்கிவிட்டு இராமனாதபுரம், சிவகங்கைச் சீமைகளின்பால் கவனத்தைத் திருப்பினான். 1772 மே மாதத்தில் தளபதி ஸ்மித் தலைமையில் இராமனாதபுரத்தின் மீது படையெடுப்பு நடந்தது. ஆங்கிலேயருக்குத் தொடக்கம் முதல் விசுவாசமாக இருந்த புதுக்கோட்டைத் தொண்டைமானின் படைகளும் உடன் சென்றன. இராமனாதபுரம் எளிதில் வீழ்ந்தது. மருதிருவரின் துணையோடு நின்ற முத்துவடுகநாத பெரிய உடையாத் தேவரை அவ்வளவு எளிதாக வீழ்த்த முடியவில்லை.

இளையவனிடம் பணிபுரிந்த தளபதி ஜோசப் ஸ்மிதின் தலைமையில் ஒரு படையும் மேற்குப் பக்கமிருந்து ஆப்ரகாம் பான்ஸோ தலைமையில் இன்னொரு படையும் 1972 ஜூன் 21இல் சிவகங்கையைச் சுற்றி வளைத்தன. மருதிருவரின் தலைமையிலான சிவகங்கை வீரர்கள் முதற்கட்டத்தில் வெற்றிகரமாக ஆங்கிலப் படைகளை எதிர்கொண்ட போதும் இரண்டாங் கட்டத்தில் ஆங்கிலப் படைகளை அவர்களால் எதிர்கொள்ள முடியவில்லை. பெரிய மருதுவின் படைகள் கன்னடத்திலிருந்து வந்த ஆங்கிலப் படைகளுடன் மங்கலத்

தில் போர் செய்துகொண்டிருந்த நேரத்தில் காளையார் கோயிலை முற்றுகையிட்டு அரசர் முத்துவடுகரையும் இளைய ராணியையும் தளபதி பான்ஸோவின் படைகள் சுட்டுக் கொன்றன.

நிறை கர்ப்பிணியாக இருந்த முத்துவடுகரின் மூத்த மனைவி அரசி வேலு நாச்சியாரையும் அரசரின் வளர்ப்புப் பிள்ளை சிறுவன் வெங்கண் உடையண்ணனையும் காக்கும் பெரும் பொறுப்பை ஏற்றுக்கொண்ட மருது சகோதரர்கள் மடிந்த மன்னரையும் இளைய ராணியையும் நல்லடக்கம் செய்த கையோடு வேலு நாச்சியையும் வெங்கண்ணனையும் ஹைதர் அலியின் ஆட்சிப் பொறுப்பிலிருந்த திண்டுக்கல் விருப்பாச்சிக்கு அழைத்துச் சென்றனர்.

1772 ஜூன் 25–க்குப் பின் காளையார் கோவிலிலிருந்து புறப்பட்டு விருப்பாச்சியை வந்தடைந்த மருது சகோதரர்கள் அடுத்து எட்டாண்டு காலம் அங்கே வாழ வேண்டியதாயிற்று. ஆங்கில எதிர்ப்பின் மையமாக அன்று விளங்கிய ஹைதரின் பாதுகாப்பில் இருந்துகொண்டு, மருது பாண்டியர் அவ்வப் போது சீவகங்கைச் சீமைக்குத் தலைமறைவாகச் சென்று பெரும்படையுடன் வந்து சீமையை மீட்கப்போகும் செய்தியைச் சொல்லிக் கலக உணர்ச்சியை விதைத்து வந்தனர். நிலையான ஆட்சியின்மையும் கலக உணர்வு மக்களிடையே எழுச்சி பெற்றிருந்ததும் சேர்ந்து நவாப்பிற்கும் ஆங்கிலேயர்களுக்கும் அவர்கள் எதிர்பார்த்தது போல எளிதான வரிவசூல் செய் வதற்குச் சாத்தியமில்லாமல் செய்தன.

எட்டாண்டுகள் காத்திருந்த மருது சகோதரர்கள் திண்டுக் கல்லில் இருந்த சுல்தானைச் சந்தித்து, சிவகங்கைப் படை யெடுப்பிற்கு உதவி கேட்டனர். ஆங்கிலேயர் எதிர்ப்பு எங்கு தோன்றினும் அதை ஊதிப்பெருக்கும் நோக்கம் கொண்டிருந்த சுல்தான், மருது சகோதரர்களுக்கு 1000 காலாட்படையின ரையும் 1000 குதிரைப்படையினரையும் 12 பீரங்கிகளையும் கொடுத்து உதவினார். அத்தோடு நில்லாமல் இப்பெரும் படையைப் பராமரிக்க ஒரு லட்சம் பொன்னையும் சுல்தான் உவந்து ஈந்தார்.

இராணி வேலு நாச்சியார் சிவிகையிலும் இருபுறமும் மருதிருவர் குதிரையிலும் நான்கு அணிகளாகச் சுல்தான் அளித்த பெரும்படையினரும் 1780 ஜூலையில் சிவகங்கை நோக்கிப் புறப்பட்டனர். சென்ற வழியெல்லாம் அடித்தள மக்கள் மருதுபாண்டியர் சேனையுடன் சேர்ந்துகொண்டனர். சோழவந்தான், சிலைமான், மானாமதுரை எனப் படிப்படி யாக வீழ்த்தி முன்னேறிய வேலு நாச்சியின் தலைமையிலான

படை ஜூலை முதல் வாரத்தில் சிவகங்கையைக் கைப் பற்றியது.

தமிழக வரலாற்றின் குறிப்பிடத்தக்க வீரப்பெண்மணி களில் ஒருவரான வேலுநாச்சி சிவகங்கை அரசியாக முடி சூட்டிக்கொண்டார். விதவைக் கோலத்தோடு அல்ல. மைகொண்ட கண்களோடு மணிமகுடந்தாந்தரித்து தமிழ் மரபின் எல்லா மங்கலச் சின்னங்களையும் அணிந்து செங்கோல் ஏந்திய வேலு நாச்சியார் மேற்சாதிப் பெண்கள் செய்ய இயலாத ஒரு புரட்சிகரமான அறிவிப்பையும் வெளி யிடுகிறார். பெரிய மருதுவை மணந்துகொண்டதாகப் பகிரங்கமாகச் சொன்னதுதான் அது. அரசியின் கணவராக உரிமை பெற்று அரசியின் பெயரால் துடிப்பான தம்பியின் துணையோடு அடுத்த பதினாறு ஆண்டுகள் சிவகங்கையை ஆள்கிறார் பெரிய மருது. வேலுநாச்சியார் இரண்டாம் திருமணம் செய்துகொண்டவர் மட்டுமல்ல; கலப்புத் திருமணமும் செய்தவருங்கூட. மறவர்குல மாதுவான அவர், அகம்படியச் சாதியைச் சேர்ந்த பெரிய மருதுவை மணம் செய்துகொண்டது பலரது புருவ நெரிப்பிற்கு ஆளானது. பாரம்பரியமாகத் தேவர்களுக்குச் சொந்தமான ஒரு பாளையப் பட்டு, சேர்வை வகுப்பைச் சேர்ந்த ஒருவரின் ஆட்சியின் கீழ் வந்தது.

III

வேலு நாச்சியார் சிவகங்கை அரசியாக முடிசூட்டிக் கொண்டு பெரிய மருதுவைத் திருமணம் செய்துகொண்ட தாக அறிவித்தது 1780 சூலையில். அதற்குச் சில நாட்களில் சிவகங்கைச் சீமையின் முழு அதிகாரமும் மருதிருவரின் கைகளுக்கு மாறியது. அன்று தொடங்கி மருதிருவர் தூக்கிலிடப் பட்ட அடுத்த இருபத்தோராண்டு காலமும் தமிழகத்தின் வெள்ளையருக்கு எதிரான விடுதலைப்போரின் வரலாற்றில் ஒரு குறிப்பிடத்தக்க காலகட்டம் ஆகும். வெள்ளையர்களை எதிர்த்துத் தொடர்ச்சியான போர்கள், வெள்ளையர்களுக்கு எதிரான சக்திகளை ஓர் அணியில் திரட்டுவதற்கான திட்ட மிட்ட முயற்சி என்பன இக்காலகட்டத்தின் முக்கியமான நிகழ்வுகளாக அமைந்தன. தென் தமிழகத்தின் வரலாற்றை எழுதும் வரலாற்றறிஞர்கள் பலரும் இதனைப் பாளையக் காரர் புரட்சி (*Polegar Revolt*) என இந்நிகழ்வைப் பற்றி எழுதுவது இங்கே குறிப்பிடத்தக்கது.

நவீன போர் உத்திகள், நிலைத்த படை, சரியான பொருளியல் திட்டம் ஆகியவற்றோடு தம்மை எதிர்கொண்டு நாடு பிடிக்கும் தம்முடைய நோக்கத்திற்குப் பெருஞ்சவாலாய்

நின்ற தந்தையும் தனயனும் ஆகிய ஹைதரையும் திப்புவையும் தீர்த்துக் கட்டுவதில் தமது கவனத்தைக் குவித்த கிழக்கிந்திய வணிக நிறுவனத்தினர் தமது முழுக்கவனத்தையும் தென் தமிழகத்தின் பக்கம் திருப்ப இயலாதிருந்த காலம் அது. எனினும் தமது ஒரே நோக்கமாகிய வரிக்கொள்ளை அடித் தலை முழுமையாக வெள்ளையர்கள் விட்டுவிடவும் தயாராக இல்லை. ஆர்க்காட்டு நவாப்பிடமிருந்து பெற்ற வரிவசூல் உரிமையைக் காட்டி கும்பினிப் படைகள் அவ்வப்போது தென்தமிழ்நாட்டுப் பாளையங்களின் மீது படையெடுப்பை மேற்கொண்டன.

1782 டிசம்பரில் ஹைதர் அலி மரணமடைந்தார். ஹைதரை எதிர்த்து நின்று போர் நடத்தித் திறமை காட்டிய கர்னல் வில்லியம் புல்லர்ட்டன் தலைமையில் கும்பினிப் படையொன்று 1783 சூலையில் தென் தமிழ் நாட்டை நோக்கி அனுப்பப்பட்டது. ஆகஸ்டு நாலாம் நாள் புல்லர்ட்ட னின் படை சிவகங்கைக்குள் நுழைந்தது. திடீரென மேற்கொள்ளப் பட்ட இத்தாக்குதலை எதிர்பாராத மருது பாண்டியர் காளையார் கோவிலுக்குப் பின்வாங்கினர். அங்கிருந்தபடியே பத்தாயிரம் பேர் கொண்ட படையொன்றைத் திரட்டி கும்பினிப் படையை எதிர்கொண்டனர். புல்லர்ட்டன் பேச்சுவார்த்தைக்கு உடன்பட்டான். முடிவில் ரூபாய் தொண்ணூறாயிரம் வரிபாக்கியாகத் தருவதென முடிவு செய்யப்பட்டது. இதில் ரூபாய் நாற்பதாயிரத்தை ரொக்க மாகவும் மீதி ஐம்பதாயிரத்திற்குக் காப்புறுதியும் அளிக்கப் பட்ட பின்னர், புல்லர்ட்டனின் படை சிவகங்கையை விட்டு நீங்கி கட்டபொம்முவின் பாஞ்சாலங்குறிச்சியைக் குறி வைத்து நகர்ந்தது. ரொக்கத் தொகைக்காக மருது பாண்டியர்கள் தனியார்களிடம் கடன் வாங்கவும் நேரிட்டது.

எனினும் தொடர்ந்து மருதுபாண்டியரிடமிருந்து நவாப்பும் ஆங்கிலேயர்களும் "முறையான" வரிவசூலைச் செய்ய இயலா தவர்களாகவே இருந்தனர். 1789 மார்ச் பத்தாம் நாளன்று புதிதாக ஆளுநர் பொறுப்பேற்றிருந்த ஜான் ஆலந்திடம் அனுமதி பெற்று கர்னல் ஜேம்ஸ் ஸ்டூவர்ட் என்பவனின் தலைமையில் ஒரு பெரும் படையை ஆர்க்காட்டு நவாப் சிவகங்கையை நோக்கி அனுப்புவதற்கு ஏற்பாடு செய்தான். ஏப்ரல் இறுதியில் திருப்பத்தூர் வந்தடைந்த ஸ்டூவர்டின் படையோடு புதுக்கோட்டைத் தொண்டைமான் அனுப்பின ஒரு படைப்பிரிவும் இராமனாதபுரத்திலிருந்த ஐரோப்பியப் படைப்பிரிவும் சேர்ந்துகொண்டது. மருது பாண்டியர் தமது படைகளைக் கோட்டைப் பாதுகாப்புகள் உள்ள கொல்லங்குடி, இரணமங்கலம், காளையார் கோவில் முதலிய பகுதிகளுக்குப்

பின்வாங்கினர். பதினான்கு நாட்கள் முற்றுகைக்குப் பின்னர் கொல்லங்குடி கோட்டை ஸ்டுவேர்ட்டிடம் வீழ்ந்தது. இதற்கிடையில் தஞ்சையிலிருந்தும் கும்பினிக்கு உதவியாகப் படைகள் வந்து சேர்ந்தன. இரணமங்கலம், காளையார்கோவில் கோட்டைகளும் வீழ்ந்தன. மீண்டும் திண்டுக்கல் சென்று திப்புசுல்தானிடம் உதவி கோருவதென முடிவு செய்த மருது பாண்டியர் பிரான்மலை வழியாகத் திண்டுக்கல் சென்றனர்.

எதிர்பார்த்தபடி மீண்டும் திப்புவின் உதவி இவர்களுக்குக் கிடைத்தது. நவம்பர் இறுதியில் கும்பினியின் வசமிருந்த காளையார்கோவில் கோட்டையை மருதிருவரின் படை முற்றுகையிட்டது. இதே தருணத்தில் மைசூரில் திப்பு சுல்தானுடனான முரண் தீவிரப்பட்ட நிலையில் கும்பினிப் படை வடக்கு நோக்கித் திரும்ப வேண்டியதாயிற்று. முத்துவடுகரின் வளர்ப்பு மகன் வெங்கண் பெரிய உடையாத் தேவர் அரசராக இருப்பார் எனவும் வரித்தொகை மூன்று லட்ச ரூபாய் எனவும் மருதிருவர் அமைச்சர்களாக இருப்பார்களெனவும் சமரச உடன்படிக்கை ஏற்பட்டது. எனினும் இவ்வுடன்படிக்கை ஏட்டளவில் இருந்ததே அன்றி மருது பாண்டியரே தொடர்ந்து மன்னர்களாக இருந்தனர்.

கிழக்கிந்திய வணிக நிறுவனத்தோடு மட்டுமன்றி கும்பினிக்குத் துணையாய் நின்ற உள்நாட்டு ஆட்சியாளர்களுடனும் மருதிருவரின் முரண்கள் தொடர்ந்தன. என்றென்றும் ஐரோப்பியர்களுக்கு விசுவாசமாய் இருந்த புதுக்கோட்டைச் சீமையுடன் இருமுறை *(1788, 1792)* எல்லைப் போர் நடைபெற்றது. இரண்டாவது போரில் புதுக்கோட்டைச் சீமைக்குள் சிவகங்கைப் படைகள் புகுந்து சின்னாபின்னமாக்கின.

மருதுபாண்டியருக்கு எதிரான எதிர்ப்பில் நமது மண்ணுக்கே உரித்தான சாபக்கேடான சாதியத்தின் பங்கை இங்கே குறிப்பிட்டுச் சொல்லியாக வேண்டும். சிவகங்கைச் சீமை தேவர்களுக்கு உரியதென்பதையும் வேலு நாச்சியாரைத் திருமணம் செய்துகொண்டதன் மூலம் இந்தச் சீமை உரிமை அகம்படியர்களான மருதிருவருக்கு மாறியதென்பதையும் மருதின் எதிரிகள் அவர்களுக்கு எதிராகப் பயன்படுத்தத் தொடங்கினர். பிரித்தாளும் சூழ்ச்சியில் வல்லவர்களான வெள்ளையர்களும் இந்நிலையைத் தங்களுக்குச் சாதமாகப் பயன்படுத்தத் தவறவில்லை. மருதுகளை வீழ்த்திவிட்டால் சிவகங்கையை வீழ்த்திடலாம் என்பதை உணர்ந்த கும்பினியார் இதற்கு முதற்படியாகச் சிவகங்கைச்சீமையில் மருதுகளுக்கு உரிமையில்லை என்று நிறுவுவதில் குறியாக இருந்

தனர். முன் சொன்ன உடன்படிக்கையும்கூட இந்நோக்கில் உருவாக்கப்பட்டதுதான் என்பது எளிதில் விளங்கும். ஆனாலும் இம்முயற்சியில் வெள்ளையர்களோ தேவர் சாதியின் ஆதிக்கத் தலைவர்களாக விளங்கிய படமாத்தூர் ஜமீன்தார் கௌரிவல்லபத் தேவர், இராமனாதபுரம் சேதுபதி முதலி யோர் எளிதில் வெற்றிபெற இயலாமைக்குக் காரணம் மருதிருவர் அடித்தள மக்களின் நாயகர்களாக இருந்தது தான். சிவகங்கைச் சீமையிலும் அதனைச் சுற்றி இருந்த மறவர் சீமைகளிலும் இருந்த தேவர்கள், அகம்படியர்கள் உள்ளிட்ட அனைத்து அடித்தள மக்களும் மருதிருவரைத் தங்களில் ஒருவராகக் கண்டனர். தங்களின் தலைவராக ஏற்றுக்கொண்டனர். அறுத்துக்கட்டும் போர்க்குலப்பண்பில் திளைத்த இம்மக்களால் பெரிய மருது – வேலு நாச்சியாரின் சாதி மீறிய காதல் திருமணம் தவறான ஒன்றாகக் கருதப்பட வில்லை. மருதிருவரும் தொடர்ச்சியாக இந்த அடித்தள மக்களோடு மக்களாக வாழ்ந்திருந்தனர். பின்னடைய நேர்ந்த காலங்களில் எளிதில் அவர்கள் மத்தியில் தலைமறைவாக வாழ்ந்தனர். தொலை தூரத்தில் சுல்தானின் பாதுகாப்பில் தங்க நேரிட்ட போதும்கூட அவர்களோடு தொடர்பு வைத் திருந்தனர். ஓரளவு வரிகளும்கூட வசூலித்தனர். கும்பினிக்கும் நவாப்புக்கும் திறைகொடுக்க மறுத்த இம்மக்களும் தொலை தூரத்தில் இருந்த போதும் இவர்களுக்குத் திறைகளை அருளினர். தொடர்ந்து வெள்ளையர்களோடு மோதுவதையே விதியாக ஏற்றுக்கொண்ட போதும் ஒரு பெரிய நிலைத்த படையை வைத்துப் பராமரிக்கச் சீவனற்ற மருதிருவரின் தலைமையின் கீழ், வேண்டிய போதெல்லாம் இந்த அடித்தள மக்கள் அணிதிரளவும் அவர்களோடு சேர்ந்து திருப்பத்தூர் வீதிகளில் தொங்கவும் தயங்கவில்லை.

தேவர் என்கிற சாதி உரிமையோடு சிவகங்கைச் சீமை மீது ஒரு கண் வைத்திருந்த படமாத்தூர் கௌரி வல்லபத் தேவர் இராமனாதபுரம் சேது முதலியோர் முத்து வடுகரின் மகள் வெள்ளச்சியைத் திருமணம் செய்துகொள்ள முயற் சித்தனர். வெள்ளச்சியோ முத்து வடுகரின் வளர்ப்பு மகன் (உறவில் மருமகன்) வெங்கண் பெரிய உடையாத் தேவரை மணந்து கொண்டதன் விளைவாக அந்த வழி அடைபட்டது. வெள்ளச்சியை மணந்துகொண்ட வெங்கண் உடையார் இறுதிவரை மருதிருவருக்கு விசுவாசமாக இருந்தார். வெள்ளச் சியும் 1793இல் மரணமடைந்தார். இடையில் சேதுபதிக்கும் மருதிருவருக்குமிடையில் சிறுசிறு போர்கள் மூண்டன. இப்போர் களில் ஒன்றில் பெரிய மருதுவின் இருமகன்கள் குண்டடி பட்டுச் செத்தனர். இதற்கிடையில் சேதுபதிக்கும் ஆங்கிலேய

ருக்கும் பிரச்சினை ஏற்பட்டு சேதுபதி ஆங்கிலேயரால் சிறைப் படுத்தப்பட்டார்.

இதற்கிடையில் 1796இல் தமிழக வரலாறு கண்ட புரட்சிப் பெண்மணிகளில் ஒருவரான ராணி வேலு நாச்சியார் மரணமடைந்தார்.

IV

கையில் கப்பப் பணத்துடன் இருபத்தி மூன்று நாட்கள் நானூறு மைல்கள், கடைசியில் இராமனாதபுரம் இராமலிங்க விலாச அரண்மனையில் 1798 ஆகஸ்டு 31 அன்று கலெக்டர் ஜாக்சனைக் கட்டபொம்மு பேட்டி கண்ட போது ஏற்பட்ட கைகலப்பில் லெப்டினட் கிளார்க் உள்ளிட்ட சில ஆங்கில வீரர்கள் கொல்லப்பட்டனர். தப்பி வந்த கட்டபொம்மு கிளார்க்கின் கொலைக்கு இழப்பீடு செலுத்தி தனது தளவாய் சிவசுப்பிரமணிய பிள்ளையை விடுவிக்க நேரிட்டது. இதற்குப் பின் தென்தமிழ் நாட்டில் ஐரோப்பிய எதிர்ப்பியக்கம் துரித கதியில் உருவாகத் தொடங்கியது. சிவகங்கை மருது சகோதரர் கள் இதில் முன் முயற்சி எடுத்தனர். குறிப்பாகச் சின்னமருது பல்வேறு சீமைகளுக்கும் சென்று ஆங்கில எதிர்ப்பை ஒருங் கிணைத்தார். கர்னல் வெல்ஷ் தனது இராணுவ நினைவுக் குறிப்புகளில் சின்னமருதுவைப் பற்றி எழுதும்போது அவர் அணுகுவதற்கு மிகவும் எளிதானவர் எனவும் "ஒரு வெறும் தலையசைப்பையே சட்டம் என ஏற்கும் மக்கள் கூட்டத்தை ஆண்ட அவர் ஒரு திறந்த அரண்மனையில் வாழ்ந்தார். அவரைச் சுற்றி ஒரு காவல் வீரர்கூட இல்லை; எவ்வித அனுமதியும் இன்றி எல்லோரும் வந்துகொண்டும் போய்க் கொண்டும் இருந்தனர்" என்று எழுதுவது இங்கே குறிப்பிடத் தக்கது.

மதுரைப் பகுதியில் தனது தலைமையில் இயக்கத்தைக் கூட்டிய சின்னமருது திண்டுக்கல், திருச்சி பகுதியில் விருப்பாச்சி கோவில் நாயக்கர் தலைமையிலும் கிழக்கு நெல்லைப் பகுதி யில் கட்டபொம்மு சகோதரர்களின் தலைமையிலும் கொங்குப் பகுதியில் கானிஜாகான், மலபாரில் கேரளவர்மன், மேற்கு மைசூரில் கிருஷ்ணப்ப நாயக்கர், தஞ்சையில் ஞானமுத்து ஆகியோரின் தலைமையிலும் ஆங்கில எதிர்ப்பு இயக்கங்களை ஊக்குவித்தார். இதற்கிடையில் செப்டம்பர் 1799இல் மேஜர் பானர்மேனின் தலைமையில் கட்டபொம்முவின் பாஞ்சாலங் குறிச்சிக் கோட்டை முற்றுகை இடப்பட்டது. தப்பியோடிய கட்டபொம்மு புதுக்கோட்டைத் தொண்டைமானின் உதவி யோடு கைது செய்யப்பட்டு அக்டோபர் 17ஆம் தேதி கயத்தாற்றில் தூக்கிலிடப்பட்டார். சிறையில் அடைக்கப்பட்ட

தம்பி ஊமைத்துரை சிறிது காலத்தில் (1801 பிப்ரவரி) தப்பி வந்து பாஞ்சாலங்குறிச்சியில் மீண்டும் கோட்டை கட்ட முனைந்தார்.

ஏழே நாட்களில் கட்டப்பட்ட ஊமைத்துரையின் பாஞ்சாலங்குறிச்சிக் கோட்டையைத் தளபதி அக்னியுவின் படை தகர்த்து நுழைந்தது. தப்பி வந்த ஊமைத்துரைக்கு மருதுபாண்டியர் பாதுகாப்பளித்தனர். கலகக்காரர்கள் நாலாப்பக்கங்களிலிருந்தும் ஆங்கிலேயர் மீது கொரில்லாத் தாக்குதல் தொடுத்தனர். ஆங்கிலேய ஏஜெண்டுகளுக்கும் பருத்தி கொடுக்க வேண்டாமென விவசாயிகளிடம் பிரச்சாரம் செய்தனர். கடற்கரை ஒட்டிய பரதவர்கள், பிரமன்குறிச்சியைச் சேர்ந்த பள்ளர்கள் எனப் பல்வேறு அடித்தளமக்களும் ஆங்கில எதிர்ப்பில் ஒருங்கிணைக்கப்பட்டனர். இலங்கையிலிருந்து ஆயுத உதவிக்கும் ஏற்பாடு செய்யப்பட்டது.

திப்புசுல்தானை வீழ்த்திய வெற்றிக்களிப்பில் இருந்த கும்பினியர் தங்கள் படைகள் அனைத்தையும் தென் தமிழ் நாட்டை நோக்கிக் குவிப்பதற்கு ஏதுவாயிற்று. தளபதி அக்னியுவின் தலைமையில் படைகள் குவிந்தன. ஊமைத்துரையை ஒப்படைக்க மறுத்ததில் சினமுற்ற அக்னியு 1801 ஜூன் 12 தேதியன்று சிவகங்கை மக்களை எச்சரித்து ஒரு பிரகடனம் விடுத்தான். சின்ன மருதுவை மையப்படுத்தி முன் வைக்கப்பட்ட அந்தப் பிரகடனத்தில் மருதிருவர் .... உரிமையுடைய யார் வேண்டுமானாலும் தன்னை அணுகலாம் எனவும் அக்னியு அதில் குறிப்பிட்டிருந்தான். சிவகங்கைச் சீமைக்கு உரிமையற்றவர் என்ற கருத்து வலியுறுத்தப்பட்டது. எதிர்ப்பாளர்களுக்கு உதவி செய்யும் யாராயினும் கடும்விளைவுகளைச் சந்திக்க நேரிடும் என எச்சரிக்கப்பட்டது. இதற்குப் பதிலாக அடுத்த நான்காம் நாள் (1801 ஜூன் 16) மருது சகோதரர்களால் வெளியிடப்பட்டதுதான் நாம் இந்தக் கட்டுரையின் தொடக்கத்தில் குறிப்பிட்ட ஜம்பு தீவுப் பிரகடனம். தென்னிந்திய அளவில் கலகம் ஒருங்கிணைக்கப்பட்டுள்ள பின்னணியில் இந்தப் பிரகடனத்தை நாம் விளங்கிக் கொள்ள வேண்டும்.

இதனைத் தொடர்ந்து 1801 ஜூலை 6 அன்று சென்னை செயிண்ட் ஜார்ஜ் கோட்டையில் ஆளுநராய் அமர்ந்திருந்த எட்வர்ட் கிளைவ் சிவகங்கை தொடர்பான ஒரு விரிவான பிரகடனத்தை வெளியிட்டான். ஆங்கிலேயரின் தந்திரங்களையும் சாதுர்யத்தையும் முழுமையாக உள்ளடக்கிய அந்தப் பிரகடனம் சசிவர்ணத்தேவர் தொடங்கிச் சிவகங்கைச் சீமையின் வாரிசுரிமைப் பட்டியலுடன் தொடங்கியது. அது

ஒரு தேவர்சீமை என்பதை வலியுறுத்திய அந்தப் பிரகடனம், ஒரு பெண் ஆட்சிப் பொறுப்பில் உள்ள நிலையின் பலவீனங்களைப் பயன்படுத்தி மருதுபாண்டியர்கள் சிவகங்கையின் அதிகாரத்தைக் கைப்பற்றியதாக அறிவித்தது. கொடுங்கோன்மையும் எதேச்சாதிகாரமும் மிக்க இந்தச் சகோதரர்களிடமிருந்து சட்டம் ஒழுங்கு கெட்டுவிட்ட சிவகங்கைச் சீமையை விடுவிக்கும் "பொறுப்பை"த் தனக்குரியதாகக் கூறிக்கொண்ட அப்பிரகடனம் சிவகங்கைச் சீமையின் அரசுரிமையைப் படமாத்தூர் கௌரிவல்லபத் தேவருக்கு வழங்குவதில் ஆளுநர் மகிழ்ச்சி அடைவதாக அறிவித்தது.

மன்னர் பரம்பரையில் வந்தவர்கள் அல்லர் இவர்கள். இவர்களது வரலாறு அடித்தள மக்கள் (Subaltern Perspective) நோக்கில் ஆய்வு செய்யப்படுதல் அவசியம். தென்னிந்திய அளவில் ஆங்கிலேயர்களுக்கு எதிரான ஒரு ஒருங்கிணைப்பை இவர்கள் மேற்கொண்டது குறிப்பிடத்தக்க அம்சம். பெரிய மருதுவுக்கும் அரசி வேலுநாச்சியாருக்கும் இடையிலான உறவு, விதவையான அரசி மாற்றுச் சாதியாரைக் காதல் மணம் செய்து ஆட்சிக்குரிமை ஆக்கியது என்பதையும்கூட ஓர் இயல்பான போற்றுதலுக்குரிய அடித்தளமக்களின் பண்பாகவே நாம் காணவேண்டும். மருது பாண்டியரை இன்று வரலாறு நினைவில் நிறுத்தியிருக்கிறதென்றால் அதற்கு அடிப்படையாக ஹைதர், திப்பு சுல்தான்களின் உதவிகள் அமைந்தன என்பதையும் நாம் மறந்துவிட முடியாது. மக்கள் நாயகர்கள் எல்லோரையும் இன்று சாதித் தலைவர்களாகக் கட்டமைக்கும் முயற்சிகள் மேற்கொள்ளப்பெறும் சூழலில் அடித்தள மக்கள் நாயகர்களான இவர்களின் வீழ்ச்சியில் சாதியத்தின் பங்கையும் நாம் சுட்டிக்காட்டாமல் இருக்க முடியாது.

மாமாவும் மருமகனும் . . .

அண்மைக் காலங்களில் என்னுடைய எழுத்தாளர் நண்பர்கள், ஆசிரியர்கள், ஆய்வு மாணவர்கள் என்று பலதரப்பட்டவர்களிடம் பேசியதில் அவர்களில் பெரும் பான்மையானவர்கள் பாரதியாரைப் பற்றியும் வ.உ. சிதம்பரம் பிள்ளையைப் பற்றியும் சில கற்பனையான கருத்து கொண்டிருப்பது எனக்குத் தெரிந்தது. அவற்றுள் ஒன்று, காங்கிரஸ் இயக்கமானது தொடர்ந்து சுதந்திரப் போராட்டத்தை நடத்தி வந்ததாகவும் அதில் பாரதியும் வ.உ.சி.யும் பங்கு பெற்றனர் என்ற கருத்து. இரண்டு, பாரதியும் வ.உ.சி.யும் சமகாலத்தில் காங்கிரசில் செயல் பட்டுக் கொண்டிருந்தனர் என்பது. மூன்றாவது, பாரதி யாரை ஒரு மனநிலை பிறழ்ந்த மனிதர் போலச் சித் திரித்துக் கருத்து கொள்வது. நான்கு, இந்தத் தேசபக்தர் கள் இருவரும் பிற்காலங்களில் பெரிய அளவில் துன்பத் திலும் துயரத்திலும் வறுமையிலும் உழன்று வாடிக் கொண்டிருந்தனர் என்பதுதான். இத்தகைய கருத்து களில் உண்மை நிலவரத்தைவிட கற்பனை வதந்தி களுக்கே முதலிடம் கொடுக்கப்பட்டிருப்பது தெரிகிறது. இவர்களைப் பற்றி இதுவரை வெளிவந்துள்ள எழுத்து கள் இத்தகைய கற்பனைகளை மறுதலிக்கும் வகையில் உள்ளன.

1885ஆம் ஆண்டு டிசம்பர் மாதம் 20ஆம் தேதி பகல் 12 மணிக்குத் தொடங்கப்பட்ட காங்கிரஸ் இயக்க மானது 72 உறுப்பினர்களைக் கொண்டிருந்தது. அதில் சென்னைப் பகுதியினர் 21 பேர், பம்பாயைச் சேர்ந்தவர் கள் 38 பேர், வங்காளம் 11 பேர். வைசிராய் டப்ரின் பிரபுவின் நல்லாசியுடன் மாநாட்டு நடவடிக்கைகள்

ஆரம்பமாயின. அன்றிலிருந்து வங்காளத்தைப் பிரிவினை செய்த 1905ஆம் ஆண்டுவரை, காங்கிரசின் நடவடிக்கையென்பது பிரிட்டிஷ் கவர்மெண்ட்டிடம் சில சலுகைகளை வேண்டி மனு செய்தது மட்டும்தான். 1907ஆம் ஆண்டு சூரத்தில் நடந்த காங்கிரஸ் மாநாட்டில்தான் விபின் சந்திரபாலரால் அந்நியர்களிடமிருந்து இந்தியா விடுதலை பெற வேண்டும் என்ற கோஷம் முன்வைக்கப்பட்டது. அந்தக் கருத்தை ஆதரித்தவர்கள் காங்கிரசின் தீவிரவாதிகள் என்றும் எதிர்த்தவர்கள் மிதவாதிகள் என்றும் அழைக்கப்பட்டனர். பின்னர் வந்த காலங்களில் இவ்விரண்டு கோஷ்டிகளும் இரண்டு கட்சிகள் போலப் பிளவுண்டன.

"நெஞ்சில் உரமுமின்றி / நேர்மைத் திறமுமின்றி / வஞ்சனை சொல்வாரடீ – கிளியே / வாய்ச்சொல்லில் வீரரடீ" என்ற பாரதியின் பாடல் காங்கிரசின் மிதவாதிகளை நோக்கி 1907 வாக்கில் எழுதப்பட்டது என்பது கவனிக்கத்தக்கது.

1904ஆம் ஆண்டு பாரதியார் சென்னைக்கு வந்து 'சுதேசமித்திர'னில் துணையாசிரியராகிறார். இரண்டாண்டுகளுக்குப் பின்னர் 1906 மே மாதம் 'இந்தியா' பத்திரிகையின் ஆசிரியர் ஆகிறார். அந்தப் பத்திரிகையில் வங்கப் பிரிவினை பற்றியும் தென்னாப்பிரிக்காவில் காந்தியால் நடத்தப்படும் சத்தியாகிரகம் பற்றியும் ஆங்கில அரசின் கொடூரச் சட்டங்கள் பற்றியும் விடுதலை அடைவது இந்தியர்களின் உரிமை என்பது பற்றியும் வங்காளம், பம்பாய் போன்றவற்றைச் சேர்ந்த விபின் சந்திரபாலர், திலகர், தாதாபாய் நவுரோஜி போன்றவர்களின் தேசிய நடவடிக்கைகள் பற்றியும் கட்டுரைகள் எழுதுகிறார். இந்தக் கட்டுரைகள் 'இந்தியா' பத்திரிகையையும் பாரதியாரையும் தமிழகமெங்கும் பிரபலமாக்கிவிடுகின்றன. இந்தக் காலகட்டத்தில் சென்னைக்கு வந்து 'இந்தியா' பத்திரிகையின் உரிமையாளர் திருமலாசாரியாரைக் காணவந்த வ.உ.சி. அங்கே பாரதியாரை முதன் முறையாகச் சந்திக்கிறார். இதனைப் பற்றி வ.உ.சி. நினைவுகூர்வது:

"வங்க மாகாணத்தின் சிங்கச் செயல்கள் பற்றியும் விபின் சந்திரபாலரின் தேசபக்தி, பிரசங்கங்கள் முதலியவை பற்றியும் பாரதியார் மிகுந்த ஆவேசத்துடன் பேசினார்.

என் உள்ளத்தில் மின்மினிப்பூச்சி போன்று மின்னிக் கொண்டிருந்த தேசாபிமான நெருப்பு விளக்குப் போல ஒளிவிட்டுப் பிரகாசித்தது."........................பின்னர் நம் தேச ஆட்சியைச் சீக்கிரமே நாம் கைக்கொள்வதற்குச் செய்ய வேண்டியவைகளைப் பற்றிப் பேசுவதே வழக்கமாகி விட்டது. தினம் ஒரு திட்டமிடுவதும் மறுநாள் மாற்றுவதும்

மாற்றம் செய்தும் எங்கள் முயற்சிகளைப் 'பத்தரைமாற்றாக'ப் பக்குவம் செய்வதுமாயிருந்தோம். எங்கள் முயற்சிகளைப் பற்றி எங்கணும் பேசினோம். பிரசங்கம் புரிந்தோம். ஆனால் மாமா மட்டும் சொன்மாரி பொழிந்தார். [வ.உ.சி., பாரதியை "மாமா" என்றும் பாரதி, வ.உ.சி.யை "மருமகன்" என்றும் உறவு சொல்லி அழைத்துக்கொள்வார்கள்.]

"தேசாபிமான ஊற்றென விளங்கும் திருவல்லிக்கேணி கோவில் பக்கத்திலுள்ள மண்டையன் கூட்டத்தாராகிய திருமலாசாரியார், ஸ்ரீநிவாஸாசாரியார் முதலியாரோடு அடிக் கடிப் பேசலானோம்; ஆலோசனை அனைத்தும் புரிந்தோம். அவ்வாலோசனையின் பயனாகத் திருவல்லிக்கேணியில் "சென்னை ஜனசங்கம்" என்ற தேசாபிமானச் சங்கம் எழுந்தது. பின்னர் நான் எங்கள் யோசனைப்படி தூத்துக்குடி திரும்பி னேன். தேச ஆட்சியின் மீட்சிக்கான வேலைகளில் ஈடுபட் டேன்."

(வ.உ.சி. நூல் திரட்டு, தொகுப்பு: வீ. அரசு) (பக். 231, 233)

பாரதி, சுரேந்திரநாத் ஆரியா போன்றவர்களுடன் இணைந்து சென்னையில் சுதந்திரப் போராட்டத்திற்கான நடவடிக்கைகளில் ஈடுபட்ட அதே நேரத்தில், பாரதியால் சுதந்திரப் போராட்டத்திற்குள் இழுக்கப்பட்ட வ.உ.சி.யும் சுப்பிரமணிய சிவா போன்றவர்களும் தென்பகுதியாகிய திருநெல்வேலியில் அதே நடவடிக்கைகளைத் தொடங்கிச் செயல்பட்டனர். தமிழ்நாட்டில் வடபகுதியில் நடைபெற்ற கிளர்ச்சிகளுக்கு மூலகாரண கர்த்தர்களாக ரகசிய போலீஸின் குறிப்புகளில் பாரதியும் ஆரியாவும் குறிப்பிடப்படுவதைப் போன்று தென்பகுதியில் நடைபெற்ற கிளர்ச்சிகளுக்கான மூலவர்களாக வ.உ.சி.யும் சிவாவும் குறிப்பிடப்படுகின்றனர். இந்த நால்வரின் நடவடிக்கைகளைக் கட்டுப்படுத்திவிட்டாலே தென்னிந்தியாவில் சுதந்திரப் போராட்டக் கிளர்ச்சிகள் ஒடுங்கிவிடும் என்று அன்றைய ரகசிய போலீஸ் அதிகாரி யான (இவர் முக்கியமான தமிழறிஞரும் பதிப்பாளருமாவார்.) பவானந்தம் பிள்ளையின் போலீஸ் குறிப்புகளில் குறிப்பிடப் பட்டுள்ளது. இதனை அடியொற்றி சுரேந்திரநாத் ஆரியா மீது அவர் சென்னையில் பல இடங்களில் அன்றைய அரசுக்கு எதிராகப் பேசியதாகவும் நாட்டின் அமைதியைக் கெடுத்ததாகவும் வழக்குப் பதிவு செய்யப்படுகிறது. பின்னர் கைதும் செய்யப்படுகிறார். இதே போன்று வ.உ.சி. மீதும் சுப்பிரமணிய சிவா மீதும் கலகங்களைத் தூண்டியதாக வழக்குகள் பதிவு செய்யப்பட்டு 1908ஆம் வருடத்தில் சிறை

யில் அடைக்கப்படுகிறார்கள். பாரதியின் மீது எந்த வழக்கும் பதிவாகவில்லை. ஆனால் அவர் எந்நேரமும் கைது செய்யப் படக்கூடும் என்ற சூழ்நிலை நிலவியது. அதிலிருந்து விடுபடு வதற்காகப் பிரெஞ்சுப் பகுதியான புதுச்சேரி என்ற பாண்டிச் சேரிக்குப் பாரதி சென்றுவிடுகிறார்.

1905இலிருந்து 1908 முடிவிற்குள்ளான நான்கு ஆண்டுகள் மட்டும்தான் தமிழ்நாட்டில் ஆங்கிலேயருக்கு எதிரான கிளர்ச்சிகள் ஓங்கி இருந்தன. இக்கிளர்ச்சிகளின் மூலவர் களாகப் பாரதி, வ.உ.சி., ஆரியா போன்றவர்கள் மட்டுமே இருந்துள்ளனர். இதனை அந்தக் காலத்தில் யாரென்றே இந்தியர் பலருக்குத் தெரியாமல், தென்னாப்பிரிக்காவிலிருந்த காந்தி இந்தியா வந்து காங்கிரஸின் தலைமையை ஏற்றுச் செயல்பட ஆரம்பித்து, அவர் தலைமையில் ஈ.வெ.ரா போன்ற வர்கள் கள்ளுக்கடை மறியல் போராட்டம் நிகழ்த்திய 1919-20 வரையிலான காலகட்டத்தில், அதாவது வ.உ.சி., சிவா, ஆரியா போன்றவர்கள் கைதாகிச் சிறை சென்ற பிறகான 12 ஆண்டுகள் தமிழ்நாட்டில் எவ்வித அந்நிய எதிர்ப்புப் போராட்டங்களும் குறிப்பிடும்படி நிகழவில்லை என்பதை வைத்துப் புரிந்துகொள்ளலாம்.

1912ஆம் ஆண்டு டிசம்பர் மாதம் வ.உ.சி. விடுதலை செய்யப்படுகிறார். அப்பொழுது அவருக்கு வயது நாற்பது. பின்னர் 1936ஆம் ஆண்டில் அவர் இறப்பது வரையிலான 24 வருடங்கள் தமிழ்த் தொண்டு புரிகிறார். தொல்காப்பியம், பொருளதிகாரம் இளம்பூரணர் உரை முழுமையும் இவரால் அச்சில் கொண்டுவரப்படுகின்றது. இந்நூல் வெளியீட்டிற்கு இவருக்குக் கிடைத்த ஓலைச்சுவடி ஒன்றே ஒன்றுதான். வ.உ.சி. இதனை அச்சில் கொண்டுவராமல் இருந்திருந்தால் அந்நூல் அழிந்து போயிருப்பதற்கும் வாய்ப்புண்டு. அதேபோல் திருக்குறள் மணக்குடவர் உரையும் ஏட்டுச் சுவடியிலிருந்து இவரால் அச்சிற்குக் கொண்டுவரப்படுகிறது.

இதேபோன்று பாரதியார் புதுவையில் இருந்துகொண்டு 'இந்தியா', 'விஜயா', 'சூர்யோதயம்' என்ற பத்திரிகைகளில் தொடர்ந்து எழுதிவந்தார். 'கர்மயோகி' என்னும் மாதப் பத்திரிகையை அவரே நடத்தினார். 'சித்திராவளி' என்ற கார்ட்டூன் பத்திரிகை நடத்தவும் திட்டமிடுகிறார். 1912ஆம் வருடம் 'பகவத் கீதை'யை மொழிபெயர்க்கிறார். 'பாஞ்சாலி சபதம்', 'குயில் பாட்டு', 'கண்ணன் பாட்டு' என்ற முப்பெரும் பாடல்களைப் புனைகிறார். அதில் பாஞ்சாலி சபதத்தின் முதல் பாகத்தைத் தன் சொந்தப் பணத்தைக்கொண்டு அச்சிட்டு வெளியிடுகிறார். இதனால் எல்லோருக்கும் ஏற்படுவது போன்று

பாரதிக்கும் பண நெருக்கடி ஏற்படுகிறது. அந்தக் காலகட்டம் மட்டும்தான் பாரதிக்குப் பண நெருக்கடி இருந்த நேரம். ஆனால் 1915இல் ஜி. சுப்பிரமணிய அய்யரிடமிருந்து 'சுதேச மித்திர'னை வாங்கிய ஏ. ரங்கசாமி அய்யங்கார் பாரதியை 'சுதேசமித்திர'னில் எழுதச் சொல்கிறார். அவர் எழுதினாலும் எழுதாவிட்டாலும் மாதம் 30 ரூபாய் (இன்றைய கணக்கில் சுமார் ரூ. 8,000 முதல் ரூ. 10,000 வரை கணக்கில் கொள்ளலாம்). அவருடைய மனைவி பெயருக்கு அனுப்பப்படுகிறது. இந்தக் காலத்தில் "தராசு", "இடிப்பள்ளிக்கூடம்" போன்ற பாரதியின் எழுத்துகள் வெளிவருகின்றன. 1918 ஜூலை மாதம் டி.ஜி. கிருஷ்ணசாமி பிள்ளை என்பவர் பாரதியின் சிறுநூல்களை விற்பனை செய்துகொள்வதற்காக அவருக்கு 150 ரூபாய் மணியார்டர் அனுப்புகிறார். (அந்தக் காலத்தில் 150 ரூபாய் என்பது இன்றைய காலத்தில் ரூபாய் 20,000க்கும் மேற்பட்டது என்பதை நினைவில்கொள்ளவும்). பாரதியை ஒரு சித்த பிரமை பிடித்தவர் போல் பலர் கருதினர் என்று, சிலர் குறிப்பிடும் காலமான 1918இல் அவர் தன்னுடைய தம்பி விசுவநாதனுக்குக் கடிதம் எழுதுவதைப் பாருங்கள்.

"ஸ்ரீமான் விசுவநாதனுக்குப் பராசக்தி துணை செய்க. உன்னுடைய அன்பு மிகுந்த கடிதம் கிடைத்தது. அதைப் படித்து அதினின்றும் உன்னுடைய புத்திப் பயிற்சியின் உயர்வைக் கண்டு சந்தோஷமடைந்தேன். தந்தைக்கப்பால் நீ என்னை முக்கிய சகாயமாகக் கருதுவது முறையே. இதுவரை உன்னை நேரே பரிபாலனம் செய்வதற்குரிய இடம் பொரு ளேவல் எனக்குத் தெய்வச் சங்கற்பத்தால் கிடையாமல் போய்விட்டது. அதையெண்ணி இப்போது வருந்துவதில் பயனில்லை. எனினும் இயன்றவரை விரைவாகவே எனக்கு நற்காலமும் அதனால் உன் போன்றோருக்குக் கடமைகள் செய்யும் திறமும் நிச்சயமாக வரும். உன் கடிதத்தில் கண்டபடி நீ இங்கே என்னைப் பார்க்க வரும்காலத்தை மிக ஆவலுடன் எதிர்பார்க்கிறேன். சீக்கிரம் வா. தங்கை ஸ்ரீ லக்ஷ்மி சில வருஷங்களுக்கு முன் எட்டயபுரத்துக்கு வந்திருந்த காலத்தில் என்னைக் கொஞ்சம் பணம் அனுப்பச் சொல்லியிருந்தாள். அப்போது என் கையில் பணம் இல்லாதபடியால் அனுப்ப வில்லை. அது முதல் என் மீது கோபம்கொண்டு எனக்கு ஒரு வார்த்தைகூட எழுதாமலிருக்கிறாள். என்னை மன்னிக்கும் படிக்கும் எனக்கு அடிக்கடி காயிதங்களெழுதும் படிக்கும் நீ அவளை அழுத்தமான பிரார்த்தனை செய்யும்படி வேண்டு கிறேன். 'தம்பியுள்ளோன் படைக்கஞ்சான்' என்ற வாக்கியத் தின் உண்மையை உன் விஷயத்தில் நம்பியிருக்கலாமென்றே நம்புகிறேன்.

எனக்கு இனிமேல் இங்கிலீஷில் காயிதம் எழுதாதே. நீ எழுதும் தமிழ் எத்தனை கொச்சையாக இருந்த போதிலும் அதைப் படிக்க நான் ஆவலுறுவேன். கொச்சைத் தமிழ்கூட எழுத முடியாவிட்டால் சமஸ்கிருதத்தில் காயிதம் எழுது. திருப்பயணம் வி. ராமஸ்வாமி அய்யங்கார் என்னிடம் 'விநாயகர் ஸ்தோத்திரம்' (தமிழ் நூல்) அச்சிட வாங்கிக்கொண்டு போனார். இன்னும் அச்சிட்டனுப்பவில்லை. மேலும் அவர் 'பாஞ்சாலி சபதம்' அச்சிடும் சம்பந்தமாகப் பணம் சேகரித்துப் பட்டணத்துக்கனுப்புவதாகச் சொன்னார். அங்ஙனம் அனுப்ப முடியுமானால் உடனே புதுச்சேரியில் எனது விலாசத்துக் கனுப்பும்படி ஏற்பாடு செய்.

அது மாத்திரமேயன்றி, 'விநாயகர் ஸ்தோத்திரம்' வேலையை விரைவில் முடித்துப் புஸ்தகங்களனுப்பும்படி சொல்லு. உடம்பையெண்ணிப் பயப்படாதே. அடிக்கடி பால் குடி. ஜலத்தை எப்போதும் காய்ச்சிக் குடி. வேறு எந்த விஷயத்துக்கும் கவலைப்படாதே. பொறுமையாலும் பயமின்மை யாலும் இவ்வுலகத்தில் மனிதன் தேவத்தன்மை அடைகிறான்.

அந்நிலைமை உனக்கு மஹாசக்தி அருள் செய்க."

உனதன்புள்ள ஸஹோதரன்,
சி. சுப்பிரமணிய பாரதி.

(ரா.அ. பத்மநாபன்
பாரதியின் கடிதங்கள் – பக். 63, 64)

இது போன்று தன்னுடைய படைப்புகளிலும் கவிதை களிலும் தெளிவும் செறிவும் விளக்கமுமாக எழுதும் பாரதி எப்படிப் பைத்தியம்போல் சித்திரிக்கப்பட்டார்? 'அம்மணக் குண்டி ஊர்லே கோமணம் கட்டியவன் பைத்தியக்காரன்' என்பது போன்று கோழைகளாகவும் தன்னலம்மிக்கவர்களா கவும் பெருகி இருந்த மக்களின் கண்களுக்குப் பாரதி பைத்திய மாகக் காட்சியளித்தது பொருத்தம்தான்.

1913இல் இருந்து 1936 வரை வ.உ.சி.யின் நண்பர்கள் பலர் தொடர்ந்து 1000 ரூபாயிலிருந்து 10000 வரை கொடுத்து உதவி புரிந்து வந்துள்ளனர். அவர்களில் முக்கியமானவர்கள் கோயமுத்தூர் இலக்குமணப்பிள்ளை, தென்னாப்பிரிக்கா வேதியப்பிள்ளை, தென்னாப்பிரிக்கா விருத்தாசலம் பிள்ளை, சேலம் ராஜகோபாலாசாரியார் (ராஜாஜி), சேலம் பி. வரதராஜுலு நாயுடு, புதுக்கோட்டை அ.செ.சு. கந்தசுவாமி ரெட்டியார், அவருடைய மைத்துனர் அ.செ.சு முத்தையா ரெட்டியார், வாவிள்ள வெங்கடேஸ்வர சாஸ்துருலு. இவர்களுள் முத்தையா

ரெட்டியாரும் கந்தசுவாமி ரெட்டியாரும் வ.உ.சி. சிறையில் இருந்த காலம் முழுமையும் அவருடைய குடும்பத்திற்கு மாதம் 50 ரூபாய் வீதம் (இன்றைக்கு சுமார் ரூ. 10,000) கொடுத்து வந்துள்ளனர். அதுமட்டுமல்லாது அவருடைய இறுதிக் காலம் வரை அவர்கள் தொடர்ந்து உதவி செய்து வந்துள்ளனர். மகாத்மா காந்திக்கு ஜமன்லால் பஜாஜி கிடைத்தது போலத் தனக்கு ரெட்டியார்கள் கிடைத்திருக்கிறார்கள் என்று 1935இல் வ.உ.சி. குறிப்பிடுகிறார். இந்தச் செய்திகள் அனைத்தும் ‘வ.உ.சி. நூல் திரட்டு’ நூலின், 784, 787, 811, 819, 823, 825, 826, 838 போன்ற பக்கங்களில் பதிவாகி உள்ளன.

காந்தி இல்லாத சுதந்திரப் போராட்டத்தில் கொந்தளிப்பான (1907 – 1905) ஆண்டுகளில் அந்நிய அரசால் சிறை செய்யப்பட்டும் இருந்த ஊர்களை விட்டு இடம்பெயர்ந்தும் சென்றவர்கள் சிலர். அவர்களில் பாரதி, வ.உ.சி. என்ற இருவரின் வாழ்க்கையைப் பற்றிய தகவல்கள் புனைவுகளையும் இருண்மையையும் மீறி வெளிப்பட ஆரம்பித்துள்ளன. ஆனால் சுரேந்திரநாத் ஆரியா, சுப்பிரமணிய சிவா போன்றவர்களைப் பற்றித் தெளிவான செய்திகள் இல்லை. வ.உ.சி.யின் இலக்கியப் பணிகள் அன்றி அவர் காங்கிரஸை விட்டு மெல்ல மெல்ல விலகிப் பிராமணர் எதிர்ப்புக் கொள்கையைக் கைக்கொண்டு ஈ.வெ.ரா. போன்றவர்களுடன் இணைந்து செயல்பட்ட பகுதிகள் இன்னும் விளக்கப்பட வேண்டியுள்ளன. இவைகளைப் பற்றியெல்லாம் பிறிதொரு சந்தர்ப்பத்தில் பேசுவோம்.

‘உங்கள் நூலகம்’, செப். – அக். 2005

பாரதி யார்?

பாரதி – ஒரு கவிஞன், நவீன தமிழின் முதல் கவி.

பாரதி – ஒரு நவீன பத்திரிகையாளர்.

பாரதி – ஒரு சுதந்திரப் போராட்ட தியாகி.

பாரதி – இருபதாம் நூற்றாண்டின் முற்போக்குத் தமிழ்ச் சிந்தனைவாதிகளில் முதன்மையானவர்.

பாரதி – ஓர் இந்து மதவாதி.

இப்படி எந்தக் கோணத்தில் பார்த்தாலும் காட்சி தரக்கூடிய ஒரு மனிதன் பாரதி.

தமிழின் நெடிய வரலாற்றில் இத்தகைய தன்மை கள் நிறைந்த ஒரு கவிஞனைக் காண்பது ஒரு அதிசய மான நிகழ்வு. ஆனால் இன்று இந்த நிகழ்வின் வடி வான பாரதி ஒரு இந்துத்துவவாதி என்று முத்திரைக் குத்தப்பட்டு, இழிவுப்படுத்தப்படும் நிகழ்ச்சிகள் அரங் கேற ஆரம்பித்துள்ளன. இத்தகைய அரங்கேற்று நிகழ்வு களுக்கு நியாயம் இருக்கிறதா என்பதுதான் நம்முடைய கேள்வி. நியாயம் இருப்பின் அதனை ஏற்றுக்கொள் வதே நாணயமானது. ஆனால் அந்த நியாயத்தை ஏற்க மறுக்கும் சில கேள்விகளும் உடன் எழுவதனால், அத்தகைய கேள்விகளுக்கான ஏற்கத்தக்க விடைகள் கண்ட பின்னர்தான் அந்த நியாயங்களை நம்மால் ஏற்கமுடியும்.

முதலாவதாகத் தமிழ்க்கவிதை மரபில் – தமிழ்க் கவிஞர் மரபில் பாரதி பெற்றுள்ள இடம்பற்றியதாக உள்ளது. தமிழ்மொழியின் 2500 ஆண்டுக் காலங்களி

லான நெடிய வாழ்வில் பல படிநிலைகளைக் காணக்கூடிய கவிஞர் மரபு உள்ளது. தமிழின் ஆரம்ப நிலையான வரலாற்றைக் காட்டும் சங்க இலக்கியத் தொகுப்பில் உள்ள பாடல்களில் பெரும்பகுதி, பார்ப்பனப் புலவர்களால் பாடப் பட்டிருப்பதாகத் தெரிந்தாலும் அந்த மொத்தத் தொகுப் பின் பண்பு என்பது உலகளாவியதாக உள்ளதை நாம் பெரும் ஆய்வுப்பார்வை இன்றியே கண்டுகொள்ள முடியும்.

அப்பாடல்களில் தமிழகத்தில் இன்றைய நிலையில் வாழ்ந்த பழங்குடிகளிலிருந்து – நிலவுடைமையாளர்கள், மன்னர்கள், பின்னர் பெருமன்னர்களான வேந்தர்கள் – இவர்களின் ஊடே பெரும் வணிகர்கள் – அயல்நாட்டு வணிகர்களாகப் பல மொழிகளைப் பேசிய அயலவர்கள், யவனர்கள், வடதிசையில் உள்ளவர்களாகத் தமிழ் அல்லாத பிறமொழி பேசியவர்கள், ஆரியர்கள், தென்னிந்தியா முழுமையுமான ஊர்கள், உள்நாட்டு பெரும் வணிக நகரங்கள் – கங்கையாறு, இமயமலை, மௌரியர்கள், பாடலிபுத்திரம் என்று அன்றைய உலகின் உயிர்ப்பான எல்லாப் பகுதி களும் பாடப்பட்டு இருப்பதைக் காணகின்றோம். இத்துடன் கூடவே வேதங்கள், வேள்விகள், வேதாந்தங்கள், பௌத்தர் கள், சமணர்கள் என்று எல்லாக் காட்சிகளும் தென்பட் டாலும் பிந்திய காலங்கள் போன்று “பார்ப்பனியம்” மேலோங்கியதைப் பார்க்க முடியவில்லை.

இந்தியத் தன்மையை அரவணைத்த தமிழ்க்கவிதை அடுத்துவரும் காலங்களில் உலகத்தன்மை நோக்கி நகரும் என்று எதிர்பார்ப்பதற்கு மாறாகப் பக்தி இயக்க வெளிப் பாட்டு வடிவத்தில் பிராந்தியத் தன்மையில் தன்னைச் சுருக்கிக்கொள்வதைத்தான் காண முடிகிறது. பழங்குடிகள் இருந்த இடத்தில் வர்ண சாதிகள் வருகின்றன.

பட்டினங்களுக்கு இருந்த முக்கியத்துவத்தைக் கோவில் நகரங்கள் பிடித்துக்கொள்கின்றன. கவிஞர்கள் அருளாளர் களாகக் காட்சித் தருகின்றனர். இத்தகையவர்களுக்கு மனிதர் களிடம் உள்ள தொடர்பைவிட கடவுளர்களிடம் உள்ள தொடர்பு முதன்மைப்படுத்தப்படுகின்றது.

இதற்கு அடுத்துவரும் காலகட்டங்களில் பிரச்சார இலக்கியமான பிரபந்தப் புலவர்களால் – இன்னும் குறுகிய வட்டத்தில் ‘ஸ்தல புராணம்’ இசைப்பவர்களாக ஊர் அளவில் பார்ப்பனியத்துடன் கலந்து சுருங்கிவிடுகிறது.

பின்னர் வருகின்ற காலங்களில் தாயுமானவர், வள்ளலார், ஊடாகத் தமிழ் – மக்கள் அனைவரையும்

உள்ளடக்கும் சிந்தை பெற்ற தமிழ்க் கவிஞர் மரபு என்பது பாரதியின் கவிதைகளின் வழியாகத்தான் மீண்டும் உலக ளாவிய பார்வையைப் பெறுகின்றது.

அறுபது விழுக்காட்டிற்கு மேல் பார்ப்பனப் புலவர் களின் பாடல்கள் பெற்ற சங்க இலக்கியத் தொகுப்பில், பார்ப்பனியம் பிந்தைய காலங்களில் போன்று வாழ்க்கை நெறியாக இடம் பெறவில்லை என்பதைக் காணும் நாம், பிந்தைய காலங்களில் பார்ப்பனர் அல்லாதவர்கள் நிறைந்த புலவர் குழாத்தில் பார்ப்பனியச் சிந்தனைகள் கோலோச் சும் விந்தையைக் காண்கிறோம். 20ஆம் நூற்றாண்டின் தொடக்க காலத்தில்தான் பாரதியின் சொற்களின் ஊடாகப் பார்ப்பனியத்தின் கொடூரக் குணங்கள் விமர்சிக்கப் படுவதைப் பார்க்கிறோம்.

இப்பொழுது நியாயமாகவே ஒரு சந்தேகம் எழலாம், சித்தர்கள் மரபு பார்ப்பனியத்தை எதிர்க்கவில்லையா என்று. எதிர்த்தார்கள் – உண்மைதான். ஆனால் மக்களின் ஊடாக நின்று தினசரி வாழ்வின் அவலமாக அவர்கள் எதிர்ப்பு அமையவில்லை. மக்களிடமிருந்து மிகவும் விலகிய நிலை யிலான அந்த எதிர்ப்பு – மக்களிடையே அவன் வேதாந்தம் பேசுகிறான் என்று ஓரங்கட்டப்பட்டதே தவிர, தங்கள் வாழ்வின் ஊடான ஓர் அழுகல் பகுதி, அகற்றப்பட வேண்டிய நோய்க்கூறு என்று அவர்களை அது சிந்திக்க வைக்கவில்லை என்பதை நாம் கவனத்தில் கொள்ள வேண்டும். இது மட்டும் அல்லாது சங்கப் புலவர்களின் சிந்தனை, தமிழில் உலகையே தன்வயப்படுத்தும் பாங்கு பெற்றதென்றால், இரண்டாயிரம் ஆண்டுகளுக்குப் பின்னர் பாரதி ஒருவன் வழியாகத்தான் தமிழுக்கு அந்த உலக ளாவிய பண்பு வாய்க்கிறது என்பதையும் நாம் கவனிக்க மறந்துவிடக்கூடாது.

“பிராமணத் துவேஷங் காட்டி தேச நலத்தை நாடுவது தேசத்திற்குத் தீங்கு செய்வதையொக்கும். நாம் பிராமணர் மீது எவ்வெக் குற்றங்குறைகளைச் சுமத்துகிறோமோ, அவ்வக் குற்றங்களைப் பஞ்சமர் முதலியோர் நம் மீது சுமத்துகின் றனர். பிராமணனோடு அமர்ந்து உணவுகொள்ள விரும்பும் வேளாளன் பஞ்சமனோடு அமர்ந்து உணவுகொள்ள விரும்பு கிறானில்லை. பிராமணனோடு கலக்க விரும்புபவன் ஏன் பஞ்சமனோடு கலக்க விரும்பலாகாது? நம்மவருள் பலர் தாழ்த்தப்பட்டோருடன் சகோதரத்துவம் இல்லை என்று கூறுவது அறியாமையே ஆகும்.” (பெரியார் சுயமரியாதை சமதர்மம் SVR – வ. கீதா பக்கம் – 1)

இது 13.10.1919இல் பெரியார் ஈ.வெ.ரா. ஈரோட்டில் பேசியது. அந்தக் காலத்தில் பெரியார் அன்னிபெசண்ட்டின் "ஹோம்ரூல்" இயக்கத்தில் அக்கறையும் அனுதாபமும் கொண்டிருந்ததாகவும் SVR – வ.கீதா குறிப்பிடுகின்றனர்.

"இவர்களை சுயராஜ்யக் கட்சி என்று கூப்பிடுவதே விபச்சாரிகளை தேவதாசிகள் என்று கூப்பிடுவது போலும், கொடுமைக்காரரைப் பிராமணர் என்று சொல்லுவது போலும்." (20.09.1925இ SVR வ.கீதா பக்கம் –10)

பெரியார் ஈ.வெ.ரா.வின் இந்த வார்த்தைகள் எந்தக் காலத்தில் சொல்லப்பட்டவை என்பதைக் கவனத்தில் எடுக்காமல் ஈ.வெ.ரா. பிராமணர்களுக்கு ஆதரவாகப் பேசியவர், பெண் விடுதலை என்று மேலுக்குப் பேசிப் பெண்களை விபச்சாரிகள், தேவதாசிகள் என்று எள்ளி நகையாடியவர் என்று சொல்வது எத்தனை அபத்தமோ, அத்தனை அபத்தம்தான் பாரதியைப் பற்றி மதிமாறன் எழுதுவதும். தான் ஆதரித்து வந்த கம்யூனிஸ்டு இயக்கத்தை ஆங்கிலேய அரசு தடை செய்தவுடன் அதனை நான் இனி பிரச்சாரம் செய்யமாட்டேன் என்று ஈ.வெ.ரா. சொன்னதை அந்தக் காலச்சூழல், தான் எடுத்துக்கொண்ட கொள்கைப் பிரச்சாரம் தொடர்ந்து செல்வதில் தடை ஏற்படக்கூடாது என்ற பெரியாரின் எண்ணம் போன்றவைகளைக் கணக்கில் கொள்ளாமல் மதிமாறன் எழுதுவது போல, "அப்படியென்ன பொல்லாத பெரியாரின் காலம்", "விளக்குமாற்றுக்குப் பட்டுக் குஞ்சம்" (ப.79), "கேவலத்தி லிருந்து கழிசடைக்கு மாறுவது" என்று வாய் மணக்கத் தூற்றி, கைகொட்டி "வெவ்வே" சொல்ல முடியாது. காலச் சூழலைக் கணக்கில் எடுத்துக்கொள்ளாத ஒப்பீட்டுக்கு மரியாதை இருக்க முடியாது.

பாரதி வாழ்ந்து – மறைந்த காலம் வரையில் முறையான தமிழ் இலக்கிய வரலாற்று நூல்கள் ஒன்றும் எழுதப் படவில்லை. பாரதி மறைந்து ஓராண்டு கழித்து தஞ்சை கே.எஸ். சீனிவாசப் பிள்ளையால் எழுதப்பட்ட "தமிழ் இலக்கிய வரலாறு" – (இரண்டு பாகங்கள்) தான் ஓரளவு தமிழ் இலக்கியக் கருத்தோட்டங்களைச் சரியாகப் புரிந்துகொண்டு எழுதப்பட்ட கன்னி முயற்சி என்கிறார், காலவரிசைப் படுத்தப்பட்ட தமிழ் இலக்கிய வரலாறு எழுதிய மு. அருணாசலம் அவர்கள். சங்க இலக்கியங்களில் ஐங்குறுநூறு (1903), பதிற்றுப்பத்து (1904), நற்றிணை (1914) குறுந்தொகை (1915) பரிபாடல் (1918), அகநானூறு (1920) ஆகிய காலங்களில்தான் அச்சில் வருகின்றன. இந்த நூல்கள்கூட பின்னர் 15, 20

ஆண்டுகள் கழித்துதான் தெளிவான உரை விளக்கங்களுடன் அச்சிடப்படுகின்றன. இதே போன்று இந்திய வரலாற்றைப் பற்றிய நூல்களும் கௌடில்யரின் அர்த்த சாஸ்திரம், அசோகர் கல்வெட்டுகள் பற்றிய விளக்கங்கள், மொகஞ்சதாரோ, ஹரப்பா ஆய்வுகள், சோழர்கள், பாண்டியர்கள், பல்லவர்கள், இவர்களால் வெளியிடப்பட்ட செப்பேடுகள், மிகப் பழங்காலத்துத் தமிழ்நாட்டு எழுத்துப் பொறிப்புகளாகப் "பிராமி" எழுத்துகள் கண்டுபிடிப்பு மற்றும் அதனைப் பற்றிய விளக்கங்கள், ஏன் வட இந்தியாவின் வரலாறு பற்றிய பல நூல்கள்கூட பாரதியின் மறைவிற்குப் பின்னர்தான் வெளிவருகின்றன என்பதை நாம் கவனத்தில்கொள்ளவேண்டிய கட்டாயத்தில் இருக்கின்றோம்.

ஏனென்றால் ஆரியர், திராவிடர், பாரதம், இந்தியா, வேதம், இராமாயணம், பாரத இதிகாசங்கள் போன்ற வற்றைப் பற்றி இப்பொழுது நாம் கொண்டுள்ள கருத்தோட்டங்களில் பல, பாரதி மறைவுக்குப் பின்னர்தான் அரசியல் தேவை கருதிய கருத்தியல்களாக உருவாகின்றன என்பதும் கருதத்தக்கது. இன்றும்கூட அக்கருத்தியல்கள் விமர்சனத்திற்கு உள்ளாக்கப்படுகின்றன. உதாரணமாக ஆரியர்கள் என்ற கருத்தோட்டத்தைப் பற்றி அம்பேத்கர் எழுதிய கட்டுரையில் அவர் இறுதியாகத் தொகுத்துத் தரும் முடிவுகளைப் பாருங்கள்.

"மேலைய கோட்பாட்டின் பரிசீலனையிலிருந்து கிட்டும் முடிவுகளைப் பின்கண்டவாறு இரத்தினச் சுருக்கமாகக் கூறலாம்:

(i) ஆரிய இனம் என்ற எத்தகைய ஓர் இனத்தையும் வேதங்கள் அறியமாட்டா.

(ii) ஆரிய இனம் இந்தியாவின் மீது படையெடுத்தது என்பதற்கும் இந்தியாவின் சுதேசி மக்கள் எனக் கருதப்படும் தாசர்களையும் தசியுக்களையும் அவர்கள் வென்று கீழ்ப்படுத்தினர் என்பதற்கும் வேதங்களில் எந்தச் சான்றும் இல்லை.

(iii) ஆரியர்கள், தாசர்கள், தசியுக்களுக்கு இடையேயான வேறுபாடு இன வேறுபாடு என்பதைக் காட்டக்கூடிய சான்று ஏதும் இல்லை.

(iv) ஆரியர்கள் மேனி வண்ணத்தில் தாசர்களிடமிருந்தும் தசியுக்களிடமிருந்தும் வேறுபட்டவர்கள் என்ற வாதத்தை

வேதங்கள் ஏற்கவில்லை. (தமிழில் அம்பேத்கர் நூல் தொகுப்பு – 13, பக்கம் – 130)."

இது மட்டுமன்று. தமிழின் புகழ்பெற்ற உரையாசிரியர் நச்சினார்க்கினியர், நாலாயிர திவ்வியப் பிரபந்தம் போன்ற வற்றில் வேதங்கள் ருக், யஜூர், சாமம், அதர்வணம் என்று நாம் அறிந்தவற்றுக்கு மாறாக தைத்திரியம், தவளகாரம், சாமவேதம், பௌடீகம் என்று குறிப்பிட்டுள்ளதையும் வேதச் சொற்களுக்கு எல்லோரும் ஏற்கும்படியான பொதுவான பொருள்கொள்ளும் வாய்ப்பே இரண்டாயிரம் ஆண்டுக ளாக இல்லை என்பதை நிரூபித்து 'யாஸ்கநிருத்தம்' (இந்த நூலின் தமிழ் மொழிபெயர்ப்பைத் தஞ்சை சரஸ்வதி மகால் நூலகம் வெளியிட்டுள்ளது. அதில் அதன் மொழிபெயர்ப் பாசிரியர் – பதிப்பாசிரியர் கும்பகோணம் – அக்னிகோத்ரம் இராமானுச தாத்தாச்சாரியர் எழுதியுள்ள சுமார் 40 பக்க முன்னுரை, அருமையான ஆய்வுரையாக) எழுதப்பட்டுள்ளது.

இதனை அதன் பதிப்பாசிரியரும் தன் முன்னுரையில் தெளிவாக விளக்குகின்றார். இதுபோன்று இன்னும் ஊகங் களாக உள்ள கருத்தோட்டங்களைச் சுட்டக்கூடிய வார்த்தை களைக் காட்டி, இதனைப் பாரதி கையாண்டதால் அவர் மோசமான "இந்துத்துவவாதி" என்று குற்றம் சாட்டுவது, பெரியார் ஈ.வெ.ரா.வுக்குப் பின்னர் அவர் பெயரைச் சொல்லி அரசியல் நடத்தி வரும் தி.மு.க., அ.தி.மு.க., ம.தி.மு.க., திராவிடர் கழகம் போன்றவை தமிழ்நாட்டை இந்த முப்பது ஆண்டுகளில் சுரண்டிக் கொழுப்பதில் செலுத்தும் கவனத்தில் ஒருதுளி அளவேனும் பெரியார் ஈ.வெ.ரா.வின் பேச்சுகளைத் தொகுத்து நூல்களாக வெளி யிடுவதில் அக்கறை செலுத்தாததைக் கண்டு, இதற்கெல் லாம் காரணம் அந்தத் "தாடிக்கார ஈ.வெ.ரா.தான்" என்றும் "படிச்சவன், சூதும் பாவமும் பண்ணினால் போவான் போவான் ஐயோ என்று போவான்" என்று (ப.59) மதிமாறன் பாரதியைப் பார்த்துப் புரியாமலோ, அல்லது புரிந்து கொண்டு தன்னை விளம்பரப்படுத்திக் கொள்வதற்காகவோ எழுதுவது போன்று ஆகிவிடும் என்ற கவலை மனதில் ஏற்பட்டு விடுகின்றது.

❍

மதிமாறன் வழங்கும் பொய்கள்:

1. "பகவனுக்கும் ஆதிக்கும் நடந்த கலப்புத் திருமணத் திற்குச் சாட்சிக் கையெழுத்துப் போட்ட மாதிரி ஆணித்

தரமாய்ப் பொய் சொல்லுகிறார் பாரதி. இந்த பிரம் மாண்ட பொய்யில் இரண்டு பொய்களை மிக கவனமாகச் சொல்கிறார்" (ப – 101, பாரதிய ஜனதா பார்ட்டி).

விளக்கம்: திருவள்ளுவரைப் பற்றிய இந்தச் செய்தி கபிலர் அகவல் என்ற நூலில் தொடங்கி, 1859இல் முதன் முதலில் வெளிவந்த தமிழ்ப் புலவர் வரலாறு கூறும் "தமிழ் புளூராக்" நூலில் இதன் ஆசிரியர் சைமன் காசிச் செட்டியால் திருவள்ளுவர் வரலாற்றில் குறிப்பிடப்படுகின்றது. பின்னர் 1886இல் இலங்கை சதாசிவம் பிள்ளை எழுதிய 'பாவலர் சரித்திர தீபகம்' அல்லது The Galaxy of Tamil Poets என்ற நூலிலும் டாக்டர் தெ.பொ.மீ.யின் ஆசிரியரான கோ. வடிவேலு செட்டியார் 1904இல் வெளியிட்ட திருக்குறள் பரிமேலழகர் உரை அதன் விளக்கப் பகுதி, அந்த நூல் பின்னர் 1918இல் மறுபதிப்பு வந்தபோதும் 1972இல் மதுரைப் பல்கலைக் கழகம் மூன்றாம் பதிப்பு வெளியிட்டபோதும் இதே வரலாறு குறிக்கப்படுகின்றது. கிட்டத்தட்ட திருக்குறள் பதிப்புகள் அனைத்திலும் இச்செய்தி இடம் பெற்றுள்ளது. இதனைப் பாரதிதான் உருவாக்கினார் என்று கூறுவது, இந்த வரலாறு மதிமாறனுக்குத் தெரியாததனால் ஏற்பட்ட அறியாமையா? இல்லை, தெரிந்தும் படிப்பவனுக்கு எதுவும் தெரியாது என்ற மமதையா?

2. "முரண்பாடுகளின் தொடர்ச்சியில் காந்தியை – காந்தியத்தைக் கேலி செய்து,

> உப்பென்றும் சீனி என்றும் உள்நாட்டுச் சேலை என்றும்
> செப்பித்திரி வாரடீ! கிளியே செய்வதறியாரடீ!

என்று கைக்கொட்டிச்சிரித்துக் கேலி செய்யும் பாரதி மற்றொரு பாடலில்,

> வாழ்க நீ; எம்மான், இந்த வையத்து நாட்டிலெல்லாம்
> தாழ்வுற்று வறுமை யிஞ்சி விடுதலை தவறிக் கெட்டுப்
> பாழ்பட்டு நின்றதாமோர் பாரத தேசந் தன்னை
> வாழ்விக்க வந்த காந்தி மஹாத்மா நீ வாழ்க வாழ்க

என்று வானுயர "கட்அவுட்" வைத்து கைத்தட்டுகிறார். (பாரதிய ஜனதா பார்ட்டி, ப – 25)

விளக்கம்: இதில் "உப்பென்றும்" பாட்டு 01.06.1907இல் தொடங்கி 15.06.1907இல் "இந்தியா" பத்திரிகையில் வந்தது. இந்தக் காலத்தில் காந்தி இந்தியாவில் – இந்திய அரசியலில் அறியப்படாதவர் என்பதை வாசகர்கள் கவனிக்க வேண் டும். தென்னாப்பிரிக்காவில் அரசியல் பணியாற்றிக்கொண் டிருந்தார். அன்றைய காங்கிரஸ் கட்சியின் மிதவாதிகளி

லும் அரசியல் வியாபாரம் செய்தவர்களைக் கேலி செய்து பாரதி பாடியது. பின்னர் வரும் "வாழ்க நீ; எம்மான்" பாட்டு 1919க்குப் பின்னர் காந்தியார் இந்திய அரசியலில் பிரபலமாகி, மகாத்மா ஆன பின்னர் பாடப்பட்டது. மதிமாறனின் 'முழங்காலுக்கும் மொட்டைத் தலைக்கும் முடிச்சுப் போடும்' வேலை இது.

3. "அல்லாவைப் பற்றிப் பாட்டெழுதி, முஸ்லீம் கடையில் டீ குடித்த பாரதி வங்காளத்தில் நடந்த கலவரங்களுக்கு யார் காரணம்? அதன் பின்னணி என்ன? என்றுகூடத் தெரிந்துகொள்ள விரும்பாமல் – "பம்பாய்" பட இயக்குநர் மணிரத்தினம் பாணியில் வங்காள முஸ்லீம்களுக்கு குண்டு வைக்கிறார்" (ப.98) என்று எழுதிச் செல்லும் மதிமாறன், பாரதி எழுத்தில் இருந்து இரண்டு மேற்கோள் பகுதிகளை எழுதி, அதற்கு 1907 மே 25ஆம் நாள் 'இந்தியா' பத்திரிகையைச் சான்று காட்டி, பின்னர், "இப்படியாக இந்திய முஸ்லீம்களுக்குத் தக்க பாடம் கற்பித்த பாரதி, ஆப்கானிய மன்னனான அமீருக்குப் பட்டுத்துணி விரித்து வரவேற்பு அளிக்கிறார். அதற்கான காரணத்தை அவரே சொல்கிறார்:

"அமீர் செய்து வருவதாக . . . நம்புகின்றோம்" (ப.100) என்ற மேற்கோளைக் காட்டி பாரதியைச் சாடுகின் றார். ஆனால் இரண்டாவது மேற்கோளின் தேதியைக் குறிப்பிடவில்லை. ஏனென்றால் அது 19.01.1907 தேதியில் நடந்தது. 25.05.1907 நிகழ்ச்சிக்குப் பின்னர் 19.01.1907 வருவதன் தர்க்கம் மதிமாறனுக்குத்தான் வெளிச்சம்.

இந்து – முஸ்லீம் பதற்றம் தணிந்ததைப் பற்றிப் பாரதி எழுதுகையில் "இந்து ஜனத் தலைவர்களும் முகமதிய ஜனத் தலைவர்களும் ஒன்றுகூடிவிட்டார்கள்." "சாதாரண ஜனங்களுக்குள் இக்கலகம் விளைந்திருந்தாலும் ஜனத் தலைவர்கள் வேறுபட்டதாகத் தெரியவில்லை. இரண்டு ஜாதியிலுமுள்ள ஜனத் தலைவர்களும் மற்றப் பெரிய மனிதர்களும் ஒன்றுகூடி இவ்விசயத்தை ஆதியோடந்தமாய் விசாரணை செய்ததுமன்றி, இனிமேல் இப்படிப்பட்ட கலகங்கள் நடவாதிருக்கும்படிக்குள்ள தக்க ஏற்பாடுகளும் செய்துவிட்டார்கள்" (16.03.1907) என்று இரு மதத்தினரும் ஒற்றுமையுடன் இருப்பதை நிம்மதியுடன் அறிவிக்கின்றார்.

4. அன்னிபெஸண்ட் அம்மையாரைப் பாரதி "மிகச் சிறந்த பெண்மணி" என்றதாக (ப.68) மதிமாறனே கூறிக் கொண்டு, ஒரு தகப்பனிடம் உன் பிள்ளைகளில் "சிறந்த பிள்ளை" எதுவென்று கேட்க, "அதோ கூரையில் நின்று

கொள்ளி வைக்கிறானே, அவன்தான்" என்று கூறுவதாக நக்கலடிக்கிறார். இதோ பாரதி எழுதுகிறார்: "மிஸஸ் பெஸண்ட் அம்மையைத் தெய்வாவதாரம் என்று நம்பும் ஜனங்கள் இந்தியாவில் எத்தனையோ பேர் இருக்கிறார் கள் என்றாலும் அநாவசியமான விஷயங்களில் அந்த அம்மை சொல்வதை எல்லாம் தலைமேல் வைத்துக் கொண்டாடு கிறார்களேயல்லாமல் முக்கியமான காரியங்களில் அவர் சொல்வதைக்கூட நம்மவர்கள் கேட்டு நடப்பதாகத் தோன்ற வில்லை" *(பாரதி படைப்புகள் I. ப.194)* என்று எவரையும் விமர்சனமின்றிக் கொண்டாடலாகாது என்ற பாரதி "அன்னிய பெஸாண்ட்" என்ற கட்டுரையில் அவரை நக்கலாக வர்ணித்து, "தென்னிந்தியாவில் ஓர் 'ஜாதீய' ஸர்வகலாசாலை (யுனிவர்ஸிட்டி) ஸ்தாபனம் செய்யப் போவதாகச் சொல்லி ... உங்களுடைய உதவியின் பேரில் உங்கள் குடியைக் கெடுக்கின்ற ஏற்பாடு" என்று பாரதி எதனை எதிர்க்கிறாரோ அதனை அவர் ஆதரித்ததாக அவதூறு பொழிகிறார் மதிமாறன். இது மட்டுமன்று "பொன்வால் நரி" என்ற புகழ்பெற்ற பாரதியின் உருவகக் கதைகூட அன்னி பெஸாண்டையும் ஜே. கிருஷ்ணமூர்த்தி வகையறாக்களையும் கடுமையாகக் கிண்டல் செய்து எழுதப் பட்டதுதான்.

டாக்டர் அம்பேத்கர் அவர்கள் தன்னுடைய கட்டுரை ஒன்றில், "இந்து சமூகத்தைத் தாக்கி மிஸ் மேயோ எழுதிய தற்கு மறுப்புத் தெரிவித்து எழுதுகையில் மிகச் சிறந்த சமூக சீர்திருத்தவாதியும் தீண்டப்படாதவர்களின் நல்ல நண்பரு மான லாலா லஜபதிராய் (மகிழ்ச்சியற்ற இந்தியா) அடிமைத் தனத்துடன் ஒப்பிடும்போது தீண்டாமை ஒன்றுமே இல்லை என்று அடித்துக் கூறுவதுடன் அமெரிக்காவிலுள்ள ஒரு நீக்ரோவையும் இந்தியாவிலுள்ள தீண்டப்படாதவர் ஒருவரை யும் ஒப்பிட்டு தமது முடிவே சரியானது என்று காட்டியுள் ளார். லாலா லஜபதிராய் போன்ற ஒருவரிடமிருந்து இந்த முடிவு வந்துள்ளதால் விசயத்தை மிகவும் ஆழ்ந்து கவனிக்க வேண்டியதாக உள்ளது." *(டாக்டர் அம்பேத்கர் நூல் தொகுதி, தமிழ் பக்.102–103)* என்று தொடங்கி தன் வாதத்தைக் கொண்டு செல்லும் பாணியில் லாலா லஜபதிராய் கருத்துகள் சிறுபிள்ளைத்தனமானது, அறியாமையிலிருந்து எழுதுவது என்பதை வாசகர்களுக்கு "உள்ளங்கை நெல்லிக்கனி" போன்று விளக்கி விடுகின்றார். இந்த லாலா லஜபதிராய் யார் தெரியுமா? திலகர் – லாலா லஜபதிராய் – விபின் சந்திர பாலர், இம்மூன்று பேரும்தான் அன்று பாரதியின் வழிகாட்டி களாக அன்றைய காங்கிரஸ் இயக்கத்தின் "தீவிரவாத"

பிரிவாக இயங்கியவர்கள். லாலா லஜபதிராய் பற்றிய டாக்டர் அம்பேத்கரின் விமர்சனமுறை பாரதியை நாம் மதிப்பிடுவதற்கு ஒரு வழிகாட்டியாகக் கொள்ள வேண்டிய தாகும்.

"பாரதிய ஜனதா பார்ட்டி"யின் உரிமையாளர் தன்னு டைய முன்னுரையில் தலித்துகளின் கோபமே இத்தொடர் எழுதுவதற்கான காரணம் என்கிறார். நியாயம்தான். ஆனால் இதனினும் பன்மடங்கு கோபத்துடன் இத்தகைய விசயங் களை அணுகுமுறைகளில் தன்னுடைய ஆய்வுப் புலத்தை விரிவுபடுத்தி விளக்கமளித்த அண்ணல் அம்பேத்கரை ஒரு முறை பார்ப்பது ஒன்றும் தவறானதாகாது. எடுத்துக்காட் டாக, பூணூல் பிரச்சினையைப் பற்றி – மராட்டிய சிவாஜியை முன்வைத்து அற்புதமாக எழுதிய ஆய்வுரையில் "உபநயனம் செய்து கொள்வதற்கும் வேள்விகள் நடத்துவதற்கும் வேதங் கள் கற்றுக்கொள்வதற்கும் சூத்திரனுக்கு உரிமை இல்லை என்றாலும்கூட பிராமணர்கள் அந்த உரிமையை அவனுக்குத் தாராளமாக வழங்கலாம். அப்படியிருக்கும்போது இந்த விசயங்கள் தனிப்பட்ட பிராமணர்களின் விருப்பத்திற்கு ஏன் விடப்படவில்லை? இந்தத் தடை செய்யப்பட்ட காரியங்களை ஒரு பிராமணன் செய்தால் அவனுக்கு ஏன் தண்டனை அளிக்கப்பட வேண்டும்?" (டாக்டர் அம்பேத்கர் நூல் தொகுதி – 13. ப.345) என்பதிலிருந்து பாரதி மறைந்து பல ஆண்டுகள் ஆன பின்னரும் "உபநயனம்" என்பது எவ்வளவு பெரும் பிரச்சினைக்குரிய விசயம் என்பதை அம்பேத்கர் ஊடாக நாம் பார்க்கும்போதுதான், பாரதி கனகலிங்கத்திற்குப் பூணூல் அணிவித்ததன் கலகத் தன்மையைப் புரிந்துகொள்கின்றோம்.

இதுபோல "ஈனப்பறையரேனும்" என்ற பாரதியின் பாடல் வரி மதிமாறன் கூறுவது போன்று "விளித்தல்" அல்ல. அது சுட்டுச் சொல். மற்றவர்கள் அப்படி அழைத்தா லும் தான் அதற்கு உடன்படவில்லை என்பதை "ஈனப்பறைய ரேனும்" என்ற உம்மையின் வழியாகப் பாரதி நமக்கு உணர்த்துகின்றார். தமிழ் இலக்கண மரபின்படி அந்தச் சொல் "நீ சொன்னாலும்" என்ற சொல்லில் வருகிற உம்மை போன்று மறுதலிக்க வரும் சொல் என்பதை நாம் கவனத் தில் கொள்ள வேண்டும்.

எந்த ஒரு கருத்தையும் இதுதான் இறுதியான உண்மை என்று பாரதி அறுதியிட்டு உரைத்துச் சட்டம் செய்தவன் அல்லன். வேதத்தை மேன்மை என்பான் – வேதம் எது என்றால் உண்மைதான் வேதம் என்பான்.

சாத்திரம் கோடி வைத்தான் – அவை
தம்மினும் உயர்ந்ததோர் ஞானம் வைத்தான்
மீத்திடும் பொழுதினிலே – நான்
வேடிக்கை யுறக்கண்டு நகைப்பதற்கே
கோத்த பொய் வேதங்களும் – மதக்
கொலைகளும் அரசர் தம் கூத்துகளும்
மூத்தவர் பொய்ந் நடையும்

– என்று புனிதங்களை உடைக்கும் அவன், கடவுள் என்றால்

பல்வகை மாண்பினிடையே – கொஞ்சம்
பயித்தியம் அடிக்கடி தோன்றுவதுண்டு
நல்வழி செல்லுபவரை – மனம்
நையும் வரை சோதனைசெய் நடத்தையுண்டு

என்று பல பெருமைகளுடன் மட்டுமல்ல; அவன் கொஞ்சம் பைத்தியம் பிடித்தவன், நல்லவர்களை மனம் துவளும் வரை சோதிப்பவன் என்று நக்கலடிப்பவன். அரசு, அரசின் தன்மை என்று பேச வருகையில்,

நாட்டு மாந்தர் எல்லாம் – தம்போல்
நரர்கள் என்று கருதார்;
ஆட்டு மந்தையாம் என்று – உலகை
அரசர் எண்ணி விட்டார்
காட்டும் உண்மை நூல்கள் – பலதாங்
காட்டினார்க ளேனும்
நாட்டு ராஜ நீதி – மனிதர்
நன்கு செய்யவில்லை
ஓரஞ் செய்திடாமே – தருமத்து
உறுதி கொன்றி டாமே
சோரஞ் செய்தி டாமே – பிறரைத்
துயரில் வீழ்த்தி டாமே
ஊரை யாள முறைமை – உலகில்
ஓர்பு றத்து மில்லை

என்று எத்தகைய அரசமைப்பும் வன்முறையானதுதான் என்று பேசும் கவிஞனை, பார்ப்பான் என்று ஓரங்கட்ட எத்தனிப்பது எவ்வகையில் ஏற்கத்தக்கது?

தமிழ் வரலாற்றில் இரண்டு வகையான பார்ப்பனர்களை நாம் பார்க்கிறோம். ஒரு வகையினர் சமூகத்தின் முதல் நிலையான "குருபீடத்தின்" ஊடான மதத் தலைவர்களாக – தொடர்ந்து மக்களை அரசர்களுடன் இணைந்து நசுக்கியவர்கள் என்றால், இன்னொருபுறம் சமூக அறிவினை வயப்படுத்தி நூல்களின் ஊடாக – பல்வேறுபட்ட சிந்தனைகளின் வழியே மக்களின் மனசாட்சியாக விளங்கிய அறிவர்களான பார்ப்பனர்களும் இந்திய வரலாற்றிலும் தமிழ் வரலாற்

றிலும் நாம் காண்கிறோம். இதில் பாரதி மக்களின் மனச் சாட்சியாக நின்ற கவிஞன் என்பதை மறவாது, அவனும் மனிதன் என்பதால் மனிதனுக்கான குறைகளும் உள்ளவனாக விமர்சனப் பார்வையின் வழி பார்ப்பதே நேர்மையாகும்.

(வே. மதிமாறன் எழுதிய 'பாரதிய ஜனதா பார்ட்டி'
என்ற நூலிலுள்ள தவறுகளைச் சுட்டிக்காட்டி
மறுத்து எழுதப்பட்ட கட்டுரை.)

'கவிதாசரண்', நவம்பர் – டிசம்பர் 2003

ஈ.வெ.ரா.வின் ஊடாக - தமிழ் மொழி

தமிழ்ச் சமூகம் சீர்திருத்தம் செய்யப்பட வேண்டும் என்பதன் அடிப்படையில்தான் பெரியாரின் கருத்துகள் அனைத்தும் வெளிப்படலாயிற்று. அதிலும் குறிப்பாக இச்சமூகத்தைச் சீர்கேடு அடையச் செய்த இந்து மதமும் பார்ப்பனியமும் பார்ப்பனர்களுமே அவருடைய தாக்குதல் இலக்குகளாக அமைந்தன. பார்ப்பனியச்சார்பு உள்ளவை என்று கருதத்தக்க எவையும் அவருடைய தாக்குதலுக்குத் தப்பியதில்லை. இதில் தமிழ் மொழிக்குக்கூட அவரால் விதிவிலக்கு அளிக்கப்படவில்லை. தமிழ்மொழி பார்ப்பனியக் கறைபட்டது, தமிழர்களின் தன்மானத்திற்கும் விடுதலைக்கும் எதிரான கருத்தோட்டங்களைக் கொண்டதுதான் இம்மொழி என்பது அவருடைய அசைக்க முடியாத கருத்து. இது எந்த அளவு நியாயமானது என்பதைக் காண வேண்டுமானால், இத்தகைய கருத்துகொண்ட மற்றவர்களின் நடவடிக்கைகளுடன் இதனை நாம் ஒப்பிட்டுப் பார்க்க வேண்டும்.

பார்ப்பனியத்தின் பிடியில் தமிழ் சிக்கி உள்ளது, அதனை வெளிப்படுத்தி மீட்க வேண்டும் என்ற கருத்தோட்டம் 19ஆம் நூற்றாண்டின் தொடக்கத்திலும் இருபதாம் நூற்றாண்டின் ஆரம்பத்திலும் வாழ்ந்த கல்வியாளர்களான மத்தியதர வர்க்கத்தினர் / சாதியினர் இடையே தோன்றிவிட்டது. அத்தகைய சிந்தனையாளர்கள் இதற்கான செயல்பாடுகளிலும் தங்களை ஈடுபடுத்திக் கொண்டனர். இச்செயல்பாடுகள் மூன்று

வகையில் வெளிப்படலாயின: (1) கலாச்சார, கருத்தியல் களத்தில் நின்று செயலாற்றியவர்கள், (2) அரசியல் அதிகாரத்தில் பங்கு பெறுதல் என்று செயல்பட்டவர்கள், (3) சமூக சீர்திருத்த இயக்கமாகச் செயல்பட்டவர்கள்.

முதல் வகைப்பட்ட நடவடிக்கைகளில் ஈடுபட்டவர்கள் சி.வை. தாமோதரம்பிள்ளை, பரிதிமாற் கலைஞர் என்ற சூரிய நாராயண சாஸ்திரியார், வி.கனகசபைப் பிள்ளை, வேதாசலம் பிள்ளை என்ற மறைமலையடிகள், தேவநேயப் பாவாணர் போன்றவர்களைக் குறிப்பிடலாம். இவர்களில் வி.கனகசபைப் பிள்ளை தன்னுடைய 'ஆயிரத்தெண்ணூறு ஆண்டுகளுக்கு முற்பட்ட தமிழகம்' என்ற ஆங்கிலக் கட்டுரைத் தொடரில் 'பார்ப்பனியத்தின் தாக்கம் இல்லாத தமிழ்' என்று சங்க இலக்கியங்களை முதன் முதலில் இனங்காட்டினார். அன்று ஒரு சில நூல்கள் தவிர சங்க நூல்கள் பல அச்சாகவில்லை என்பதையும் நாம் கவனத்தில்கொள்ள வேண்டும். தன் நோக்கத்தைக் குறிப்பிடுகையில், "கி.பி. 9ஆம் நூற்றாண்டுக்கு முற்பட்ட தமிழ் இலக்கியம் எதுவும் இல்லை என்பதே இன்று (1901 - 1904) மேலை அறிஞரின் பொதுக்கருத்தாக இருந்து வருகிறது. ஆனால் உண்மை இதற்கு நேர் மாறானது. தமிழ் இலக்கியத்தின் தலைசிறந்த, தற்பண்பு வாய்ந்த பகுதி முழுவதும் கி.பி.9ஆம் நூற்றாண்டுக்கு முன் இயற்றப்பட்ட பகுதியே எனலாம். அதற்குப்பின் வந்தவை மிகப் பெரும்பாலும் சமஸ்கிருத ஏடுகளைப் பின்பற்றி இயற்றப்பட்ட கீழ்த்தரமான போலிப் பகர்ப்புகளாகவோ, மொழிபெயர்ப்புகளாகவோ மட்டுமே கொள்ளத்தக்கவையாயுள்ளன... ஏனெனில் அவை இயற்றப்பட்ட காலத்தில் தமிழர் அராபியருடனும் கிரேக்கருடனும் உரோமருடனும் இவர்களை ஒத்த மற்ற அயல் நாட்டவருடனும் வாணிகத் தொடர்புகொண்டு, இவை காரணமாக உயர் நாகரிகமும் பெருஞ்செல்வ வளமும் உடையவர்களாய் இருந்தார்கள். அக்காலப் பொருளியல் வளத்தில் ஏற்பட்ட முன்னேற்றமே இலக்கியத் துறையிலும் தமிழருக்குப் பேருக்கமும் தூண்டுதலும் தந்திருக்க வேண்டும் எனலாம்.

"உரோமப் பேரரசின் இலக்கிய வரலாற்றில் பேரரசன் அகஸ்டஸ் காலமே பொற்காலம் என்பர். தமிழ் இலக்கிய வரலாற்றிலும் அத்தகு பொற்காலம் அல்லது 'அகஸ்டஸ் காலம்' ஒன்று உண்டு. அது கி.பி. முதல் நூற்றாண்டேயாகும்," (தமிழ் வரலாற்றில் "பொற்காலம்" என்ற கருத்தை முதலில் சொன்னவர் இவரே. பின்னர் வந்த காலங்களில் இக்கருத்து இவர்கொண்ட பொருளிலிருந்து பெரிதும் மாறி போலிப்

பகட்டு ஆரவாரத்திற்கு உள்ளாக்கப்பட்டது தமிழ் இலக்கிய ஆர்வலர்களுக்குத் தெரிந்த செய்திதான் – கட்டுரையாளர்) *(ஆயிரத்தெண்ணூறு ஆண்டுகளுக்கு முற்பட்ட தமிழகம் – பூம்புகார் பதிப்பகம் பக்,14,15)*

இந்த இடத்தில் 18ஆம் நூற்றாண்டில் பெஸ்கி என்ற வீரமாமுனிவர் எழுதுகிறார். 'தான் பார்ப்பனியத்திலிருந்தும் பார்ப்பனர்களிடமிருந்தும் விலகிய விதத்தை' தன்னுடைய 'சதுரகராதி' நூலில் எழுதும் லத்தீன் மொழி முன்னுரையில் குறிப்பிடுவதை எடுத்துக்காட்டுவது பொருத்தமாக இருக்கும் என்று கருதுகின்றேன்:

"செந்தமிழ் மொழி இறந்துபட்டதாகப் பொதுப்படப் பேசப்படுவதால் இந்த யுகத்தில் உள்ளவரை நம்பாமல், திவாகரம் நிகண்டு, பிங்கலந்தை, கையாகாடி (இது என்ன நூல் என்று தெரியவில்லை) போன்ற பழம் நூல்களைக் கவனமாகப் பார்வையிட்டேன்... மேலும் அறியாதவரா யினும் அபத்தங்களையே கூறுவோராயினும் இந்நாட்ட வரையே, குறிப்பாகப் பிராமணர்களையே (கிருத்துவ) சமயத் தொண்டர்கள் நம்ப வேண்டியவர்களாகிவிடுகிறார்கள். மாறாக அவர்கள் தம் (தமிழர்களுடைய நூல்கள்) படைப்பு களைப் படித்து உணர இயலுமாயின் அவர்களுடைய (பிராமணர்களுடைய) கூற்றுகள் எவ்வளவு தவறானவை; தெய்வங்கள், புராணங்கள் பற்றிக் கூறுவது எவ்வளவு பொருத்தமில்லாதது எனக் காட்டமுடியும். அதுவரை அவர் கள் கொண்டிருந்த எண்ணங்கள் எவ்வளவு தவறானவை என்பதைக் காரணத்தோடு கூறுங்கால், அவர்களால் மறுக்க இயலாது. பழமையான நூல்களை அடிப்படையாகக் கொண்டு எதிர்த்தால் அல்லது மறுத்தால் எல்லாக் கட்டுக் கதைகளை யும் ஒதுக்கித் தள்ளும் நிலைக்கு வந்துவிடுவர். இந்தியர்கள் அனைவரும் காரணகாரியத்தோடு நம்புவதைவிட இலக்கியப் பிராமணங்களையே நம்புபவர்களாக இருக்கின்றமையான் பழங்கால ஆசிரியர்களின் எழுத்துச் சான்றுகளாலும் இலக்கிய மேற்கோள்களாலும் நம்ப வைப்பதே சரியானதாகும்." *(சதுர கராதி ஆராய்ச்சி, சூ.இன்னாசி, மதுரைப் பல்கலைக்கழகம் பக். 65–66).* இந்த அடிப்படையில் சங்க நூல்களைப் புரிந்து கொள்ளத்தான் அவர் 'சதுரகராதி', 'செந்தமிழ்' போன்ற நூல்களை எழுதினார் என்பது குறிப்பிடத்தக்கது.

இந்தக் கண்ணோட்டத்தின் வளர்ச்சியாக வந்த மறை மலையடிகள், பாவாணர் போன்றோரின் எழுத்துகள் தமிழ் நூல்களின் காலத்தை மிக முற்பட்ட காலத்தவைகளாகக் கூறுவதில் ஆர்வம் ஏற்படுத்துவதாகவும் 'சிவஞான போதம்'

போன்ற நூல்களைத் தனித்தமிழ் நூல்கள்தான் என்று சொல்லுவதிலும் அழுத்தம் கொடுத்தன. இந்தப் போக்கு ஈ.வெ.ரா. வால் கடும் விமர்சனத்திற்கு உள்ளாகியதைக் கவனிக்க வேண்டும்.

இரண்டாவது வகையினராக டாக்டர் நாயர், சவுந்தர பாண்டிய நாடார், பனகல் அரசர் போன்றவர்களைக் குறிப்பிடலாம். 1916இல் தென்னிந்திய நலவுரிமைச் சங்கமாக, பிராமணர் அல்லாத இயக்கமாகத் தொடங்கிய இவர்கள் பின்னர் ஜஸ்டிஸ் பார்ட்டியான நீதிக் கட்சியாகிச் செயல்பட்டனர். அரசு அதிகாரத்தில் பிராமணர் அல்லாதவர்களுக்கு உரிய இடஒதுக்கீடு, மற்ற சமூக நிறுவனங்களில் சரியான பங்கு போன்றவற்றை வலியுறுத்திய இவர்கள், 1920 தொடங்கி 1934 வரையில் தமிழகத்தின் ஆட்சியாளர்களாகவும் பதவி ஏற்றனர். பெரியார் தன்னை இவர்களுடன் இணைத்துக் கொண்டாலும் ஈ.வெ.ரா.வின் இணைவிற்குப் பின்னர் இந்த இயக்கம் பெரிதும் மாற்றமடைந்தாலும் இந்த இயக்கத்தின் சரியான வாரிசாக நாம் பெரியாரைவிட அண்ணாதுரையின் திராவிட முன்னேற்றக் கழகத்தைத்தான் கருத முடியும்.

சுதந்திரத்திற்குப் பிந்திய காலத்துத் தமிழகத்தின் அரசியல் நடவடிக்கைகளில் அண்ணாவால் மொழி உணர்வு என்பது பிரதான பிரச்சாரமாகியது. இதன் செயல்பாடுகளில் முதல் வகையினரான தனித்தமிழ் இயக்கத்தினரும் பங்கு பெற்றனர். பின்னாளில் இந்தி எதிர்ப்புப் போராட்டத்தின் ஊடாக அரசியல் அதிகாரம் இவர்களை வந்தடைந்தது. இந்தி எதிர்ப்பில் உடன்பட்டாலும் தமிழ் மேன்மை போன்ற விசயங்களில் ‘தாய்ப்பால் பைத்தியம், கண்ணீர்த் துளிகள்’ என்று ஈ.வெ.ரா.வால் விமர்சிக்கப்பட்டனர்.

மூன்றாவது வகை என்று குறிப்பதைக் காட்டிலும் ஈ.வெ.ரா.வின் ஊடான பார்வை என்பது பொருத்தமாக இருக்கும். தமிழ், பார்ப்பனியத்தில் ஊறிய மொழி, நவீனகால சிந்தனைக்குத் தன்னைத் தகவமைத்துக்கொள்ளாத மொழி என்பதே ஈ.வெ.ரா.வின் நிலைப்பாடு. இந்தப் பார்வையின் ஊடாகத்தான் அவர் கருத்துகள் எக்காலத்திலும் வெளிப்படுத்தப்பட்டுள்ளன.

“தமிழ், காட்டு மிராண்டிக் காலத்து மொழி. நாகரிக காலத்திற்கு, பகுத்தறிவு காலத்திற்கு ‘யாதும் ஊரே யாவரும் கேளிர்’ என்ற காலத்திற்கு, ‘யாயும் யாயும் யாராயினரோ’ என்ற காலத்திற்குத் தமிழ் பயன்படுமா? வேஷத் தமிழரை அல்ல, உண்மைத் தமிழரைக் கேட்கின்றேன். சொல்லுங்கள்.”

“அட பாவமே! மந்திரி கலைஞர் கருணாநிதி ‘தமிழுக்குக் கேடு வந்தால் மந்திரி பதவியை விட்டு விடுவேன்’ என்று எதற்காகச் சொல்ல வேண்டும் . . . ஒழுக்கம், நாணயம் கெட்டால், நீதி கெட்டால், நம்பிக்கை கெட்டால் என்பது போன்ற மனிதத் தன்மை எங்களிடம் இல்லையானால், எங்களால் காப்பாற்ற முடியாவிட்டால் பதவியை விட்டு விடுவேன் (ஏன்) உயிரையும்கூட விட்டு விடுவேன்’ என்று கூறலாம்; ‘கப்சா’வும் விடலாம். அதைவிட்டு விட்டு ‘தமிழைக் காப்பாற்றாவிட்டால், அதற்குக் கேடு வந்தால் பதவியை விட்டு விடுகிறேன்’ என்றால் அதற்கா மக்கள் ஓட்டுக் கொடுத்தார்கள்? ஒவ்வொன்றுக்காகவும் மந்திரி பதவியை விட்டு விடுவேன் என்றால் அப்படி ஒரு மனிதனுக்கு எத்தனை மந்திரி பதவி இருக்கிறது!”

“சுமார் 50, 60 வருடங்களுக்கு முன்பெல்லாம் புலவர்கள் யாராயிருந்தாலும் ‘பிச்சை’ எடுத்தே தீருவார்கள் . . . புலவரைப் பற்றி என் கருத்து ‘புலவர் என்றால் சொந்த புத்தி இல்லாதவன், புளுகன்’ என்றுதான் உரை கூறுவேன். நா. கதிரைவேற்பிள்ளை என்கிற ஒரு தமிழ் வாயாடிப் புலவர் என்னிடம் வந்தபோது, ஒரு நிகழ்ச்சியில் ‘புலவர்களுக்குப் பகுத்தறிவு கிடையாது என்பது என் கருத்து; அதை உங்களிடமும் கண்டேன்’ என்று சொன்னதற்கு ‘உன்னிடம் வந்ததே தவறு’ என்று சொல்லி என்னிடம் வாங்கிக் குடித்த பாலை விரலை விட்டு வாந்தி எடுத்துவிட்டார்” (ஆனைமுத்து – தொகுதி 2, பக்.984–985).

“தமிழ், மொழிக் களஞ்சியங்களான ‘மாணிக்கவாசகர் காலம்’ எழுதிய காலஞ் சென்ற மறைமலையடிகள், ‘பெரிய புராணத்திற்குப் புது உரை எழுதிய திரு.வி. கல்யாண சுந்தர முதலியார் வாழ்வியல் – முக்கியத்துவத்தில் என்ன தரத்தில் இருந்து சென்றார்கள்?’ சைவத்தை நிலை நிறுத்திய” மூட நம்பிக்கைக் களஞ்சியங்களாகத்தானே முடிவெய்தினார்கள்.

“காலம் செல்லாத இன்றைய தமிழ்க் களஞ்சியங்கள் தெ.பொ. மீனாட்சி சுந்தரனார், டாக்டர் சிதம்பரநாதன் செட்டியார், மு. வரதராசனார், இராஜமாணிக்கனார் மற்றும் ஒரு டஜன் உருப்படிகளின் இன்றைய நிலை என்ன? அவர்களால் அவர்கள் ஓரளவுக்கு நன்றாய்ப் பிழைக்கிறார்கள் என்பதைத் தவிர, மனித சமுதாயத்திற்கோ என்ன பயன்? அன்னக் காவடி பஞ்சாங்கப் பார்ப்பான் மகன் ஆங்கிலம் படித்து சுப்ரீம் கோர்ட் நீதிபதி ஆகிறான்!

“பார்ப்பனரல்லாதார் என்கின்ற உணர்ச்சிப் போராட்டம் இல்லாதிருந்தால் இந்த மேதாவி டாக்டர்கள் ‘மகான்’கள்

நிலை இன்று எப்படி இருக்கும்? கிறுக்கன் பாரதிக்கு" இருக்கிற மதிப்பில் நூற்றில் ஒன்றுகூட இவர்களில் எவருக்கும் இன்று இல்லையே!" (அதே தொகுதி ப. 1002).

"மொழிப் போராட்டம், கலாச்சாரப் போராட்டத்தின் ஒரு பகுதிதானேயொழிய முழுப் போராட்டமாகவே ஆகிவிடாது. சட்டம், சாஸ்திரம், சமுதாயம், சம்பிரதாயம், பழக்கவழக்கங்கள், புராணங்கள், இதிகாசங்கள் – இவை எல்லாவற்றிலுமே நம் இழிவு நிலை நிறுத்தப்பட்டிருக்கின்றது. எனவே இவை எல்லாவற்றிலுமே நம் இழிவு நீக்கமடைந்தாக வேண்டும். மொழியால் மேம்பாடும் வெற்றியும் பெற்று விடுவதாலேயே நமது இழிவும் இழிவுக்கு ஆதாரமான கலாச்சாரமும் ஒழிந்து விடமாட்டா. மேலும் இந்த இழிவால் அவதிப்படுபவர்கள் தமிழ் மொழி பேசுகிறவர்கள் – தமிழர்கள் என்பவர்கள் மாத்திரமல்லாமல், இந்தியாவின் மற்ற மாகாணங் களிலும் – மகாராஷ்டிரம் முதலிய மாகாணங்களிலும் இருக் கிறார்கள். அங்குள்ள தாழ்த்தப்பட்ட தோழர்களும் தம்மை திராவிடர்கள் என்றுதான் கூறிக்கொள்கிறார்கள். உண்மை யில் அவர்கள் திராவிடர்கள்தாம்" (பெரியாரியம் – நிறப்பிரிகை – ப.23).

இந்து மத இழிவுகளிலிருந்து விடுதலை பெறுவதற்கு இஸ்லாத்தையும் இந்தியாவின் பார்ப்பனிய + பனியர் கூட்டு அரசியல் பிடியிலிருந்து விடுபட தனித்தமிழகத்தையும் முன் வைத்த பெரியார் ஈ.வெ.ரா. அவர்கள் தமிழ் மொழியையும் பார்ப்பனியத்தின் பிடியிலிருந்து விடுவிக்கலாம் என்று ஏன் கருதவில்லை? மறைமலையடிகள், பாவாணர் போன்ற தனித் தமிழ்க் கொள்கையாளர்களின் கருத்துகளான தமிழ் சைவம், தமிழ் உலக மொழிக்கெல்லாம் தாய் என்பன போன்ற இன்னொரு வகையான மதவாதம் (சைவம் + வைணவம்) அறிவியல் சிந்தனைக்கு மாறான கற்பனாவாதங்கள் போன்றவை பெரியாரின் அறிவியல் பூர்வமான விடுதலைச் சிந்தனைக்கு ஏற்புடையதாய் இல்லை என்று கருத இடந் தருகின்றது. ஆனால் இத்தகைய கருத்தாக்கங்களுக்கு மாற்றாக அல்லது இன்னொரு வகையான சிந்தனைகளை முன் வைத்த, குறிப்பாகத் தமிழின் அவைதிக மரபைப் போற்றித் தன்னுடைய ஆய்வுகளில் வெளிப்படுத்திய மயிலை சீனி. வேங்கடசாமி, சாத்தான்குளம் அ. இராகவன் போன்றவர்களை ஈ.வெ.ரா. கணக்கில் எடுத்ததாகத் தெரியவில்லை. பார்ப்பனியக் கருத் தாக்கத்தின் தாக்கத்திற்கு உட்பட மறுத்த அல்லது அதனை எதிர்த்த பௌத்த, சைன சிந்தனைகளைத் தாங்கிய தமிழ் நூல்கள் என்பன சாதியில் உடன்படாமை, பெண்கல்வியில் எதிர்ப்புக் காட்டாமை, வேதங்களுக்கும் உபநிடதங்களுக்கும்

தங்கள் படைப்புகளில் கடும் எதிர்ப்புணர்வைக் காட்டியமை போன்றவற்றைத் தன் உள்ளடக்கமாகக் கொண்டிருந்தன. (மணிமேகலை, நீலகேசி போன்ற நூல்களில் இத்தகைய கருத்துகளை ஏராளமாகப் பார்க்க முடியும்.) அவைதிக மதம் சார்ந்த தமிழ்ச் சிந்தனையாளர்கள் நாலந்தா போன்ற அன்றைய பல்கலைக்கழகங்களில் தலைமைப் பொறுப்பு ஏற்று நடத்திப் புகழ் பெற்றனர். சமஸ்கிருதம், பாலி போன்ற மொழிகளில் இன்றும் பேசப்படுகின்ற நூல்களை எழுதி இருக்கின்றனர். சீனா, ஜப்பான் போன்ற நாடுகளில் பௌத்த மதத்தைப் பரப்பச் சென்று இன்று வரை அந்த நாடுகளில் போற்றப்படுகின்றனர். இன்னும் எட்டுத்தொகை, பத்துப் பாட்டு போன்ற நூல்களின் பாடல்கள் பலவற்றைப் பார்ப் பனர்கள் இயற்றி இருந்தாலும் அவற்றில் பிற்காலத்திய பார்ப்பனியச் சிந்தனைத் தாக்கம் மிக மிகக் குறைவு எனலாம். அது மட்டுமல்லாது 'ஆஜீவகம்' போன்ற பார்ப்பன எதிர்ப்பு மதம் பற்றிய கருத்துகள் இன்று இந்திய மொழிகளிலேயே தமிழில் மட்டும்தான் உள்ளது என்பதும் கவனிக்க வேண்டிய விசயம்.

இத்தகைய கருத்தோட்டங்களில் தங்கள் ஆய்வைச் செலுத் திய மயிலை சீனி போன்றவர்களைத் திராவிடர் கழகம் ஊக்கப்படுத்தி இருந்தால் நிச்சயமாகப் பார்ப்பனியத்திற்கு மாற்றான அறிவியல்பூர்வமான, அவைதிகம் சார்ந்த ஒரு தமிழ்க் கல்விப்புலம் செம்மையாக ஆராயப்பட்டு நிலைநிறுத்தப் பட்டிருக்கும். ஈ.வெ.ரா.வின் கலகபூர்வமான அரசியல் செயல் பாடுகளில் இலக்கியம், ஓவியம், சிற்பம், இசை போன்ற நுண்கலைகள் தங்களுக்கான இடத்தைப் பெற முடியவில்லை. இதன் விளைவாகத் தமிழ் 'காட்டுமிராண்டி மொழி,' 'ஆங்கிலமே வீட்டு மொழி' என்ற கூற்றுகள் பெரியாரிட மிருந்து வெளிப்பட்டதாக நாம் கருதலாம்.

எப்படியாயினும் இந்துத்துவத்தின் ஊடான தேசியம் என்பது இந்திய சுதேசியமாகக் கட்டமைக்கப்படும் இன்றைய இந்துத்துவச் சூழலில், இந்தி, சமஸ்கிருதம் போன்ற மொழிகள் இந்தியாவின் கலாச்சாரத்தை வெளிப்படுத்தும் தகுதி வாய்ந் தவை என்பது போன்ற பிரச்சாரங்களும் பிற மாநில மொழி களுக்கு அத்தகைய தகுதி இல்லை என்ற கருத்தியலும் ஏற்புடையது போலக் கருதப்பட்டாலும் தமிழ் மொழிக்கு அத்தகைய கருத்து பொருந்தாது. இந்தியாவில் உள்ள இன் றைய மொழிகள் தோற்றம் கொள்வதற்குப் பல நூற்றாண்டு களுக்கு முன்பே தமிழ் மொழி இலக்கிய, இலக்கண வளமுடைய தாக இருந்து வருகின்றது. பிற மாநில மொழிகள் அனைத்தும்

வைதிகத்தின் இணைப்புடன்தான் தோன்றின. எடுத்துக்காட் டாகத் தெலுங்கு நன்னயரின் மகாபாரதத்துடனும் மலை யாளம் எழுத்தச்சனின் இராமாயணத்துடனும்தான் ஒரு மொழியாக உருக்கொள்கின்றது. கன்னடம் தவிர மற்ற இந்திய மொழிகள் எல்லாவற்றின் கதையும் இதுதான். ஆனால் தமிழ் மொழி இவற்றிற்கு 1500 ஆண்டுகளுக்கு முன்பே (கி.மு.வில்) தோற்றம் பெற்றது மட்டுமல்லாது, பார்ப்பனியத் திற்கும் வைதிகத்திற்கும் மாறான ஒரு செழுமையான அவைதிக மரபையும் தன் இலக்கிய, இலக்கணத் தொகுதிகளில் பெற் றிருந்தது என்பது வரலாறு மட்டுமல்ல, இன்றும் உண்மையாக உள்ள நடைமுறை சார்ந்தது. இதனை இனங்கண்டு வளர்த்துச் செல்வது என்பது ஈ.வெ.ரா. ஊடாகத் தொடர்ந்து பயணிப் பதாக அமையும். அண்மையில் வெளிவந்த ஐராவதம் மகாதேவன் அவர்களின் ஆங்கில நூலில் (கிரியா வெளியீடு) நம் காலத்தில் இப்பணியைச் செம்மையாகச் செய்து, விடுபட்ட கண்ணி மீண்டும் தொடர்வதற்குக் கால்கோள் இட்டுள்ளார்.

'கவிதாசரண்', ஜனவரி – பிப்ரவரி 2004

மறைமலையடிகள் எழுதி மறைந்துவிட்ட இருநூல்கள்

தமிழ் வரலாற்றில் நூல்கள் மறைந்து போவது என்பது ஒரு பெரிய விசயமல்ல. முற்கால நூல்களான 'வளையாபதி', 'தகடூர் யாத்திரை' போன்று உ.வே. சாமிநாதையர், ஆறுமுக நாவலர் கண்களில் பட்டும் மறைந்துவிட்ட நூல்களும் உண்டு. 'விரிவகராதி', 'பரத்தை' போன்று 19, 20ஆம் நூற்றாண்டில் தோன்றினாலும் தமிழகத்தைப் பொறுத்தவரை மறைந்து போன நூல்களாகி, லண்டன் பிரிட்டிஷ் மியூசியத்தில் அகதிகளாக வாழும் நூல்களும் உண்டு. இவை எதிலும் சேராத இன்னொரு வகை நூல்கள்தான் நாம் இப்போது பார்க்கப் போவது. பாரதக் கதையில் குந்திதேவி கர்ணனைக் கைவிட்டது போன்று, எழுதிய, ஆசிரியர்களாலேயே பிற்காலத்தில் கைவிடப்பட்ட 'அநாதை' நூல்கள் இவை. காலத்தின் கோலத்தால் கருத்து மாறியவர்கள் தங்கள் பழைய கருத்தினின்று மாறிய காலத்தில், இவை தங்களுக்கு ஆகாது என்று ஒதுக்கிவிட்டனர். திரு.வி.கல்யாண சுந்தரனாரின் 'கதிரைவேற்பிள்ளை சரித்திரம்', மறைமலை அடிகளாரின் 'முனி மொழிப் பிரகாசிகை', 'வேதாந்த மத விசாரம்' ஆகிய நூல்கள் பிற்காலத்தில் இதன் ஆசிரியர்களாலேயே ஓரங்கட்டப் பட்டதற்கு அந்நூல்கள் செய்த பாவந்தான் என்ன?

முதலில் திரு.வி.க. கூறுவதைப் பார்ப்போம். "யான் முதன் முதல் 1906இல் எழுதிய நூல் 'கதிரைவேற் பிள்ளை சரித்திரம்'. அஃது எழுதப்பட்டபோது யான்

பொ. வேல்சாமி

பெரிதும் சோமசுந்தரநாயகர் நூல்களையும் சபாபதி நாவலர் நூல்களையும் பயின்று வந்தேன். முன்னவரின் வடமொழிப் பெய்வும் பின்னவரின் எதுகை மோனை இசைவும் என் உள்ளத்தில் நின்று பரிணமித்தன. அப்பரிணாமத்தின் நடிப்பு கதிரைவேற் பிள்ளையின் சரித்திரத்தின் நடையாக அமைந்தது . . .

. . . இப்பொழுது எனக்கு அமைந்துள்ள நடையில் விரிந்த முறையில் வேறு ஒரு சரிதம் எழுதுமாறு சிலர் தூண்டுகின் றனர்; மற்றும் சிலர் பழையதையே செப்பஞ் செய்து வெளியிடு மாறு சொல்கின்றனர். யான் இரண்டிலுந் தலைப்படாமல் காலங் கழித்து வருகிறேன்." (திரு.வி.க வாழ்க்கைக்குறிப்பு, வசந்தா பதிப்பகம். பக்கம் – 109)

தன்னுடைய வாழ்நாளிலேயே தன்னால் எழுதப்பட்ட மற்ற பல நூல்களைப் பலமுறை மறு அச்சு கண்ட திரு.வி.க இந்த ஒரு நூலை மட்டும் ஓரங்கட்ட அச்சுப் பிழைகள் மட்டுமா காரணம்?

அருட்பா x மருட்பா என்று பேசப்பட்ட தனிநபர் அவதூறு வழக்கில் இது பற்றிய விவரம் துணைத் தலைப்பில் பின்குறிப் பாகத் தரப்பட்டுள்ளது. வாதியான தன் ஆசிரியர் கதிரைவேற் பிள்ளை பக்கம் நின்ற திரு.வி.க, கதிரைவேற்பிள்ளை மறை விற்குப் பின்னர் பிரதிவாதிகளான மறைமலையடிகள் போன்றவர்களுடன் இணைந்து போகும் நிலை ஏற்படுகின்றது. பகைவர்களாகக் கருதப்பட்டவர்கள், நண்பர்களாகிப் போன சூழலில் எரிச்சலூட்டும் பழமையை நினைவூட்டும் அந்த நூல் தேவைதானா? தேவையில்லை என்று கை கழுவியவர் திரு.வி.க. ஆனால் மறைமலையடிகள் தன் முதல் நூல்களைக் கைவிட்ட கதை வேறாக உள்ளது. இந்தக் கதையைப் புரிந்து கொள்ள வேண்டுமென்றால் 19ஆம் நூற்றாண்டின் இறுதி யிலும் (1890), இருபதாம் நூற்றாண்டின் தொடக்கத்திலும் நிகழ்ந்த 'அத்வைதம்' என்றால் என்ன? என்பது பற்றியும் தாங்கள் சொல்வதும் கொள்வதும்தான் உண்மையான அத்வைதம் என்றும் நீண்ட கால விவாதம் பற்றியும் அறிந்து கொள்ள வேண்டும். (இவ்விவாதம் புலமை நிலைப்பட்டதாக மேல்பார்வையில் காட்சியளித்தாலும் உண்மையில் 20ஆம் நூற்றாண்டில் கல்வியின் ஊடாக நவீன சமூக அதிகாரத்தில் பங்கு பெற்ற வேளாளர்கள் உள்ளிட்ட உயர்சாதியினர், பார்ப்பனர்களிடமிருந்து சமய அதிகாரத்தில் பங்கு பெற நடந்த போராட்டத்தின் ஒரு பகுதிதான்.) இந்த விவாதம் சங்கரமடத்தைச் சார்ந்தவர்களாகிய பார்ப்பனர்களுக்கும் மறைமலையடிகளின் சைவ சித்தாந்த ஆசிரியர் 'வைதிக

சைவ சித்தாந்த சண்ட மாருதம் சோமசுந்தர நாயகர்' தலைமையிலான தமிழ் உயர்சாதியினருக்கும் இடையே நடைபெற்றது.

நாகப்பட்டினத்திலிருந்து தன்னைச் சென்னைக்கு அழைத்து வந்து சைவசித்தாந்த நுட்பங்களைப் பயிற்றுவித்து, சென்னை கிருத்துவக் கல்லூரியில் தமிழாசிரியர் பணியையும் வாங்கித் தந்த தம் ஆசிரியர் சோமசுந்தர நாயகர் சார்பில் நின்று, மாயாவாதிகளான காஞ்சி மடத்துப் பார்ப்பனர்களுக்கு எதிராகச் 'சூத்திர வேதாந்தத்தை' நிலைநாட்டும் முகமாகப் பல கட்டுரைகளை எழுதினார் நாகை – வேதாசலம் பிள்ளை. (ஆம். அன்று அவர் பெயர் அதுதான். பின்னர் சுவாமி வேதாசலம், அடுத்து வந்த காலத்தில் மறைமலையடிகள் என்று தன்னைத் தானே அழைத்துக்கொண்டார். பின்னர் மற்றவர்களும் அதனைப் பின்பற்றினர்.) இத்தகைய பின்னணியில் 'வைதிக சைவ சித்தாந்தத்தை' வலியுறுத்த எழுதிய நூல்கள்தான் 'முனிமொழிப் பிரகாசிகையும்' 'வேதாந்த மத விசாரமும்!'

'வைதிக சைவ சித்தாந்தம்' தமிழ் சைவ சித்தாந்தமாக அடிகளால் உருமாற்றம் பெற்ற பின்னர், அவருடைய தமிழ் நடையும் தனித்தமிழ்க் கோலம் பூண்டது. இந்த மாற்றத்திற்கு எதிரானதாகவும் பழமையை நினைவூட்டுவதாகவும் அமைந்த இந்த நூல்கள் கைவிடப்பட்டு, ஓரங்கட்டப்பட்டது அவர்கள் தரப்பில் நின்று பார்க்கையில் நியாயமானதுதானே?

தனி நபர்களாகக் காட்சியளித்தவர்கள் வரலாற்றின் ஊடாக இன்று உடன்பாடாகவோ, எதிர்மறையாகவோ தமிழர் வாழ்வின் பிரிக்க முடியாத அங்கங்களாகிவிட்டனர். இவர்களைப் பற்றிய இன்றைய காலத்தவர்களின் பார்வை என்பது, தவிர்க்க முடியாமல் சென்ற காலத் தமிழக வரலாற்றுப் பார்வையாகவும் உள்ளது. அந்த வகையில் இந்த நூல்களைக் கொஞ்சம் பார்க்கலாம்.

'முனிமொழிப் பிரகாசிகை' என்ற கட்டுரையில் 'தேவர் குறளும், திருநான்மறை முடிவும், மூவர் தமிழும், முனிமொழியும் . . . ஒரு வாசகம் என்று உணர்' என்ற ஔவையார் பாடலுக்கு ஈழநாட்டைச் சேர்ந்த கோப்பாய் சபாபதி நாவலர் பொருள் கூறுகையில் 'முனிமொழி' என்பதற்கு மாணிக்கவாசகர் கூற்று என்று பொருள் கொள்கின்றார். மறைமலையடிகள் இந்தப் பொருள் சரியல்ல என்று கூறி மறுத்து, முனிமொழி என்பதற்கு 'வியாச சூத்திரம்' என்று பொருள் கொள்ள வேண்டும் என்றுகூறி அதற்கான தன்னுடைய விவாதங்களை எழுதிச் செல்கின்றார். அப்போது,

"...என்று இத்துணையும் கூறியவற்றால் 'முனி மொழியும்' என்பதற்கு 'வேதாந்த சூத்திரம்' எனப் பொருளுரைத்தல் ஔவையார் குறிப்பொடு உடன்படுத்திக் கொள்ளப்படுவதாம் என்பதும் 'முனி' என்னும் சொல்லுக்கு ஈண்டு 'வேதவியாச முனிவர்' என்று கொள்வதே அன்றி பிறவாறு கூறுதல் வழுப்படும் என்பதும்"...என்று கூறி முடிக்கின்றார். பின் வந்த காலங்களில் அடிகள் தன் கருத்துகளைப் பெரிய அளவில் இதற்கு மாறாகக் கொண்டு விடுவதால் இந்தப் பிரசுரம் பின்னர் கண்டுகொள்ளப்படாமல் போய்விடுகின்றது.

அடுத்த நூலான 'வேதாந்த ம்த விசாரம்' சுமார் 150 பக்கங்கள் கொண்டது. பிற்காலத்தில் சமஸ்கிருதமொழி பற்றியும் அந்த மொழி நூல்கள் பற்றியும் மறைமலையடிகள் கொண்ட கருத்துகள் தமிழ் உலகம் நன்கறிந்தது. ஆனால் இந்த நூலில் (இரண்டாவது பக்கம்) அடிகள் பேசுவதைப் பாருங்கள்: "வேதாந்தம் யாருடைய சொத்து? அது யாருக்குச் சொந்தம்? என்பதை அறியாமற் போகார். (சொந்தக்காரராகிய யாம் சைவர்கள் இது அடிகளே எழுதுவது) எமது மதம் வேதாந்தம்." இன்றைய காலத்தில் வாழும் நாம் இந்த நூல்களைப் பார்க்காதிருந்தால் அடிகள் மேல் அழுக்காறு கொண்டவர்களின் பொய் மொழிகள் என்றுதான் தள்ளி இருப்போம். இதே நூலில் உள்ள இன்னொரு இடம் பாருங்கள் (பக்கம் 46): "சைவர்கள் மாயாவாதிகளாவதற்கு அவர்கள் பிரமமாக் கொண்ட பரம்பொருள், நண்பர் மதக் கொள்கை போல் மாயை ஸ்தானத்திற் சென்று முடிந்த காலமன்றோ நியாயமுண்டாம்? ஜடப் பிரபஞ்சத்திற்கு ஜடமாகிய மாயை உபாதான காரணம் என்றும் அம்மாயைக்கு வேறான சைதன்யமாயுள்ள பரம்பொருளால் காரணரூபமா லோபா தனத்திருந்து ஜட உலகங் காரியப்படும் என்றும் சித்தாந்த சாஸ்திரங்கள் அறுதியிட்டன. பிரத்தியட்ச முதலிய பிராமணங் களுக்கிசைந்து, விபரீத முரண்பாடுகளுக்கு இடந்தராமல் ஏதுவையும் பயனையும் இசைவுறக்காட்டி நிர்விவாதமாய் நிகரற்று ஜொலிக்கும் இவ்வரிய கொள்கையை உடைய சைவர்களைப் பார்த்து – நீங்கள்தான் மாயாவதிகள் என்று திருப்பிச் சொன்னால், யார்தான் சிரிக்க மாட்டார்கள்? நாயகரவர்கள் (இவர் ஆசிரியர் சோமசுந்தர நாயகரைக் குறிப்பிடுகின்றார்) இப்பகுதிகளை எல்லாம் முன்னரே நன்கு பரிஷ்கரித்திருப்பதால் இவ்வளவில் நிறுத்தினோம்."

தனித்தமிழ் ஆசானாகப் பிற்காலத்தில் புகழப்பட்ட அடிகளின் ஆரம்பகால உரைநடையில் எழுதப்பட்ட இந்த நூலும் பின்னர் வந்த காலத்தில் கண்டுகொள்ளப்படாதது ஒன்றும் ஆச்சரியப்படத்தக்க விசயமல்ல.

மறைமலையடிகள் பற்றி டாக்டர் பட்ட ஆய்வு மேற் கொண்ட ரவீந்திரன், ஜெயப்பிரகாசம் போன்றவர்களும் அவருடைய வரலாற்றை எழுதிய அவர் மகன் மறை திருநாவுக் கரசு போன்றவர்களும் இந்நூல்களைப் பற்றிப் பேசவில்லை என்பது குறிப்பிடத்தக்கது.

இதே நேரத்தில், அதே காலகட்டத்தில் பாரதி எழுதிய கட்டுரைகளைக் குறிப்பிட்டு அதில் வடமொழி கலந்துள்ளது, அவர் வேதாந்தத்தைத் தூக்கிப் பிடிக்கிறார். அவர் பார்ப்பனர் தானே என்று குற்றம் சொல்ல ஒரு கூட்டம் கிளம்பி இருக் கிறது. அக்கூட்டத்தார் மறைமலையடிகள் போன்றவர்கள் 1916க்குப் பின்னர் தங்கள் முன்னைய உரைநடையை மாற்றிக் கொண்டதையும் முந்தைய நூல்களின் நடையைப் பின் வந்த பதிப்புகளில் மாற்றி அமைத்துக்கொண்டதையும் அத்தகைய மாறுதல்கள் செய்தாலும் கருத்தளவில் மாற்ற முடியாத நூல்களை அநாதைகளாக விட்டுவிட்டதையும் வசதியாக மறந்துவிடுகின்றனர். அத்தகைய வாய்ப்பு பாரதிக்குக் கிடைக்கவே இல்லை. பாரதிதான் 1921இல் மறைந்து விடுகிறானே.

'கவிதாசரண்', செப். – அக். 2003

அறியாமை அவதூறாகுமா?

மரியாதைக்குரிய பெரியவர் கி.அ. சச்சிதானந்தம் அவர்கள் 'மழை' இதழில் 'அவதூறுகள் நிலைப்பதில்லை' என்றொரு 'அவசர ஆர்டிகிள்' பண்ணியிருந்தார். அவ்விதழில் நாமக்கல்லில் சந்தித்த ஒருவர் எனக் குறிப்பிடுவது என்னைத்தான். அவசரத்தில் என் பெயரை அவர் மறந்துவிட்டார் போலும். வயதானவர்களுக்கு மறதி இயல்புதான்.

பெரியவர் தனது கட்டுரையில் மறைமலையடிகள் மீது நான் அவதூறுகள் கூறியதாகக் கருதி எழுதுகிறார். 'பணிப் பெண்ணின் மாதவிலக்கு நாட்களைத் தனது நாட்குறிப்பில் குறித்துள்ளார் மறைமலையடிகள்' என்பது அவதூறல்ல. அச்சில் வருவன மட்டும்தான் உண்மை யானவை; அதனைத் தாண்டிய உண்மைகள் இருக்க முடியாது என்று நம்புவது பாமரத்தன்மையின் வெளிப் பாடு. அச்சில் வெளிவந்திருக்கும் மறைமலையடிகளின் நாட்குறிப்பு முழுமையானதல்ல. எடிட் செய்யப்பட்டுத் தொகுப்பாசிரியருடைய கண்ணோட்டத்துக்கு உகந்தவை மட்டுமே அச்சு வடிவம் பெற்றுள்ளன. ஆனால் நான் குறிப்பிடும் பகுதி, அடிகளால் தனது வாழ்நாள் முழுதும் எழுதிய ஐம்பதுக்கும் மேற்பட்ட நாட்குறிப்புப் புத்தகங் களில் 1946ஆம் ஆண்டைச் சேர்ந்த ஒன்றை மட்டுமே. அடிகளாரின் நாட்குறிப்பை முழுமையாக வெளியிடுவ தென்றால் அச்சில் சிலநூறு பக்கங்களுக்குக் குறையா மல் வரும்.

1946ஆம் ஆண்டின் நாட்குறிப்பு தஞ்சாவூரில் வசிக் கும் சேக்கிழார் அடிப்பொடி டி.என். இராமச்சந்திரன்

அவர்கள் கைவசம் உள்ளது. அதில் உள்ள செய்திகளை எனக்கு மொழிபெயர்த்துச் சொன்னவர் தமிழ்ப் பல்கலைக் கழக முன்னாள் துணைப்பதிவாளர் இரா. சுப்பராயலு அவர்கள். அந்நாட்குறிப்பில் அடிகளாரைப் பாவாணர் சந்தித்து நற்சான்றிதழ் பெற்றது; அடிகளாரின் மனைவி, வீட்டுப் பணிப்பெண் ஆகியோர் ஒவ்வொரு மாதமும் வீட்டுக்குத் தூரமான குறிப்புகள், அடிகளார் பணிப்பெண்ணு டன் திரைப்படத்திற்குச் சென்று படம் பார்த்துப் பரவசப் பட்டது; பணிப்பெண்ணின் தந்தை, தம்பி போன்றோருக்கு அடிகளார் பெருமளவு பணம் கொடுத்தது; அடிகளார் கூட்டங்களுக்கு முந்நூறு ரூபாய்க்குக் (அன்று ஒரு பவுன் விலை ரூ. 10/ தான்) குறைந்தால் செல்ல மறுத்தது; பல அன்பர்கள் மாதத்திற்குப் பத்து ரூபாய் வீதம் அடிகளாருக்குப் பணம் அனுப்பியது முதலிய பல குறிப்புகள் காணப்படு கின்றன.

இவற்றையெல்லாம் கூறுவது அடிகளார் மீது அவதூறு சொல்ல வேண்டும் என்னும் நோக்கத்திலல்ல. மறைமலை அடிகளின் பணிகளைக் குறைத்து மதிப்பிடுவதற்கும் அல்ல, வரலாற்றுச் சின்னங்களாகிவிட்ட தனி மனிதர்களின் ஆளுமையை முழுமையாக மதிப்பிடுவதற்கு அவர்களைப் பற்றிய எவ்விதமான குறிப்புகளும் தவிர்க்கக் கூடியனவோ, வெறுக்கக் கூடியனவோ அல்ல என்பதோடு, சென்ற காலம் விட்டுச் சென்ற வரலாற்றுக்கான ஆதார ஆவணங்கள் என்னும் அடிப்படையில் அவற்றைக் காண வேண்டும். அப்படிக் காண மறுப்பது சென்ற கால வரலாற்றைச் சரியான முறையில் நாம் அறிய முடியாமல் போவதற்கு வழிவகுக்கும். மேலும் மேநாட்டு வரலாற்று நூல்களுக்குக் கிடைக்கக்கூடிய நம்பகத்தன்மை உருவாவது மட்டுமல்லாது கீழை நாடுகளின் வரலாறு வெறும் கட்டுக்கதைகள் என்னும் இன்று வரையிலான கருத்தை மாற்றுவதற்கும் இத்தகைய குறிப்புகள் சேர்ந்த முழுமைப் பார்வைதான் பயன்படும் என்பதையும் உணர வேண்டும்.

ஆங்கிலத்தில் எழுதப்பட்ட அடிகளாரின் நாட்குறிப்பு பழுதடையும் நிலையில் இருப்பதால் அதனைப் பார்க்க விரும்பும் அன்பர்கள் டி.என்.ஆர். அவர்கள் வீட்டுக்கு நேரில் சென்று காணலாம். நேரில் செல்ல வாய்ப்பில்லாதவர் அவரைத் தொலைபேசியில் தொடர்புகொண்டு கேட்டு அறியலாம். தொலைபேசி எண்: 04362 236842.

'கவிதாசரண்', நவம்பர் – டிசம்பர் 2003

அச்சில் வந்தும் அறியப்படாத தமிழ் நூல்கள்

1. கி.பி. 1733 – 'வியாக்கியானம்' (பக். 64)
2. கி.பி. 1793 – 'ஒரு பரதேசி இகலோகத்தை விட்டு மறுமைக்கு நடந்தேறினது – சொற்பனம்' (பக். 137)
3. கி.பி. 1856 – 'வேத சாஸ்திரம்' பக். 354)
4. கி.பி. 1846 – 'தத்துவ வேதம்' (பக். 267)
5. கி.பி. 1863 – 'பூமி சாஸ்திரச் சுருக்கம்' (பக். 575) (புவியியல் நூல்)
6. கி.பி. 1857 – 'அங்காதிபாத சுகரணவாத உற்பாலன நூல்' (Anatomy. Phisiology and Hygiene)
7. கி.பி. 1845 – கிறிஸ்து சபையின் சரித்திரச் சுருக்கம் (பக். 656)

லண்டன் 'பிரிட்டிஷ் மியூசியம்' நூலகத்தில் பாது காக்கப்பட்டு வரும் பல நூறு தமிழ் நூல்களின் தொகுப் பில் இருந்து எடுக்கப்பட்ட சில உரைநடை நூற்களின் பெயர்கள்தான் இவை. இலக்கியம், இலக்கணம், வரலாறு, புவியியல், தத்துவம், மருத்துவம், அறிவியல், மொழி பெயர்ப்பு நூற்கள் என்று பலதுறைகளைச் சார்ந்த ஏராளமான தமிழ் நூற்கள் அந்த நூலகத்தில் பாது காக்கப்பட்டு வருகின்றன. கடந்த நூறு ஆண்டுகளுக்கு முன்பாகவே தமிழ் அறிஞர் ஜி.யு. போப் அவர்களால் குறிப்புகள் எழுதப்பட்டு, அவராலும் அவருடனும் அவருக்குப் பின்னும் திரு. 'பர்னெட்' என்பவரால்

இரண்டாவது தொகுதியாகவும் மூன்றாவது தொகுதி 'ஆல் பெர்ட்டைன் கௌள்' என்பவராலும் தொகுக்கப்பட்டுள்ளது. முதல் இரண்டு தொகுதிகள் 'ஏசியன் எஜுகேஷனல் சர்வீஸ்' ஆல் வெளியிடப்பட்டு இந்தியாவில் எல்லா இடங்களிலும் கிடைக்கின்றன. மூன்றாவது தொகுதி லண்டனில் மட்டும் வெளியிடப்பட்டுள்ளது. அதில் விற்பனைக்குக் கிடையாது என்று குறிப்பிடப்பட்டுள்ளது.

சென்ற நூற்றாண்டில் உ.வே.சா., தனிநாயகம் அடிகள், தெ.பொ.மீ. போன்றோர் உலகத்தின் மற்ற இடங்களில் உள்ள அரிய தமிழ் நூல்களைப் பற்றிய கவனமும் அவைகளைத் தாய்நாட்டிற்குக் கொண்டுவர வேண்டும் என்ற அக்கறையும் உள்ளவர்களாக இருந்தனர் என்பது அவர்களுடைய எழுத்துகளில், நூல்களில் ஆங்காங்கே காணும் குறிப்புகளினால் நம்மால் அறிய முடிகின்றது. உ.வே. சாமிநாதையர் தன் சிலப்பதிகாரப் பதிப்புக்குப் பாரீஸ் நூலகத்தில் உள்ள சிலப்பதிகாரச் சுவடியைப் பயன்படுத்தினார். தெ.பொ.மீ தன் அமெரிக்கச் சொற்பொழிவில் திபெத் நாட்டு பௌத்த மடாலயங்களில் பாதுகாக்கப்பட்டு வரும் 12ஆம் நூற்றாண்டைச் சேர்ந்த தமிழ்ச் சுவடிகள், அதன் ஒளிப்பட நகல் ஆகியவற்றைக் குறிப்பிட்டு அதனைத் தமிழகத்திற்குக் கொண்டுவர வேண்டும் என்று 1958 வாக்கில் குறிப்பிடுகின்றார். இன்று வரை அது 'கிணற்றில் போட்ட கல்லாகத்'தான் உள்ளது. தனிநாயகம் அடிகளார் இந்திய மொழிகளிலேயே முதன் முதலில் அச்சு வாகனம் ஏறிய தமிழ் நூலின் பிரதியை ரோமிலிருந்து ஒளிப்படம் எடுத்து அதனைக் குறித்தும் எழுதுகின்றார். அரை நூற்றாண்டுக் காலமாகியும் இவைகள் எவையும் 'தன்மானத் தமிழர்களின்' கவனத்திற்கு உள்ளானதாகத் தெரியவில்லை.

இது ஒருபுறம் கிடக்கட்டும்! 'பிரிட்டிஷ் மியூசியம் நூல்கள்' பற்றிய அறிதல் என்பது கடந்த காலத்தில் கட்டமைக்கப்பட்ட பல கருதுகோள்களை மறுபரிசீலனைக்கு உட்படுத்துவதாக உள்ளது.

முதலாவதாக 19ஆம் நூற்றாண்டு, 20ஆம் நூற்றாண்டின் முன்பகுதியைப் பற்றிய தமிழக வரலாற்றைப் பற்றிக் குறிப்பிட வருகின்ற பலர், 19ஆம் நூற்றாண்டிற்கு உ.வே. சாமிநாத அய்யரின் சுயசரிதையையும் 20ஆம் நூற்றாண்டின் முற்பகுதியைச் சித்திரிப்பதற்கு மறைமலை அடிகள், திரு.வி.க., மு.வ. போன்றோரின் எழுத்துகளையும் துணைகொண்டு அந்தக்காலம் முழுமையாக இந்த மனிதர்களின் எழுத்துகளுக்குள் வந்ததாகக் கருதி எழுதுகின்றனர். ஆனால் எதார்த்தம்

அப்படியாகவா இருந்தது? இல்லை; அது பரந்து விரிந்து – பலதரப்பட்டதாக மட்டுமல்லாது நாம் எவ்வளவு விரிந்த தளத்தை உட்படுத்தினாலும் அதிலிருந்தும் அகப்படாமல் நழுவி ஓடும் பல நிகழ்வுகளின் தொகுப்பாகத் தொடர்கின்றது. அண்மையில் வெளிவந்த ராஜ்கவுதமனின் 'கண்மூடி வழக்க மெல்லாம் மண் மூடிப்போக' நூலின் முதல் 15 பக்கங்களில் விவரிக்கப்படுகின்ற 19ஆம் நூற்றாண்டுச் சித்திரம் முழுமையும் உ.வே.சா. அவர்களின் (1940இல் வெளிவந்த) சுயசரிதத்தை அப்படியே மேற்கோள் மூலம் எடுத்துக்காட்டியதாக உள்ளது. இதன் அடிப்படையில் உருவாக்கப்படும் 19ஆம் நூற்றாண்டா னது புரவலர்களை அண்டி வாழும் புலவர்கள், மூடப் பாரம்பரியத்தை மடக்கு, யமகம் போன்ற புரியாத செய்யுளில் இயற்றப்படும் நூல்கள், நவீன உலகு என்றால் என்னவென்றே தெரியாத மௌடிகக் கும்பல்கள் என்பது போலத்தான் காட்சி கிடைக்கிறது. கட்டுரையின் தொடக்கத்தில் சுட்டிக் காட்டப் பட்ட நூல்களுடன்கூட 'பிராஞ்சிலக்கண நூற் சுருக்கம் (*French Grammer*) பக்கங்கள் 30+175 (1865), ஐரோப்பா ஆப்பிரிக்கா பூகோள சாஸ்திரம் பக். 114 (1906), ஆசியா பூமி சாஸ்திரம் பக். 102 (1906), தமிழும் இங்கிலிசுமாகிய முதலாவது வாசிப்பு பொஸ்தகம் (***First Tamil and English Reading Book***) பக். 90, சென்னை – 1850, இவை தவிர ஷேக்ஸ்பியர் நாடகங்கள், இந்திய மொழிகளிலேயே முதன்முதலாக உபநிடதங்கள் மொழிபெயர்ப்பு, சுமார் 8000 பக்கங்களுக்குக் குறையாத வங்க நாவல்கள், இன்னும் பலவகையான நூற்கள் – இங்கே எழுதத்தான் இடம் இல்லை. கிட்டத்தட்ட 1820 தொடங்கி 1910 வரை பல்வேறு துறைகளையும் சார்ந்த நூற்றுக்கணக்கான நூல்கள் தமிழில் வெளிவந்துள்ளதை இந்த இலண்டன் கேட்லாக் வழியே பார்க்கும்போது, தமிழ்நாட்டு அறிவுச்சூழல் என்பது நாம் இதுவரையில் எழுதப்பட்ட நூல்களில் சித்திரிப்பது போன்று இல்லை என்று உறுதியாகக் கூறலாம்.

இரண்டாவதாகத் தமிழ் உரைநடை வரலாறு பற்றிய நூற்களை எழுதிய அ.மு. பரமசிவானந்தம் போன்ற பலரும் தமிழ் மொழியில் உரைநடை வளர்ச்சியே 19ஆம் நூற்றாண் டின் இறுதியில் தொடங்கி 20ஆம் நூற்றாண்டின் கால் பகுதியில்தான் நிலைபெறத் தொடங்கியது என்ற கருத் தோட்டத்துடன்தான் எழுதுகின்றனர். மாயூரம் வேதநாயகம் பிள்ளையின் 'பிரதாப முதலியார் சரித்திரத்தில்' தொடங்கி, பாரதியின் ஊடாக வளர்ந்து, திரு.வி.க. வால் செழுமை பெற்றதாகத்தான் இத்தகையவர்களின் கருத்தோட்டம் அமைந் துள்ளதை அவர்களுடைய எழுத்துகள் காட்டுகின்றன. ஆனால் 1714இல் பைபிளின் புதிய ஏற்பாட்டைத் தமிழில்

தரங்கம்பாடியில் அச்சிட ஆரம்பித்ததிலிருந்து 1723, 1726, 1727, 1728 முடிய தொடர்ந்து மறுபதிப்புகளும் பழைய ஏற்பாடு 1827, 1830, 1831, 1833 முடிய மறுபதிப்புகளும் அதன் பின்னர் 1900 வரை இந்தப் பதிப்புகளின் செம்மையாக்கப் பட்ட பதிப்புகளும் சுமார் 25000 பக்கங்கள் 19ஆம் நூற்றாண் டிலேயே வெளிவந்தன. இதன் மொழிநடை உரைநடை வரலாற்றில் பரிசீலிக்கப்படவே இல்லை. இது தவிர 1826இல் 325 பக்கங்களில் தருமநூல், மிருதிசந்திரிகை, விவகார சார சங்கிரகம் (*A treatise on the municipal law of the Hindus*) என்ற மதுரை கந்தசாமி புலவர் எழுதிய இந்தச் சட்டநூல், வேதவு தாரணத் திரட்டு (*Evidences of Christianty* 314 பக்கங்கள் 1835, இதன் மறுபதிப்பு 1852இல் 319 பக்கங்களில் வருகின்றது. 1850–1860 ஆகிய பத்தாண்டுகளில் உலக வரலாறு, கானா, பிஜித்தீவு, ஆப்பிரிக்காவின் வரலாறு (எல்லாம் 300 முதல் 500 பக்கங்கள் உள்ளவை), பள்ளி மாணவர்களுக்கான உரை நடைப் பயிற்சி அளிக்கும் நூல்கள் என்று பலதரப்பட்ட நூல்கள் வெளியிடப்பட்டுள்ளன. 1860க்குப் பின்னர் நாடக நூல்கள், மொழிபெயர்ப்பு நூல்கள், அறிவியல் நூல்கள் என்று பலதரப்பட்ட உரைநடை நூல்கள் வெளிவந்துள்ளன. 1900 முதல் 1925 வரையில் முதல் உலகப்போர், டைட்டானிக் கப்பல் மூழ்கிய கதை, மாப்பிள்ளாகலவரம், மில்டனின் சொர்க்க நீக்கம், ராபின்சன் குரூசோ, காந்தியின் சத்தியா கிரகம் – இவை தவிர 'பரத்தை' போன்ற இதுவரை தமிழ் வரலாற்றில் பதிவு பெறாத பல நூல்கள் தமிழில் வெளிவந் திருந்தும் இவை எவையும் தமிழில் உரைநடை வரலாறு எழுதியவர்களால் கணக்கில் எடுக்கப்படவில்லை. சுருக்க மாகக் கூறினால் தமிழ் உரைநடை வளர்ச்சி பற்றி இனிதான் நூற்கள் எழுதப்பட வேண்டும்.

மூன்றாவதாக, இந்த நூல் தொகுதிகளின் வரிசையைப் பார்த்து வருகையில் நாம் இதுவரையில் சிந்திக்காத சில சுவையான செய்திகள் புலப்படுகின்றன. வெளிநாட்டுத் தமிழ் அறிஞர்களின் தமிழ்த்தொண்டு என்ற எண்ணத்தில் அத்தகையவர்களின் படைப்பைப் புரிந்துகொண்டிருந்த நமக்கு அதன் இன்னொரு பக்கம் வேறுவிதமாகக் காட்சி யளிக்கிறது.

தமிழில் பைபிளை மொழிபெயர்த்த வெளிநாட்டவர்கள் அநேகமாக அனைவருமே தமிழ்மொழி அகராதிகளைத் தொகுத்துள்ளனர். அத்துடன் தமிழ் நிகண்டுகளையும் திருக்குறள், நாலடியார், ஆத்திசூடி, கொன்றைவேந்தன் போன்ற ஔவையார் எழுதிய நீதி நூல்களையும் கைவல்லிய

நவநீதம் போன்ற தமிழ் மொழியிலுள்ள அத்வைத வேதாந்தம் பேசும் நூல்களையும் ஆங்கிலத்திலும் மற்றும் பல ஐரோப்பிய மொழிகளிலும் மொழிபெயர்த்து, விளக்கங்களும் எழுதி உள்ளனர். நன்னூல் போன்ற எழுத்தும் சொல்லும் பேசும் இலக்கணங்களையும் மொழிபெயர்த்துள்ளனர். இந்த வேலைகள் அனைத்தும் இதுவரை தமிழ்த் தொண்டாகத்தான் பார்க்கப்பட்டு வந்துள்ளது. உண்மையில் பைபிளைத் தமிழில் மொழிபெயர்ப்பதற்கான துணை வேலைகளாக, தமிழ் மொழியின் இலக்கண அமைப்பும் சரியான மதவியல் சொற்களை இனங்கண்டு செம்மையான, தெளிவான தமிழ் மொழி பைபிள் உருவாக்கத்திற்குத்தான் இத்துணையும் நடைபெற்றன என்பதை இந்த 'கேட்லாக்' வெளிக்காட்டு கின்றது. பெப்ரீசியஸ், வின்ஸ்லோ, ராட்லர், ஜி.யு.போப், நைட், ஸ்பெலட்டிங் போன்ற தமிழ்மொழி அகராதி வெளி யிட்ட அனைவரும் பைபிளை மொழிபெயர்த்துப் பதிப்பித் தவர்கள் என்பது கவனிக்கத்தக்கது.

இதே தளத்தில் இஸ்லாமிய அறிஞர்களையும் இனங் காணலாம். 1840 தொடங்கியே இஸ்லாமியர்கள் தங்கள் மத நூல்களையும் அது தொடர்பான உருது, அரேபிய, பெர்சிய மொழி நூல்களையும் இதனைத் தமிழ்ப்படுத்த உதவும் அகராதிகளையும் ஏராளமாக வெளியிட்டுள்ளனர். 'கலறத்து மீறான் சாகிபு ஆண்டவரவர்கள் காரண சரித்திரம்' (பக். 3+65 காரைக்கால் 1876), 'துத்திநாமா என்னும் கிளிக்கதை' (பக். 112 கி.பி. 1883), 'விரிவகராதி' (பக். 891 இரண்டாம் பதிப்பு கி.பி. 1882) இவை போன்ற ஏராளமான நூல்கள் தமிழ் வரலாற்றிலோ, அகராதிகள் வரலாற்றிலோ கணக்கில் எடுக்கப் படவே இல்லை என்பதை வாசகர்கள் கவனிக்க வேண்டும்.

இவை தவிர பெண்களால் எழுதப்பட்ட நூல்கள், பெண்களைப் பற்றிய அரிய நூல்கள் பல இத்தொகுப்பில் காணப்படுகின்றன. 'வேதாந்தப் பள்ளு' – ஆவுடையம்மாள் (1896), 'காதலா? கடமையா?' – ஹிமைதா பேகம் (1938), 'தேவடியாள் கும்மி' (1929), 'பரத்தை' (1911 பக். 440) மற்றும் இதுவரை தமிழகத்தில் அறிமுகமாகாத திருக்குறள் பதிப்புகள், தொல்காப்பிய ஆய்வுகள், பல்வேறுவிதமான மொழிபெயர்ப்பு நூல்கள், வரலாற்று நூல்கள் என்று கணக்கிலடங்காத நூல்கள் காணப்படுகின்றன.

லண்டனில் நல்ல முறையில் பாதுகாக்கப்பட்டு வரும் இந்நூற்களைத் தமிழகம் கொண்டுவந்து வெளியிடுவதற்கான வேலைகளை இதுவரையிலான – நம்முடைய அடிமை மனோ பாவத்தால் மறந்திருந்தாலும் இனியேனும் காலந்தாழ்த்தாது

தமிழக அரசும் தமிழ் ஆர்வலர்களும் தமிழ்ப் பல்கலைக்கழகம் போன்ற நிறுவனங்களும் விரைந்து செயல்படுவது – நாம் உண்மையில் மானமுள்ள சுதந்திரக் குடிமக்கள் என்பதை வெளிப்படுத்த உதவும்.

'கவிதாசரண்', மே – ஜூன் 2003

தலித் சிந்தனைகளின் முன்னோடி: அயோத்திதாசர்

சென்னையில் உள்ள அயோத்திதாசர் ஆய்வு மையமும் விடுதலைச் சிறுத்தைகள் அமைப்பும் இணைந்து நடத்திய கூட்டத்தில் நிகழ்த்திய உரையின் விரிவாக்கம்.

பதின்மூன்று அல்லது பதினான்காம் நூற்றாண்டு வாக்கில் வாழ்ந்த 'தலித்' பெண் கவிஞர் உத்திரநல்லூர் நங்கை அவர்களின் சோகம் ததும்பும் பத்துப் பாடல்கள் (பாய்ச்சலூர்ப் பதிகம்) தான் தமிழ் வரலாற்றில் பதிவான முதல் 'தலித்' குரலாகும். பின்னர் வந்த 500, 600 ஆண்டுகளில் அயோத்திதாசருக்கு முன் தமிழில் பதிவு பெற்ற தலித் குரலே இல்லை எனலாம். 19ஆம் நூற்றாண்டின் நடுப்பகுதியிலும் 20ஆம் நூற்றாண்டின் தொடக்க காலங்களிலும் வாழ்ந்து மறைந்த அயோத்திதாசர் தன் சிந்தனைப் போக்கால் பல வகைகளில் நமக்கு வியப்பூட்டுபவராகக் காட்சியளிக்கிறார். அவர் காலத்தில் வாழ்ந்த மற்ற சாதிகளைச் சேர்ந்த தமிழறிஞர்களுக்குக் கிடைத்த ஆதரவும் வரவேற்பும் இல்லாத நிலையில் வாழ்ந்துகொண்டு, அவர் எழுதிய பல்வேறு விசயங்கள் அவருடைய உறுதியான மனத்தையும் நடவடிக்கைகளையும் வெளிச்சமிட்டுக் காட்டுகின்றன. இருபதாம் நூற்றாண்டின் இறுதிக்காலம் வரை கண்டு கொள்ளப்படாதிருந்த அவருடைய சிந்தனைகள், 1990க்குப் பின்னான 'தலித் அரசியல் எழுச்சி'யில் வெளிச்சத்திற்கு வந்தன. ஆயினும் அவருடைய ஒட்டு

மொத்த ஆளுமையைத் தமிழகம் இன்றுவரை முழுமையாகப் புரிந்துகொண்டுவிட்டதாகச் சொல்ல முடியவில்லை. அரசியல், பொருளாதாரம், ஆன்மிகம், இலக்கியம், வரலாறு, இதழியல் எனப் பல தளங்களில் விரிவடையும் அவருடைய எழுத்துகளை அந்தந்தத் தளங்கள் சார்ந்த துறைகளுடன் இயைந்தும் உறழ்ந்தும் வாசித்து அவரது பன்முக ஆளுமையை வெளிக்கொணரும் முயற்சிகள் இப்பொழுதுதான் வெளிவரத் தொடங்குகின்றன. அத்தகைய முயற்சிகளில் ஒன்றாகவே இப்பொழுது நாம் பார்க்கப்போகும் பகுதிகள் அமையும்.

அந்நிய ஆட்சியாளர்களுக்கு எதிராக, சுதேசிகள் கிளர்ந்தெழுந்த தீவிரமான காலகட்டம் (1905–1912) அது. அதே காலகட்டத்தில், அதாவது 1907–1914 வரையிலான அவரது 'தமிழன்' இதழ்கள்தான் அவரை நமக்கு இனம் காட்டுகின்றன. அந்தக் காலகட்டத்தில் பாரதி, வ.உ. சிதம்பர னார் போன்றவர்களை அரசியல் தளத்திலும் உ.வே. சாமி நாதையர், நாரண அய்யங்கார், பாண்டித்துரைத் தேவர், இரா. இராகவையங்கார் போன்றவர்களை இலக்கியத் தளத்திலும் 'சுதேசமித்திரன்', 'இந்தியா' போன்ற பத்திரிகைகளை இதழியல் தளத்திலும் மற்றும் இவை போன்ற பலவகைச் செயல்பாடுகள் பற்றிய, நாம் அறிந்திருக்கிற அல்லது நமக்குச் சொல்லப்பட்ட கருத்துகளின் மீது நாம் நினைத்துப் பார்க்க முடியாத விமர்சனங்களையும் விளக்கங்களையும் அவற்றுக் கான தர்க்கங்களுடன் அவர் முன்வைக்கும் பாங்கு அவரை ஒரு முன்னோடியான நவீன சிந்தனையாளராக நமக்கு இனம் காட்டுகிறது.

இந்திய வரலாற்றிலும் தமிழக வரலாற்றிலும் செல் வாக்குப் பெற்ற மக்களை ஒருங்கிணைத்திருந்த பௌத்த மதத்தையும் பௌத்தம் சார்ந்த அரசுகளையும் தங்கள் சூழ்ச்சி நடவடிக்கைகளினால் அழித்துவிட்ட வேஷப் பிராமணர்கள், நால்வருணக் கோட்பாட்டையும் சாதிமுறை களையும் தீண்டாமையையும் இம்மக்கள் மீது சுமத்தினர். இவற்றை நியாயப்படுத்தும் கருத்தியலுக்குத் தோதாகப் புனைவு இதிகாசங்களையும் காவியங்களையும் கதைகளையும் புராணங்களையும் உருவாக்கி, அவற்றுக்குப் புனித முலாம் பூசி மக்களை மீட்சியற்ற கருத்துச் சிதைவில் நிலைப்படுத்தினர். அவர்களது இத்தகைய கருத்துகளைத் தங்கள் ஆதிக்கத்திற்காக ஏற்றுக்கொண்டு செயல்படுத்திய சூத்திரச் சாதியைச் சேர்ந்த அரசர்களும் கல்வியாளர்களும் வேஷப் பிராமணர்களுடன் இணைந்தனர். இந்தக் கூட்டாளிகளால் ஒடுக்கப்பட்டும் அடக்கப்பட்டும் மிதிக்கப்பட்டும் கிடந்த மக்களுக்கு ஆங்கி லேயர்களின் நுழைவால்தான் சிறிது விடுதலையும் கல்வி

கற்கும் வாய்ப்பும் கிடைத்தன. இந்த உள்நாட்டுக் கொடுங் கோலர்களிடமிருந்து தங்களை மீட்க வந்த மீட்பர்களாகவே ஆங்கிலேயர்களை அயோத்திதாசர் கருதினார். பிற்காலங் களில் ஈ.வெ.ரா. பெரியாரும் அம்பேத்கரும் இதே கருத்தைக் கொண்டிருந்தனர் என்பது கவனிக்கத்தக்கது. இத்தகைய கருத்தோட்டத்தின் அடிப்படையில் காங்கிரஸ் கட்சியையும் பிராமணர் அல்லாதார் இயக்கத்தையும் விமர்சிக்கிறார் அயோத்திதாசர்.

'சுதேசமித்திரன்', 'இந்தியா' போன்ற பத்திரிகைகள் அன்றைய காங்கிரஸ் கட்சியின் கொள்கைகளையும் செயல்களையும் தமிழகத்தில் பரப்பி வந்தன. பாரதியார் 'இந்தியா' பத்திரிகையின் ஆசிரியராக இருந்தார். அவர் ஆங்கிலேயர்களின் கொடுமையான செயல்களென்று சுட்டிக் காட்டி எழுதிய விசயங்கள் ஏராளம் உண்டு. அவற்றுள் வங்காளத்தை இரண்டாகப் பிரித்தது, தென்னாப்பிரிக்க சத்தியாகிரகம், திருநெல்வேலி சுதேசிக் கப்பல் கம்பெனி, விபின் சந்திரபாலைப் பற்றிய கட்டுரைகள் போன்றவை குறிப்பிடத்தக்கவை. இந்த விசயங்களையும் இவை போன்ற மற்றும் பல விசயங்களையும் 'தலித்திய' கோணத்திலிருந்து அயோத்திதாசர் மறுப்பதும் நக்கலடிப்பதும் அதற்கான விளக்கத்தைத் தருவதுமான செய்திகள், இன்றுவரையில் தமிழ் சார்ந்த கருத்தியல் தளத்தில் ஆதிக்கம் செலுத்திவரும் பல கருத்துகளைத் தடம்புரட்டிப் போடுவதாக உள்ளன.

1. வங்கப் பிரிவினை:

இது பற்றி பாரதியின் கூற்று

"பெங்காள மாகாணத் துண்டிப்பு பொய்த் துண்டிப்பு. கீழ் பெங்காளம் என்று வகுத்தது பொய் வகுப்பு. கீழ் பெங்காளத்து லெப்டினென்ட் கவர்னர் பொய் கவர்னர்" என்று பெங்காளிகள் கருதுகிறார்கள். ஆதலால் இவருக்கு எவ்விதமான உபசரணைகளும் அங்கே நடக்க மாட்டா.

பெங்காளத்தில் அமைதியும் ஒழுங்கும் ஏற்படுத்த வேண்டுமென்று கவர்ன்மெண்டாருக்கு இஷ்டமுண்டானால், மாகாணத் துண்டிப்பை ரத்து செய்துவிட வேண்டும். அதைத் தவிர, வேறெந்த உபாயத்தினாலும் திவலைகூட நலமுண் டாகாது.

இந்தியர்களை ஏமாற்றிவிடலாமென்று யாரும் கனவு காண வேண்டியதில்லை." (*பாரதி படைப்புகள் 1, பக்.537, 538*)

இதுபற்றி அயோத்திதாசர் கூற்று

நமது கவர்னர் ஜெனரல் கர்ஜன் பிரபு அவர்கள் வங்காளத்தை இரு பிரிவினைச் செய்த விஷயத்தால் வீண் கலகங்கள் தோன்றியதென்று சிற்சில பத்ராதிபர்கள் கூறுவதுமன்றி சர்.என்றி காட்டன் எம்.பி. அவர்களும் பேசு வது விளங்கவில்லை.

ஒரு டிஸ்ட்ரிக்கட்டில் (மாகாணம்) ஒரு பிரிதிநிதியிருந்து (கலெக்டர்) சகல குடிகளின் குறைவு நிறைவுகளை அறிந்து பாதுகாத்தல் சுகத்தை விளைக்குமா அன்றேல் ஒரு டிஸ்ட்ரிக் கட்டை நான்கு பாகமாகப் பிரித்து நான்கு பிரிதிநிதிகளை நியமித்து குடிகளின் குறைவு நிறைவுகளை அறிந்து பாது காத்தல் சுகத்தை விளைக்குமா என்று ஆராயுங்கால் நான்கு பிரிதிநிதிகளிருந்து குடிகளின் குறைகளை அப்போதைக்கப் போதறிந்து ஆதரிப்பார்களாயின் அதிக சுகமுண்டாமென்பது அனுபவமாகும். அங்ஙனமின்றி ஒரு பெரும் டிஸ்ட்ரிக்கட்டை ஒரு பிரிதிநிதியிருந்து ஆளுவாராயின் குடிகளுக்குள்ளக் குறைகளை அப்போதைக்கப்போது நிவர்த்தி செய்வதற்கு இயலாது குடிகள் அல்லல்பட வேண்டியதேயாகும்.

ஒரு பிரிதிநிதியினும் நான்கு பிரிதிநிதிகளைப் பெருக்கு வதால் சிலவு அதிகரிக்காதோ என்பாரும் உண்டு. அங்ஙனம், ஒரு பிரிதிநிதியால் பூமிகளின் விருத்திகளையும் நீர்ப்பாய்ச்சல் விருத்திகளையும் கைத்தொழில் விருத்திகளையும் ஆராய்ச்சி செய்வதினும் நான்கு பிரிதிநிதிகள் அவரவர்கள் திக்குகளின் பூமி விருத்தியையும் நீர்ப்பாய்ச்சலையும் விருத்தி செய்வார்கள் ஆயின் அவரவர்கட் சிலவுகளுக்கு (செலவு) மேற்பட்ட ஆதாயங்கள் பெருகுமன்றோ. பற்பல குடிகளுக்கும் அதினால் சீவன விருத்திகள் அதிகரிக்குமன்றோ.

இத்தியாதி விருத்திகளைக் கவனியாது குறைத்துக் கொண்டே போகுஞ் செயல்களை ஆராயுங்கால் தேசஞ் சீர்கெடுமேயன்றி சீர்பெறாவாம்.

(அயோத்திதாசர் சிந்தனைகள் 1, பக்.83, 84)

ஆங்கிலேயர்கள் வங்காளத்தைக் கிழக்கு வங்காளம், மேற்கு வங்காளம் என்று பிரித்துவிட்டனர் (1905). இதனைப் பாரதி போன்றவர்கள் சூழ்ச்சி என்று கருதுகின்றனர். இச்சூழ்ச்சிக்கு இந்தியர்கள் பலியாகமாட்டார்கள் என்பதைப் பிரிவினைக்கு எதிராக அங்கு நடந்த சில கலவரங்களை வைத்துக் கணிக்கிறார் பாரதி. அயோத்திதாசரோ இந்தப்

பிரிவினை என்பது அரசாங்க நிர்வாகச் சீரமைப்புதான் என்று கருத்துரைக்கிறார். இந்தச் சீரமைப்பால் ஒரு மாநிலத்தில் நான்கு வெள்ளைக்கார அதிகாரிகள் நிர்வாகத்தில் பங்கேற்பது அடிமட்ட மக்களுக்கு நன்மை பயக்கும் என்கிறார். பெரும்பாலும் அன்றைய அரசாங்க நிர்வாக அமைப்பில் மாகாணம், மாவட்டம் போன்றவைகளில் தலைமைப் பதவியில் மட்டுமே ஒரு வெள்ளை அதிகாரி இருப்பார். அடுத்த நிலையிலுள்ள அதிகாரிகளும் அடிநிலை ஊழியர்களும் பெரும்பாலும் பார்ப்பனர்களாகவும் உயர் வர்க்கத்துச் சூத்திரச் சாதியினராகவும்தான் இருப்பார்கள். இவர்கள் கீழ்நிலையிலுள்ள ஏழைகள், ஒடுக்கப்பட்டவர்கள் பிரச்சினைகளில் பெரும்பாலானவற்றை உயர் அதிகாரியான வெள்ளையர்களுக்குத் தெரியாமல் மறைத்துவிடுவார்கள். ஒரு பெரிய மாகாணத்தை அல்லது மாவட்டத்தை இரண்டாக அல்லது நான்காகப் பிரிப்பதால் அதிகமான வெள்ளை அதிகாரிகள் நிர்வாகத்தில் பங்கு பெறுவர். இதனால் பார்ப்பன, சூத்திர ஊழியர்களால் மறைக்கப்படும் ஒடுக்கப்பட்ட மக்களின் பிரச்சினைகள் ஒருவர் இல்லாவிட்டாலும் இன்னொரு வெள்ளை அதிகாரிக்குத் தெரிந்துவிடும் வாய்ப்புள்ளது. ஆகவே, இத்தகைய பிரிவினை என்பது ஒடுக்கப்பட்ட, தாழ்த்தப்பட்ட மக்களுக்கு நன்மை பயக்கும் என்கிறார் அயோத்திதாசர்.

2. தென்னாப்பிரிக்க சத்தியாக்கிரகம்:

இது பற்றி பாரதி கூற்று

ஓநாய் ஆட்டுக்குட்டிகளிருக்குமிடத்திற்கு வந்தால், ஓநாயின் பாடு வெகு உல்லாசந்தான். ஆனால், ஓநாய்கள் இருக்குமிடத்திற்கு ஆட்டுக்குட்டி செல்லுமானால் இதன் பாடு வெகு கஷ்டம். இந்தியருக்கும் வெள்ளை ஜாதியாருக்கும் இப்போதிருக்கும் ஸம்பந்தம் மேற்கண்ட விதமாகவே இருக்கின்றது.

இந்தியாவுக்கு ஒரு ஐரோப்பியன் வந்தால், அவனுக்கு வேட்டகத்திற்கு வந்த மாப்பிள்ளைக்கு நடக்கும் உபசாரங்களெல்லாம் குறைவின்றி நடக்கின்றன. அவன் திரும்பிய இடத்திலெல்லாம் உத்தியோகம்; அவன் கால் வைத்த இடமெல்லாம் பணம்; சென்ற இடமெல்லாம் மதிப்பு; கையிலே அரைக்காசில்லாமல் இங்கே வந்து சேர்கிறான். திரும்ப ஊருக்குப் போகும்போது பிரபுவாகப் போகிறான். அவனுடைய தசை அப்படியிருக்கிறது. இது நிற்க,

ஆங்கில அரசாட்சிக்குட்பட்ட திரான்ஸ்வால், கேப் காலனி, ஆஸ்திரேலியா முதலிய தேசங்களுக்கு ஜீவனார்த்த மாக ஒருவன் போவானானால், இவன் கதி மஹா பரிதாபகர மாய் விடுகிறது. இவன் வர்த்தகஞ் செய்து செழிப்படைய விடுகிறதில்லை. உத்தியோகங்களென்று மூச்சு விடக்கூடாது. "அங்கே நடக்கக்கூடாது, இங்கே வீடு கட்டக்கூடாது, தண்ணீர் சாப்பிடத் தீர்வை கொடுக்க வேண்டும், மூச்சுவிட வரி செலுத்த வேண்டும்" என்பதாக எண்ணிறந்த இடைஞ்சலுக்குட் படுத்துகிறார்கள்.

ஆரிய புத்திரர்களே! தூங்கிக்கொண்டா இருக்கிறீர்கள்? இந்த மானமற்ற பிழைப்பு இன்னும் எத்தனை காலம் பிழைக்க வேண்டுமென்று உத்தேசித்திருக்கிறீர்கள்?

(பாரதி படைப்புகள்–1, பக். 899, 900).

இது பற்றி அயோத்திதாசர் கூற்று

1909 வருஷம் டிசம்பர் மீ *12* வெளிவந்த சுதேசமித்திரன் பத்திரிகையில் கனந்தங்கிய சென்னை மஹாஜன சபையோ ருக்கு ஜோனஸ்பர்க் (தென்னாப்பிரிக்கா) தமிழ் மஹாஜன சபையோர் ஓர் விஞ்ஞாபனம் அனுப்பியுள்ளதாகக் கண்டிருக் கின்றது.

அவ்வகைக் கண்டுள்ள விஞ்ஞாபனத்தின் கருத்தோ யாதெனில், "அத்தேசத்தோர் கொடிய சட்டத்தை அநுசரித்து துன்பத்தை அனுபவிப்பதினும் சட்டத்தை அங்கிகரியாமைக்கு வருந் துன்பத்தை அநுபவிப்பதே மேலெனத் துணிந்து பதிவுப் பத்திரங்களை எல்லாம் அக்கினி பகவானுக்குச் சமர்ப்பித்து விட்டு எதிர்த்து நிற்கின்றோம்" என்று கூறியதின் பின் இந்தியர்கள் அதிக துன்பத்தை அனுபவிக்கிறோமென்று வரைந்திருக்கிறார்கள்.

இத்தகைய தமிழ் சபையோர் தங்களை இந்தியர்களென்று எப்போது பிரித்துக் கொண்டார்களோ அப்போதே ஜோனஸ் பர்க் அன்னியர் தேசமென்பது சொல்லாமலே விளங்கும்.

அவ்வகை அன்னியர் தேசஞ் சென்றுள்ளவர்கள் அத்தேசத்தோர் சட்டத்திற்குப் பொருந்தியே வாழ வேண்டும் என்பதும் சொல்லாமலே அமையும்.

அவர்கள் சட்டத்திற்குள் அமைந்து வாழப் பிரியம் இல்லாதவர்கள், அத்தேசத்தை விட்டு நீங்கி விடுவதே நியாய மாகும். அங்ஙனமின்றி ஈட்டி முனையில் உதைத்து காலில்

சீழ் பிடித்து அதிவாதைப் படுகிறதோமென்றால் அன்னோயை சகித்து ஆற்றிக்கொள்ள வேண்டியவர்கள் அவர்களேயாகும்.

அத்தேசத்தில் இவர்கள் பழங்குடிகளாயிருந்து சட்டம் நூதனமாகத் தோன்றியிருக்குமாயின் அச்சட்டத்தின் நடவடிக்கையும் செயலும் நாளுக்கு நாள் நிறைவேற்றி வருவதையறிந்து அதி உபத்திரவமாகக் காணப்படுமாயின் அதன் உபத்திரவத்தை பிரிட்டிஷ் ராஜாங்கத்தாருக்குத் தெள்ளற விளக்கிக் கேட்பார்களாயின் அச்சட்டத்தின் மாறுதலுக்காய ஆலோசனைகளைச் செய்து சீர்திருத்துவார்கள். அவற்றிற்கு மாறாக அத்தேசத்திலிருந்து கொண்டே அவர்கள் சட்டத்திற்கு அடங்க மாட்டோம் என்றால் எந்த ராஜாங்கந்தான் இவற்றை ஏற்றுக்கொள்ளும்.

இந்து தேசத்தில் வாசஞ் செய்யும் சில மனிதர்கள் தங்கள் வீடுகளிலும் பொதுவாய்க் கோவில்களிலும் சில மனிதர்களை வரலாகாதென்று தடுத்து வைத்திருக்கின்றார்கள். அம்மனிதர்கள் மீறி வந்து விட்டாலோ, அவர்களைத் தெண்டிக்கத் தக்க சட்டத்தையும் வகுத்து வைத்திருக்கின்றார்கள். அவ்வகை தெண்டித்தும் வருகின்றார்கள். இத்தகைய சட்டத்தை நியாயந்தானெனப் பார்த்திருக்கும் இந்துதேச பாரத மாதாவானவள் ஜோனஸ்பர்க்கிலுள்ளோர் நியாயந் தீர்க்கப் போகிறார்களா, இல்லை, இந்தியாவிலுள்ளோர் கீழ்ச்சாதி மேல்சாதியென்னுஞ் சட்டங்களை அக்கினிக்கு இரையாக்கி விடுவார்களாயின் பாரத மாதா ஜோனஸ்பர்க்கின் சட்டத்தை அன்றே சீர்திருத்தி விடுவாள்.

பாரதமாதா அத்தேசத்திற்குச் சென்றிருக்கும் இந்தியர்களின் மீது கண்ணோக்கம் வைக்காத காரணம் யாதென்பீரேல், இந்தியாவில்தான் ஆயிரத்தெட்டு பொய்ச்சாதிப் பிரிவுகளை ஏற்படுத்திக்கொண்டு அதற்காதரவாய் சமய பேதங்களையும் வகுத்து ஒருவர் முகச் சின்னத்தை மற்றொருவர் பார்க்க விரோதமும் ஒருவர் சாதிப் பெயரை மற்றொருவர் கேழ்க்க விரோதமும் பெருக்கிக் கொண்டு ஒற்றுமெய்க் கேட்டிலிருப்பவர்களிற் சிலர் சவுத்து ஆப்பிரிக்காவென்னுந் தேசத்திற்கு நெடும் பிரயாணஞ் செய்து கப்பலில் போகும் வரையில் சாதிபேதச் செயல்கள் ஒன்றுமில்லாமற் சென்று அவ்விடம் சேர்ந்து சொற்ப துட்டு சம்பாதித்துக் கொண்டவுடன் ஐயர், முதலி, நாயுடு, செட்டி என்னுந் தொடர்மொழிகளைச் சேர்த்துக்கொண்டு சாதிப் பிரிவினைகளை உண்டு செய்து வருகின்றார்கள். அத்தேசவாசிகளாகிய போயர்களோ சாதிபேதமென்னுங் கொடூரச் செயலற்று சிறந்த குணம்

அமைந்த ஒற்றுமெயுற்றவர்கள். அத்தகைய சுத்த குணமும் பெருந்தகமையும் வாய்த்தவர்கள் மத்தியில் ஒற்றுமெய்க் கேட்டையும் விரோத சிந்தையையும் உண்டு செய்வதான சாதிபேதப் பிரிவினைப் பெயர்களைப் பரவச் செய்து வருகிறபடியால் பாரதமாதாவிற்கே மனந்தாளாது இந்தியர் களை அதி கொடூரத்துடன் அவ்விடம் விட்டு அகற்றுகின் றாள் போலும் –

(அயோத்திதாசர் சிந்தனைகள் – 1, பக். 211, 212)

தென்னாப்பிரிக்காவில் இந்தியர்களை / தமிழர்களை வெள்ளையர்கள், தாழ்த்தப்பட்டவர்களைப்போல் – தீண்டத் தகாதவர்களைப்போல் நடத்துவதை எதிர்த்து காந்தியின் தலைமையில் ஜோனஸ்பர்க் நகரத்தில் போராட்டம் நடக் கிறது. இந்தச் செய்தியைக் கேள்விப்பட்ட பாரதி மானமும் ரோசமும் உள்ள மனிதர்களாக இந்தியர்கள் இருந்தால் இந்தப் போராட்டத்தில் கலந்துகொள்ள வேண்டும் என்று 'இந்தியா' பத்திரிகையில் எழுதுகின்றார். ஆனால் அயோத்தி தாசரோ, இந்தியாவிலேயே உள்ள மக்கள் உயர்ந்தவர், தாழ்ந்தவர், தீண்டத்தகாதார் என்று உயர்சாதியினரால் பிளவுபடுத்தப்பட்டுள்ளனர். அது மட்டுமன்றி, தாழ்த்தப்பட்ட மக்களை இந்தத் தெருவில் நடக்கக்கூடாது, இந்தக் கிணற்றில் தண்ணீர் இறைக்கக் கூடாது, உங்கள் பிள்ளைகள் எங்கள் பிள்ளைகளுடன் சேர்ந்து படிக்கக்கூடாது என்று, தன் தாய்நாட்டு மக்களையே இழிவுபடுத்திக் கொண்டிருப்பவர்கள், அயல்நாட்டில் சென்று அந்நியர்களிடம் சமத்துவம் கேட் பதற்கு என்ன உரிமை இருக்கிறது? அதுமட்டும் அல்லாது அயல்நாட்டில் பிழைக்கப்போன இந்தியர்கள் அந்நாட்டுச் சட்டங்களுக்குக் கட்டுப்படுவதே முறையாகும். அதை விட்டு கலவரங்கள் புரிந்தால் அயலவர்கள் உதைக்காமல் என்ன செய்வார்கள்? 'ஈட்டி முனையை உதைக்கும் மூடன் காலில் சீழ் பிடித்து அவதியுறுவதுபோல' அயல்நாட்டாரிடம் உதைபட்டுத் துன்பப்படுவீர்கள் என்று எச்சரிக்கிறார்.

3. சுதேசிக் கப்பல் கம்பெனி:

இது பற்றி பாரதி கூற்று

தூத்துக்குடியிலே சுதேசிய முயற்சியை மேற்கொண்டு நடத்திவரும் நம்மவர்கள் இப்போது புதிதாக "சுதேசிய ஸ்டீமர் கம்பெனி" (Swadesis Steam Navigation Company) என ஒன்று ஸ்தாபிக்கக் கருதியிருப்பதாக முன்னமே அறிவித் திருக்கின்றோம்.

பாரதி தொகுப்பு நூலின் பதிப்பாசிரியர் குறிப்பு:

(பெங்காளத்தை முன்மாதிரியாகக் கொண்டு தென்னாட்டிலே தூத்துக்குடி நகரிலே சுதேசிய முயற்சி வெற்றிப் பாதையில் நடை போடத் தொடங்குவது என்கிற மாபெரிய முயற்சியில் வ.உ.சிதம்பரனார் ஈடுபட்டார்.

பிரிட்டிஷ் கப்பல் கம்பெனிக்கு எதிர்க் கப்பல் கம்பெனியைத் தொடங்கிய பெருமை தமிழ்நாட்டைச் சார்ந்த தூத்துக்குடிக்கும் அதே மாபெரிய முயற்சியை மேற்கொண்ட வ.உ.சிதம்பரம் அவர்களுக்கும் உண்டு என்பதைச் சொல்ல வந்த கட்டுரை இதுவாகும். மற்றும் கம்பெனி வெளியிட்ட அறிக்கையும் வாசக நேயர்களின் வசதிக்காக இங்கே தரப் படுகிறது.)

(பாரதி படைப்புகள்–1, பக்.523, 524)

இது பற்றி அயோத்திதாசர் கூற்று

நாம் சுதேசமென்று எப்போது பிரிக்கின்றோமோ அப் போதே புறதேசமென்பது சொல்லாமலே ஏற்படுகின்றது.

இத்தகைய ஏற்பாட்டில் ஒன்றை ஆரம்பிக்கும்போதே ஐரோப்பியர்களை ஓர் விரோதிகளைப் போல முன்னில் ஏற்படுத்திக்கொண்டு வியாபாரத்தை நடத்துவதினால் மிரண் டவன் கண்ணுக்கு இருண்டதெல்லாம் பேயென்பதுபோல் விரோதிகளாயெண்ணிக் கொண்டவர்கள் யாதொரு தீங்கு செய்யாவிடினும் அவ்வெண்ணமே தங்களைத் தீங்குகளில் ஆழ்த்திவிடுகின்றது.

நாமும் நம்முடைய தேசத்தோரும் “எத்தால் வாழலா மென்றால் ஒத்தால் வாழலா”மென்பது பழமொழி. அவ்வகை மனமொத்து வாழும் வாழ்க்கை வியாபாரத்தை விடுத்து நம்முடைய தேசத்தைக் கல்வியிலுங் கைத்தொழிலும் விருத் திக்குக் கொண்டு வந்து சுகசீவனங்களைக் காட்டி வரும் ஐரோப்பியர்களை நாம் எதிரிகளாக எண்ணுவது இரவு முழுவதும் சிவபுராணங் கேட்டு விடிந்தவுடன் சிவன் கோவில்களை இடிப்பதற்கு ஒக்கும்.

ஜப்பான், அமெரிக்கா, ஐரோப்பா முதலிய தேசங்களில் எத்தனையோ வகை வியாபாரங்களை உண்டு செய்து கோடி கணக்கான திரவியங்களைச் சேர்க்கின்றார்களே அவர்களில் யாரேனும் சுதேச ஸ்டீமர், சுதேச மில், சுதேச ஷாப்பெனப் பெயர் வைத்துக்கொண்டிருக்கின்றார்களா!

(அயோத்திதாசர் சிந்தனைகள்–1, ப. 214)

ஆங்கிலேயர்கள் ஏகாதிபத்தியவாதிகளானாலும் இந்தியச் சமூகத்தில் நிலவும் பார்ப்பனியத்திற்கும் சாதியத்திற்கும் தீண்டாமைக் கொடுமைக்கும் எதிரானவர்களாக இருந்து இந்தியாவை நிர்வாகம் செய்து வந்தால் உள்நாட்டுச் சாதியக் கொடுமையாளர்களிடமிருந்து தங்களை மீட்க வந்த மீட்பர் களாக அவர்களைக் கருதுகிறார் அயோத்திதாசர். இதனால் வியாபாரம் செய்வதற்காக முதலீடு செய்து ஆரம்பித்த கப்பல் கம்பெனிக்கு வ.உ.சி., பாரதி போன்றவர்கள் சுதேசிக் கப்பல் கம்பெனி என்று பெயர் வைத்தது பொருந்தாது என்கிறார். 'சுதேசி' என்றவுடன் மற்றவர்களை (ஆங்கிலேயர் களைப்) பரதேசி (அயலவன்) என்று அந்நியப்படுத்தி எதிரியாக்கும் நிலை ஏற்படுகிறது. 'எத்தால் வாழலாம் என்றால் ஒத்தால் வாழலாம்' என்ற பழமொழிக்கிணங்க மற்றவர்களுடன் இணைந்து சென்று வியாபாரம் செய்வதே முறை. உலகின் பல நாடுகளில் பலரும் ஒத்து வணிகம் செய்து பெரும் பொருள் ஈட்டுகின்றனர். இதனை விடுத்து சுதேசி, விதேசி என்று பெயர்களைச் சூட்டி எதிரிகளைக் கட்டமைப்பதால் நட்டமும் துன்பமும்தான் ஏற்படும் என்று எச்சரிக்கிறார் அயோத்திதாசர்.

4. சுதேசியம் பற்றி:

சுதேசியத்தின் எதிரிகள் மூன்று வகைப்படுவர் என்கிறார் பாரதி.

முதலாமவர்கள் (*Free trade*) என்ற கட்டற்ற வர்த்தகத்தை ஆதரித்து அதில் நம்பிக்கை வைப்பவர்கள்.

இரண்டாவது எதிரிகள் ஆங்கிலப் பத்திரிகை நடத்தும் உள்நாட்டுக்காரரர்கள். இவர்கள் பொய்யும் வஞ்சனையும் நிறைந்த விவகாரங்களால் ஜனங்களில் மனதை வெறுப்பு கொள்ளும்படி செய்துவிடுகிறார்கள்.

மூன்றாவது எதிரிகள் அந்நிய தேசத்து சாமான்களைத் தருவித்து சுதேசிய சாமான்களே என்று சொல்லி ஏமாற்றி விற்கும் வர்த்தகர்கள்.

இம்மூன்று முக்கிய விரோதிகளைத் தவிர வேறு பல குட்டிப் பிசாசுகள் இருக்கின்றன. அவற்றையெல்லாம் நாம் பொருட்டாக்க வேண்டியது அவசியமில்லை.

இப்படி எத்தனையோ விரோதமிருந்தும் அவற்றையெல் லாம் எதிர்த்து நமது நாட்டிலே சுதேசியம் அபிவிருத்திப் பெற்று வருவது மஹா சந்தோஷகரமான விஷயம். சுதேசியம்

அபிவிருத்தி பெறவில்லையென்று சொல்பவர்கள் விழிகண் குருடர்கள்.

(பாரதி படைப்புகள்–1, பக்.579, 580)

சுதேசியம் பற்றி அயோத்திதாசர் கூற்று

தமிழ்நாட்டில் பாரம்பரியமாக வாழ்ந்துவரும் பழங் குடிகள், வேற்றுமொழி பேசும் பகுதிகளிலிருந்து தமிழ்நாட்டில் குடியேறி நூறாண்டுகளுக்குமேல் வாழ்ந்து வருபவர்கள் சுதேசிகள் ஆவர். ஆயிரம் ஆண்டுகள் இந்நாட்டில் வாழ்ந்து இருந்தாலும் சாதிவேறுபாடுகளைக் கடைபிடிப்பவர்கள் சுதேசிகள் ஆகமாட்டார்கள்.

சுயராச்சியம் என்பது யாதெனில் சுயதேசத்தோரும் பூர்வக் குடிகளுமாய் மக்கள் தங்கள் தேசத்தை ஆளுவதற்குப் பெயர். அத்தகையப் பெயர் தற்கால இந்துக்கள் என்போ ருக்குப் பொருந்தவே பொருந்தாது. காரணம் இந்திய தேசத் திலுள்ள சிந்து நதி ஓரமாக வந்து குடியேறி இந்துக்கள் என்றழைக்கப்பெற்றோர் இந்திய தேசத்தின் நூதனக் குடிகளா தலின் அவர்களுக்கு சுதேசிகளென்னும் பெயரே கிடையாது. அவர்களுக்கும் அவர்களைச் சார்ந்தோருக்கும் சுயராட்சியத் தோர் என்னும் பெயரும் பொருந்தாது. அவர்களுக்குச் சுயராட்சியத்தோர் ஆச்சுதே என்னும் ஆளுகையும் அளிக்கத் தகாது. இத்தேசத்தின் ஆளுகையைப் பெறுவதற்கும் அவர் களுக்கு சுதந்திரங் கிடையா.

(அயோத்திதாசர் சிந்தனைகள்–1, பக். 432, 433)

பாரதி போன்றவர்கள் கருத்துக்கு மாறாக, உள்நாட்டில் வாழ்வதனால் மட்டும் ஒருவனை சுதேசி என்று கருத முடியாது என்கிறார் அயோத்திதாசர். நூறாண்டுகளுக்கு மேல் ஒரு நாட்டில் வசித்து வருகின்ற வேற்று மொழியாளர் களும் சுதேசிகளே. ஆயிரம் ஆண்டுகளாக வசித்து வந்தாலும் யாதொருவன் சாதியத்தையும் தீண்டாமையையும் கடைப் பிடித்து மக்களைப் பிளவுபடுத்துகிறானோ அவன் சுதேசி அல்லன். அவன்தான் விதேசி!

5. பொது மொழி பற்றி:

பாரதி கூற்று

ஹிந்தியில்லாமல் இப்போது நமக்குள் அதிகமாகப் பழக்கமுற்று வருகின்ற இங்கிலீஷ் பாஷையே பொதுமொழி யாகிவிடக் கூடாதோ வென்றால் அது அசாத்தியமும் மூடத்தனமான நினைப்பாகும். இங்கிலீஷ் பாஷை அன்னிய

ருடையது. நமது நாட்டிற்குச் சொந்தமானதன்று. நமது நாட்டில் எல்லா வகுப்பினருக்கும் ஸ்திரமாகப் பதிந்துவிடும் இயற்கையுடையதன்று.

(பாரதி படைப்புகள் – 1, ப. 932)

அயோத்திதாசர் கூற்று

மற்றுமுள்ள பாஷைகள் யாவிலும் சாதிபேத போராட்டங்களை வரைந்துள்ளக் கட்டுக்கதைகளே மிக்கப் பெருகி நீதிநெறி வாக்கியங்களுங் கெட்டு, நிலைகுலைந்திருக்கின்றபடியால் இந்தியாவில் வழங்கி வரும் தற்கால பாஷைகள் யாவையும் பொது பாஷையாக ஏற்றுக்கொள்ளுவது வீணேயாம். பாஷை முக்கியமா அன்றேல் அப்பாஷை பேசும் குடிகளின் ஒழுக்கச் செயல்கள் முக்கிமாவென ஆராய்ந்து அவற்றை உறுதி செய்தல் வேண்டும். அங்ஙனமின்றி இந்திய தேசத்தில் சிலர் இந்தி பாஷையைக் கற்றுக்கொள்ள வேண்டுமென்றும் சிலர் சமஸ்கிருத பாஷையைக் கற்றுக்கொள்ள வேண்டுமென்றும் காரணமின்றிப் பேசுவது கவனக் குறைவேயாம்.

ஆங்கில பாஷையானது உலகெங்கும் கொண்டாடக் கூடியதும் சகல தேசத்தோராலும் நன்கு மதிக்கக் கூடியதும் சகல மக்களும் எளிதில் வாசித்துக் கொள்ளக்கூடியதுமாயிருப்பதன்றி அப்பாஷைக்குரியோர் எத்தேசஞ் செல்லினும் சாதிபேதம் சமய பேதமென்னும் பொறாமெய்ச் செயல்களற்று மனிதர்களை மனிதர்களாகப் பாவிக்கும் விவேகமுள்ளவர்களும் வித்தையும் புத்தியும் நிறைந்தவர்களுமாயுள்ளபடியால் அவர்களது பாஷையைக் கற்று இந்திய தேச முழுவதுமிவ்வாங்கில பாஷையைப்பரவச் செய்வோமாயின், அவர்களது வித்தையும் புத்தியும் எங்கும் பரவுவதுமன்றி, என் சாதி பெரிது உன் சாதி சிறிதென்னும் சாதி கர்வங்களுமற்று எம் மதம் பெரிது உன் மதஞ் சிறிதென்னு மத கர்வங்களுமற்று, மனிதர்களை மனிதர்களாகப் பாவிக்கும் பேரானந்த விவேகமும் பெற்றுச் சுகக்சீர் பெறுவார்கள்.

இத்தகையச் செயலையும் அச்செயலுக்குரிய பாஷையையும் விடுத்து சாதி போராட்டமும் சமய போராட்டமும் நிறைந்துள்ள பாஷையை சகலருங் கற்றுக்கொள்ளுவார்களாயின் சாதியில்லாதோரெல்லாம் சாதியினை உண்டு செய்துகொண்டும் சமயமில்லாதோரெல்லாம் சமயங்களையுண்டு செய்துகொண்டும் வீணான பிரிவினைகள் மேலும்

மேலும் உண்டாகி ஒற்றுமெய்க் கெட்டு, உள்ளதும் பாழ்பட வேண்டியதேயாம்.

(அயோத்திதாசர் சிந்தனைகள்-1, ப.326)

இந்தியாவின் பொதுமொழியாக இந்திதான் இருக்க வேண்டும். ஏனென்றால் இந்திய மக்களில் அதிகம் பேர் பேசும் மொழியாக அதுதான் உள்ளது என்று பாரதி போன்றவர்கள் குறிப்பிட்டு வருகையில், அயோத்திதாசரோ ஆங்கிலத்திற்குத்தான் அந்தத் தகுதி உண்டு என்கிறார். இந்தியாவில் உள்ள மொழிகள் அனைத்தும் பார்ப்பனியத் தாலும் மதக் குப்பைக் கூளங்களாலும் சாதியத்தாலும் கறைபட்டுப் போனவை. பழங்குப்பைகளைச் சுமந்துள்ள இந்த மொழிகள் நவீன காலத்திற்குப் பொருத்தமற்றவை. புதிய உலகிற்குப் பொருத்தமுள்ள மொழியாகவும் இந்தியர்கள் அனைவராலும் எளிதில் கற்க வாய்ப்புள்ள மொழியாகவும் இருப்பது ஆங்கிலம். ஆங்கிலம் அறிந்தால் உலகின் பல பகுதிகளுடன் இந்தியர்கள் எளிமையாகத் தொடர்புகொண்டு தங்களை வளப்படுத்திக்கொள்ளலாம். ஆகவே, இந்தியைவிட ஆங்கிலமே இந்தியாவுக்கான பொது மொழியாகும் தகுதியுடையது என்கிறார் அயோத்திதாசர். பிற்காலங்களில் ஈ.வெ.ரா. பெரியார் அயோத்திதாசரின் இதே கருத்தை அடியொற்றிப் பேசியும் எழுதியும் இயங்கியதைத் தோழர்கள் கவனம்கொள்ள வேண்டும்.

அயோத்திதாசரின் கருத்துகளில் சிலவற்றை ஆய்வுக்கு ஒவ்வாத கற்பனைச் சித்திரங்கள் என்று சிலர் அந்தக் காலத்தில் நினைத்தனர். அவர்களில் ஒருவர் உ.வே.சாமிநாதை யர். அவர் எழுதிய 'நினைவு மஞ்சரி'யில் (பாகம் – 1) 13ஆம் கட்டுரை 'மன்னார்சாமி' என்பதாகும். அதில் அவர் 'சென்னைக்குச் சென்ற புதிதில்' தன் மகனுடன் ஒரு வேலை யாக ஜார்ஜ் டவுன் பகுதிக்குச் சென்று வருகிறார். வரும் பொழுது பச்சையப்பன் கல்லூரி அருகில் 'டிராம்' வண்டிக் காகக் காத்திருக்கையில் ஓய்வுபெற்ற ஒரு கல்லூரி முதல் வரைச் சந்திக்கிறார். அந்த முதல்வர் இவரை 'வாருங்கள். நன்றாக இருக்கிறீர்களா?' என்று கேட்டுவிட்டு, தன் பக்கத்தில் இருந்த ஒரு நண்பரிடம் ஐயரவர்கள் பதிப்பித்த மணிமேகலை நூலில் உள்ள பௌத்த மதப் பகுதிகளைச் சிறப்பித்துப் பேசுகிறார். அந்த நண்பர் உடனே 'இவர்தான் சாமிநாத ஐயரா!' என்று கேட்டு, ஐயருக்கு வணக்கம் சொல்கிறார். பின்னர் அந்த முதல்வர் அந்த நண்பரின் பெயரைக் குறிப் பிட்டு (என்ன பெயர் என்று சாமிநாதையர் எழுதவில்லை.)

'இவரும் உங்களைப்போல் பௌத்த மத ஆராய்ச்சியில் ஈடுபாடு உள்ளவர்' என்கிறார். உடனே அந்த நண்பர் ஆங்கில மொழியில் தான் ஆராய்ந்த பௌத்த மதச் செய்தி களைக் கூறுகிறார். அதனை முதல்வர் தமிழில் மொழி பெயர்த்து ஐயருக்குச் சொல்கிறார். அந்த நண்பர் கூறிய ஆய்வில் தமிழ்நாட்டில் இப்பொழுது உள்ள பல சைவ, வைணவக் கோவில்கள் ஒரு காலத்தில் பௌத்த, ஜைனக் கோவில்களாக இருந்தன என்றும் தமிழ்நாட்டில் உள்ள அய்யனார் கோவில்கள் எல்லாம் பௌத்த, ஜைனக் கோவில் கள்தாம் என்றும் ஏன், சென்னை இராயபுரத்திலுள்ள மன்னார்சாமி கோவில் என்ற அய்யனார் கோவிலும் பௌத்தக் கோவில்தான் என்பதைத் தன்னால் நிரூபிக்க முடியும் என்றும் கூறினார். உடனே முதல்வர் 'எக்ஸாக்ட்லி' என்று பாராட்டினார்.

ஐயர் இனி நாம் இங்கே இருப்பதில் பயனில்லை என்று விடை பெற்றுக்கொண்டார். இறுதியாக ஐயர் கூறு கிறார்: 'புத்த தேவருடைய விக்கிரகமும் மன்னார்சாமியின் கோலமும் என் அகக்கண் முன்னே நின்றன. பகலுக்கும் இரவுக்கும் மலைக்கும் மடுவுக்கும் நீருக்கும் தீக்கும் உள்ள வேற்றுமையை நான் கண்டேன். அன்று அந்த உரையாட லினால் நான் புதிய லாபம் ஒன்றும் அடையவில்லை. ஆயினும் இங்கிலீஷே அறியாத எனக்கு 'எக்ஸாக்ட்லி' என்ற பதத்தை எந்தச் சமயத்தில், எந்த அர்த்தத்தில் உபயோகிக்க வேண்டுமென்பது தெளிவாக விளங்கியது. அந்த வார்த்தையை நினைக்கும்போது புத்த பகவானும் மன்னார்சாமியும் எவ்வளவோ யோஜனை தூரத்தில் இருந்தாலும் நெருங்கி வந்து காட்சியளிக்கிறார்கள்.'

ஐயர் குறிப்பிடாவிட்டாலும் பௌத்தம் பற்றி ஆங்கில மொழியில் பேசிய அந்த நண்பர் அயோத்திதாசரின் நெருங் கிய நண்பரான பேராசிரியர் லட்சுமி நரசு என்பது நமக்குப் புரிந்துவிடுகிறது. அயோத்திதாசரின் பௌத்தம் பற்றிய ஆய்வு களுக்கு உறுதுணையாக நின்றவர் அவர். இன்றைய நிலையில் நின்று பார்க்கும் நமக்கு, மாபெரும் தமிழ்ப் பதிப்பாசிரிய ராகிய சாமிநாதையரின் கருத்து தவறாகிப்போனதும் அயோத்திதாசர், லட்சுமிநரசு போன்றவர்களின் பௌத்தம் பற்றிய கருத்துகள் வரலாற்று உண்மைகள் ஆகிவிட்டதையும் மயிலை சீனி.வேங்கடசாமி, பேராசிரியர் மா. இராசமாணிக் கனார் போன்றவர்களின் ஆய்வுகள் ஐயத்திற்கிடமின்றி விளக்குகின்றன.

இந்தியாவிலேயே அல்லது இந்திய வரலாற்றிலேயே 'தலித்'களுக்கு என்று ஒரு வரலாறு உண்டு என யாரும் கருதியதில்லை. இந்தியர்களுக்கே வரலாறு கிடையாது என்று இந்தியாவை ஆண்ட ஆங்கிலேயர்களும் மற்றும் இதர ஐரோப்பிய அறிஞர்களும் கருதினர்; எழுதினர். இந்தியர்களுக்கு அரசு (State) என்பதே என்னவென்று தெரியாது. பழங்காலத்தில் அவர்களுக்கு அரசு நிறுவனங்களும் இல்லை. ஆகையால், அவர்களுக்கு ஆளுகிற கலை தெரியாது என்றனர் ஏகாதிபத்தியவாதிகள். ஏகாதிபத்திய எதிர்ப்புப் போராட்டத்தை மேற்கொண்ட பார்ப்பனர்களும் உயர்சாதிச் சூத்திரர்களும் இந்தச் சவாலை எதிர்கொள்ளும் நிலைக்கு இருபதாம் நூற்றாண்டின் தொடக்கத்தில் தள்ளப்பட்டிருந்தனர். அசோகர் கல்வெட்டுகளின் கண்டுபிடிப்பு, நாடு முழுவதும் காணப்பட்ட பிராமி எழுத்துகளின் கண்டுபிடிப்பு, சாணக்கியரின் அர்த்தசாஸ்திர நூலின் வெளியீடு போன்றவை வடஇந்தியாவின் வரலாற்றை மீட்டுருவாக்கம் செய்பவர்களுக்கு ஒரு பெரும் பேறாக அமைந்தன. அதே வேளையில் தமிழ் நாட்டுக் கோயில்களில் இருந்த கல்வெட்டுகள் படியெடுக்கப்பட்டு வெளியிடப்பட்டதும் சங்க இலக்கியங்கள், சிலப்பதிகாரம், மணிமேகலை போன்ற நூல்கள் அச்சாக்கப்பட்டதும் தமிழ்நாட்டு வரலாற்றுப் புனைவாளர்களுக்கு ஓர் அடிப்படையை அமைத்துக் கொடுத்தது. அன்றைய நிலையில் கல்வி பெற்றிருந்த பார்ப்பனரும் உயர்சாதிச் சூத்திரர்களும் இதே ஆதாரங்களைக்கொண்டு வரலாற்று நூல்களைப் புனைந்தனர்.

பார்ப்பனர்கள் வேதங்கள், இதிகாசங்கள் வழியாகத் தங்களுடைய மேன்மையை முன்னிறுத்தி வரலாற்றைப் புனைந்தனர். ஆங்கிலேயரின் வருகைக்கு முன்னர் இருந்த அரசாங்க அதிகாரங்களில் தங்களுடன் சேர்ந்து அதிகாரத்தை அனுபவித்த பார்ப்பனர்கள், ஆங்கில ஆட்சியில் தங்களை ஓரங்கட்டிவிட்டு முழுமையான பதவி சுகத்தை அனுபவிக்கிறார்கள் என்று பார்ப்பனர்கள் மேல் கோபம்கொண்ட மேல்சாதிச் சூத்திரர்கள் தாங்கள் எழுதிய வரலாற்றுப் புனைவுகளிலும் அதனை வெளிப்படுத்தினர். அதன் விளைவாகவும் ஆரியர் – திராவிடர் என்ற எதிர்முரண் அவர்களால் கட்டமைக்கப்பட்டது. சங்ககால வாரிசுகள் தாங்களே என்றும் வைதிகத்தின் சூத்திர வடிவான சைவ மதம் தங்களுடையதே என்றும் அவர்கள் உரிமை கொண்டாடினர். இவ்விரு சாராரின் கருத்துகளும் அன்றைய தமிழகத்தில் செல்வாக்குச் செலுத்தின. ஒடுக்கப்பட்டவர்களையும்

தாழ்த்தப்பட்டவர்களையும் ஓரங்கட்டி எழுதப்பட்ட இவ் வரலாற்றுப் புனைவுகள், அன்று வாழ்ந்த அயோத்திதாசரை அப்புனைவுகளுக்கு மாற்றான அல்லது அவை தொடாது விட்ட புள்ளிகளை நோக்கிச் சிந்திக்க வைத்தது.

இந்தியாவில் தோன்றி, இந்தியா முழுமையும் பரவி, இந்திய மொழிகள் எல்லாவற்றிலும் தம் முத்திரையைப் பதித்துவிட்ட ஜைனமும் பௌத்தமும் தன் காலத்தில் நாட்டில் செல்வாக்கு இழந்துவிட்ட நிலை, தமிழ்நாட்டிலிருந்த சிவன், திருமால் கோவில்களில் பல, முன்காலத்தில் ஜைன, பௌத்தக் கோவில்களாக இருந்தவைதான் என்ற வரலாற்றுத் தெளிவுகள், ஓல்டன்பர்க், ரைஸ் டேவிட்ஸ், லட்சுமி நரசு போன்றவர்களின் ஆய்வுகள், பாலி மொழியில் அயோத்தி தாசருக்கு இருந்த புலமை போன்றவை அவரை அதுவரையில் சிந்திக்காத புதிய தளத்தில் நுழையவிட்டது. அதுவே 'தமிழன்' பத்திரிகையின் கருத்தோட்டங்களாக மலர்ந்தது.

தலித்களுக்கென்று சுயமான வரலாறு இல்லை என்பவர் களின் கூற்று பொய்யாகும்படியான ஒரு வரலாற்றை உருவாக்கு கிறார் அயோத்திதாசர். ஆதிக்கவாதிகள் ஒடுக்கப்பட்டவர் களின் மன நிலையை மலடாக்கும் விதத்தில் செயல்பட்டு, அந்த மக்களின் சமயம், மொழி, கலாச்சாரம் போன்றவற்றை அழிக்கின்றனர். அழிக்க முடியாத பகுதிகளைச் சிதைக்கின் றனர். சிதைக்கவும் முடியாதவற்றைப் புதிய புனைவுகளில் ஒளிக்கின்றனர். உலகம் முழுமையும் இன்றுவரை செல் வாக்குச் செலுத்தும் பௌத்த மதம் இந்தியாவில் மறைந்து போனது ஏன்? என்ற கேள்வியை எழுப்பி அதற்கான விடை தேடும் முகமாக, வைதிகர்களின் சூழ்ச்சி நடவடிக் கையே பௌத்தத்தின் வீழ்ச்சிக்கும் பௌத்தம் சார்ந்திருந்த மக்கள் தாழ்த்தப்பட்டவர்களாய் ஆக்கப்பட்டதற்கும் காரணம் என்கின்றார் அவர். இந்தக் கண்ணோட்டத்தில் ஒடுக்கப்பட்ட மக்களின் மொழியையும் பண்பாட்டையும் தேடுகிறார். அந்தத் தேடுதலின் ஊடாக ஒரு புதிய, நம்பகமான கட்ட மைப்பை உருவாக்குகிறார்.

ஒரு குறிப்பிட்ட சமூகம் ஒடுக்கப்பட்ட / தாழ்த்தப்பட்ட நிலைக்குத் தள்ளப்பட்டிருப்பது அரசு சார்ந்த வன்முறையால் மட்டும் சாத்தியப்பட்டிருக்க முடியாது. அதற்குக் கலாச்சார, கருத்தியல், பண்பாட்டு நடவடிக்கைகளும் காரணமாக இருந்திருக்கின்றன என்பதைத் தெளிவாகப் புரிந்துகொண் டவர் அயோத்திதாசர். இந்தப் பார்வையிலிருந்து நாமும் பார்க்க முற்பட்டால், அவர் திருக்குறளை 'திரிக்குறள்'

என்பதும் போகிப் பண்டிகையை 'போதிப் பண்டிகை' என்பதும் நமக்கு ஆச்சரியமூட்டா.

சங்க இலக்கியப் பாடல்கள் பலவற்றில் வைதிகக் கருத்துகள் பேசப்படுவதால், தான் உருவாக்கும் கருத்தியலுக்கு அவை ஒவ்வா என்று ஒதுக்கி விடுகிறார்போலும்! மணிமேகலை, சீவகசிந்தாமணி, பெருங்கதை, பிங்கல நிகண்டு, திருக்குறள், நாலடியார், வீரசோழியம், நேமிநாதம், நன்னூல் போன்ற நூல்களைத் தன் கருத்தாக்கத்தின் ஆதாரங்களாகக் கொள்கிறார். இந்நூல்களை ஜைனம் சார்ந்தவை, பௌத்தம் சார்ந்தவை என அவர் பிரிப்பதில்லை. ஆனால் ஜைனத்திற்கும் பௌத்தத்திற்குமான ஒற்றுமை வேற்றுமைகளை அவர் புரிந்துவைத்திருந்தார் என்பது அவர் எழுத்துகளின் வழியே புலப்படுகின்றது. புத்தரது வியாக்கியங்களாகத் தொகுக்கப்பட்ட வினைய பிடகம், சுத்த பிடகம், அபிதம்ம பிடகம் ஆகிய திரிபிடகத்தின் வழிநூலே திருக்குறள் என்பதாக அவர் கருதியதால், மற்றவர்கள் வழங்கிய 'திருக்குறள்' என்ற பெயரை அவர் 'திரிக்குறள்' என்றார்.

திருக்குறளின் அறத்துப்பாலில் உள்ள பல பகுதிகள் சுத்த பிடகத்தின் முதல் பகுதியாகிய 'தீக நிகாயத்தின்' பெரும்பகுதியை ஒத்துள்ளன. ஆனால் பொருட்பால், பாகுபாடும் கருத்து விளக்கமும் நிரம்பிய அளவில் பௌத்தப் பனுவல்களில் காணப்படுகின்றன என்று கூறுவதற்குப் போதிய ஆதாரங்கள் கிடைக்கவில்லை என்றும் இன்பத்துப் பாலில் பௌத்த, ஜைன, வைதிக நூல்களின் பதிவினைத் தேடுதல், 'சர்க்கரைச் சாக்கில் வெண்மணலைத் தேடுதலாய் முடியும்' என்றும் டாக்டர் சோ.ந. கந்தசாமி கூறுகிறார்.[1] எப்படியிருப்பினும் தமிழின் சிறந்த சிந்தனையாளரான திருவள்ளுவரை அவைதிக மரபினைச் சார்ந்தவராக அயோத்திதாசர் காட்டுவதிலும் நியாயம் இருப்பதாகப் படுகிறது. இதேபோல் ஔவையார், திருமூலர், பட்டினத்தார், தாயுமானவர் போன்ற சித்தர் மரபில் உள்ளவர்களையும் பௌத்தர்களாகவே காண்கின்றார். ஆனால் வீர சைவ சமயத்தைச் சார்ந்த சிவப்பிரகாச சுவாமிகள் மணிமேகலைக்கு உரை எழுதியிருந்தால் (பாகம் – 2, ப.557) சிறப்பாக இருந்திருக்கும் என்று இவர் எழுதுவது நமக்குப் புரியவில்லை.

சிவப்பிரகாசர் ஒரு கவிஞர்தானே தவிர எந்தத் தமிழ் நூலுக்கும் உரை எழுதியவர் அல்லர். (பார்ப்பன மேன்மையை ஒருவகையில் ஒத்துக்கொள்ளாமல் கேள்விக்கு உட்படுத்தும் வீர சைவர் என்பதால் சிவப்பிரகாசரை அயோத்திதாசர் இவ்வாறு கருதினார் போலும்.)

ஒடுக்கப்பட்ட மக்களின் மதமாக பௌத்தம்தான் இருந்தது என்பதை, தமிழ்நாடு முழுமையும் பல இடங்களில் பௌத்த, ஜைனக் கோவில்கள் வைணவ, சைவக் கோவில்களாக மாற்றப்பட்டுள்ளதைச் சுட்டிக்காட்டுகிறார். வைதிகத்தின் மொழிகளாகப் பார்க்கப்பட்ட சமஸ்கிருதத்தையும் தமிழையும் புத்தர் (அவலோகிதர்) உருவாக்கியதாகக் கூறப்படும் தொன்மங்களின் வழியே பௌத்தச் சார்பானது ஆக்கப்படுகிறது. இந்த மொழிகளில் வைதிகத்தால் புதைக்கப்பட்டுப்போன ஒடுக்கப்பட்டவர் வரலாறுகளை மீட்டெடுக்கும் பணியில் அவருடைய எழுத்துகள் அமைகின்றன.

உதாரணமாக,

'இந்திரர்' என்று வைதிக மயமாகக் காட்டப்பட்ட பெயரை ஐந்து இந்திரியங்களை வென்ற தரமுடையோரை வட மொழியில் ஐந்திரர் என்றும் அம்மொழியை தென் மொழியில் இந்திரர் என்றும் வழங்கி திரிக்குறளில் "பொறி வாயி லைந்தவித்தான் பொய்தீரொழுக்கும் நெறிநின்றார் நீடுவாழ்வார்" என்னுமொழியைச் சிரமேற்கொண்டு, ஆதியில் ஐந்து இந்திரியங்களை வென்ற இந்திரனென்னும் புத்தரையே பிரபலமாகத் தொழுவதும், இந்திர விழாக்களைக் கொண்டாடியும் வந்தபடியால், இத்தேச மக்கள் யாவரையும் இந்தியர்களென்றும், இத்தேசத்தை இந்திய தேசமென்றும் நாளது வரையில் வழங்கியும் வருகின்றார்கள்.

வடமொழியுந் தென்மொழியும் இந்திரராம் புத்தபிரானால் ஏககாலத்தில் தோன்றியதாயினும் தென்மொழியை மட்டிலும் தனிமெயாக உருப்பட எழுதினும் எழுதலாம்.

(அயோத்திதாசர் சிந்தனைகள்–1, ப. 564)

என்று இந்தியா என்பதையும் இந்திரர் என்பதையும் நாம் பொதுவாகப் புரிந்துகொண்ட பொருளிலிருந்து வேறு பட்டு விளக்கம் தரும் அவர், சைவம் சார்ந்த லிங்கம் என்பதை விளக்குவதைப் பாருங்கள்:

இலிங்கம் என்னும் மொழியின் மூலவாக்கியம் அங்கலயம் எனப்படும். அங்கலயம் என்னும் மொழியே லய அங்கம் எனத் திரிந்த தற்காலம் லிங்கமென வழங்கி வருகின்றார்கள்.

அங்கலயம் என்னும் மொழியும் லயஅங்கம் என்னும் மொழியும் உற்பவித்ததற்குக் காரணம் யாதெனில் உலக ரட்சகனாகிய புத்தபிரான் பரிநிருவாணம் அடைந்து அவர் தேகத்தைத் தகனஞ்செய்து அவர் அஸ்திகளை ஏழரசர்கள் கொண்டு போய் (டாகோபா) என்னும் கோபுரங்களைக்

கட்டி அதன் மத்தியில் அஸ்தியைப் புதைத்து அவ்வஸ்தியைப் புதைத்திருக்கும் அடையாளமானது எப்போதுந் தெரிந்துக் கொள்ளுவதற்கும் அறவாழியானைச் சிந்திப்பதற்கும் உயர்ந்த கற்களால் பீடங்கட்டி மத்தியில் பச்சைக்கல்லினாலேனும் வைரத்தினாலேனும் கருங்கல்லினாலேனுங் கொழுவிபோற் செய்து நாட்டி புத்த சங்கத்தோர் யாவரும் தாமரை புட்பத் தால் அர்ச்சித்துப் பகவனைச் சிந்தித்து சத்தியதன்மத்தில் நடந்து வந்தார்கள்.

இதையே தரும பீடிகை என்றும் மணியறைப் பீடிகை என்றும் கடவுள் பீடிகை என்றும் கடவுள் பீடம் என்றும் பூர்வ காவியங்கள் கூறுகின்றன.

(அயோத்திதாசர் சிந்தனைகள்–2, ப.74)

இதேபோன்று கோவில், ஆலயம் என்பதைப் பற்றிச் சொல்கிறார்:

அன்னையும் பிதாவு முன்னறி தெய்வம் – தாய் தந்தையர் களே முன்கண்ட தெய்வங்களாவர். அவர்களைத் தொழு வோர்,

ஆலயந் தொழுவது சாலவு நன்று.

தாய் தந்தையரைத் திரிகரணங்களும் ஒடுங்கி வணங்குதல் எக்காலுஞ் சுகத்தைத் தரும் என்பதாம். ஆ என்னும் நெடிலு யிரின் பொருள் பாலி பாஷையில் மனோ வாக்குக் காய மென்று கூறப்பட்டிருக்கின்றது. இத்தகைய மனோவாக்குக் காயங்கள் என்னும் திரிகரணம் ஒடுங்கத் தொழுதலே முழு கும்பிடாகும். அதன் பலனே சாலவு நன்றாம்.

மைந்தன் தாய்தந்தையரைத் திரிகரண லயமுறச் சதா வணங்கி வருவானாயின், அத்தொழுகையைக் கண்டுவரும் இவன் மைந்தன் இவனைச் சதா வணங்க சுகத்தில் வைப்பான். இவ்வகை ஆசாரங்களே குலத்தில் பெருகிக் குலமுஞ் சீர்பெறும். இதன் அந்தரார்த்தங் கொண்டே நமது அம்மை சாலவு நன்றென வைப்புறுத்திக் கூறியிருக்கின்றாள்.

கொற்றவனோடு எதிர்மாறு பேச வேண்டாம். இதன் பொருள் அரசனுடைய வார்த்தைக்கு எதிர்மொழிக் கூற வேண்டாம் என்பதாம்.

கோயிலில்லா ஊரில் குடியிருக்க வேண்டாம். இதன் பொருள் அரசன் மனையில்லாத ஊரில் குடியிருக்க வேண் டாம் என்பதாம். அதாவது ஓர் அரசனில்லாத ஊரில் குடியிருப்பதினால் சத்துருக்களின் துன்பமும் கள்ளர்களின்

பயமும் மிகுந்து விசாரணையின்றி பாழுறும். ஆதலின் சத்துருக்களின் துன்பமும் கள்ளர்களின் பயமும் இல்லாமல் சுகமாக வாழ வேண்டியவர்கள் அரசனிருக்கும் ஊரில் குடியிருக்க வேண்டும் என்பது கருத்து.

இதன் பொருளறியாதோர் இத்தேசத்துள் நூதனமாகக் கல்லை நட்டு விளக்கெண்ணெய் வாரித்துத் தொழுமிடங் களுக்குக் கோவிலென்றும் ஆலயம் என்றும் பெயரிட்டுக் கொண்டார்கள். அதற்கு அர்ச்சகர்களாக இருப்பவர்கள் வேஷப்பிராமணர்கள் ஆகையால் அவர்கள் வார்த்தை ஐயர், பெரியவர் வார்த்தையென்று எண்ணி சகலரும் ஆமோதித்துச் சரிசரி என்று சொல்லி வருகின்றார்கள்.

இத்தகைய சொற்களின் சுயப் பொருட்கள் யாவும் புத்த சங்கத்தோர் உரைக்கல்லில் விளங்குமேயன்றி வேஷப் பிராமணர்கள் வெறும் பொய்யால் விளங்கும் என்பது வெட்ட வெளியேயாம்.

கோத்திரம் அறிந்து பெண் கொடு; பாத்திரம் அறிந்து பிச்சையிடு என்பது பௌத்தர்கள் முதுமொழியாம். (இதன் பொருள்) அரசன் வல்லமெய் அறிந்து பெண் கொடு, புத்த சங்கத்தோருக்கு விமலர் தந்த ஓடு தெரிந்து பிச்சையிடு என்பதேயாம்.

(அயோத்திதாசர் சிந்தனைகள்–2, ப. 91)

நாம் எல்லோரும் இந்துக்களின் பண்டிகை என்று பொதுவாக நினைத்திருக்கும் பொங்கல் பண்டிகையைப் பௌத்தம் சார்ந்த விழாவாக அவர் கட்டமைத்துக் காட்டு கிறார்:

சாக்கைய முனிவராகிய புத்தர் உலகெங்கும் சுற்றித் தருமச் சக்கரத்தை உருட்டி வந்ததுமல்லாமல் ஆங்காங்கு நாட்டிய சங்கங்களுக்கும் தருமத்தை நிரைவாக்கித் தந்தபடி யால் அவரைச் சங்கறநிரையோனென்றும் தருமராசனென்றும் அறனென்றும் வழங்கி வந்தார்கள். அவர் 85–வது வயதில் காசி நகரத்தைச் சார்ந்த கங்கைக் கரை என்று வழங்கும் பேரியாற்றங்கரை பல்லவ நாட்டில் மார்கழி மீ கடைநாள் மங்கலவாரம் பௌர்ணமி திதி திருவாதிரை நட்சத்திரம் துலாலக்கினங் கூடிய வைகரையில் தனது உண்மெய்யைப் பஞ்சவரண சோதிமயமாகக் கழட்டி பொய்மெய்யை அந்தியகாலஞ் செய்தார்.

சங்க அறர் அந்தியமான காலமாகையால் சங்கறாந்தி காலமென்றும் சங்கறாந்தியென்றும் வழங்கி வருகின்றார்கள்.

சங்கமித்தர், சங்கதருமர், சங்கஅறரென்று வழங்கிய ததாகதர் அந்தியமான நாளை பூர்வ புத்தமத அரசர்கள் வருடந்தோறும் மார்கழி மாத முதல் இருபத்தெட்டு நாள் வரையில் தங்கள் தேசங்களிலுள்ளக் குடிகளை வீடுவாசல் முதலியவைகளைச் சுத்தஞ்செய்து, தோரண முதலியவைகள் கட்டுவித்து, வீதிகள் முழுமையும் புதுமணற் பரப்பி, வாழைக் கரும்பு முதலியவைகள் நட்டு, தேச முழுமையும் அலங்கரித்துக் கடைநாளை போதிப் பண்டிகை என்றும் தீபசாந்தி நாளென்றும் இந்திர விழாவென்றும் விடியற்காலத்தில் தீபங்களையேற்றி சோதிமயங் கொண்டாடி வந்தார்கள்.

நமது சற்குரு நாதனுடைய தேகத்திலும் உச்சியிலும் ஆயிரங் கதிர் வீசுவதுபோல் பஞ்சேந்திரிய தாரை ஒளியானது வெளிப்பட்ட காலத்தைப் பூர்வ அரசர்களும் குடிகளும் அந்தந்த வருட மார்கழி மாத கடையில் அழற்குண்டமாகிய சோதியை எழுப்பித்தொழுது வந்தார்கள். அதை அநுசரித்து வந்த நமது குலத்தார் மார்கழி மாத கடையில் சோதியை வளர்த்துப் போதிப் பண்டிகை என்று கொண்டாட வேண்டிய வார்த்தையைப் போகிப்பண்டிகை என்று வழங்கி வருகின்றார்கள்.

(அயோத்திதாசர் சிந்தனைகள்–2, பக். 53, 54, 55)

ஒடுக்கப்பட்ட மக்களுக்கு ஒரு முழுமையான உலகப் பார்வையை வழங்குவதற்கு அயோத்திதாசர் முயல்கிறார். இருபதாம் நூற்றாண்டின் தொடக்கத்தில் ஒடுக்கப்பட்ட மக்களின் பார்வையினூடாக ஒரு தத்துவத்தை உருவாக்க முயன்ற ஒரே மனிதராக மட்டுமல்லாது, இந்தியாவிலேயே அல்லது உலகிலேயே முதல் மனிதராகவும் இவர் விளங்கு கிறார். முதலாளித்துவச் சமூகத்திற்குள் வாழும் மக்களுக்கு மார்க்ஸ் இதனைக் கம்யூனிச சித்தாந்தத்தின் ஊடாக உலகத்திற்கு அளித்திருந்தாலும் சனாதனத்தின் கோரப் பிடியில் சிக்கி சாதிகளாகப் பிளவுண்டும் நிலப் பிரபுத்துவப் பொருளாதாரத்தில் / கலாச்சாரத்தில் ஊறியும் போயுள்ள இந்தியச் சமுதாயத்திற்குள்ளிருந்து மலர்ந்த ஒரு சிந்தனையாக அயோத்திதாசர் சிந்தனைகளைக் குறிப்பிடலாம்.

ஒடுக்கப்பட்டோர் விடுதலைக்கான வழிமுறையாகப் புத்தரையும் பௌத்த மதத்தையும் இவர் இனங் கண்டது, ஒடுக்கப்பட்டுத் தாழ்த்தப்பட்டு இருந்தாலும் தங்களுக்குள் ளேயே பல சாதிகளாகப் பிளவுண்ட மக்களை ஓர் அணியில் திரட்டுவதற்குப் பொருத்தமாக அமைந்தது. அதற்கேற்றாற் போல அந்த மக்களுக்கான ஒரு மொழி, அந்த மொழி

இலக்கியங்களாக இவரால் தேர்ந்தெடுக்கப்பட்ட அவைதிக மதம் சார்ந்த பௌத்த, ஜைன தமிழ் நூல்கள் என்பன இவருடைய நோக்கத்திற்குப் பொருத்தமாக இருந்தாலும் இன்னும் நமக்குள் சில ஐயங்களை எழுப்புகின்றன. இந்த ஐயங்களை இன்றைய நவீன சிந்தனைகளிலிருந்தும் அயோத்தி தாசருடைய பகுத்துணர் பார்வையிலிருந்தும் நாம் நிறைவு செய்ய வேண்டிய வரலாற்றுக் கடமையாகக் கொள்ள வேண்டும். ஈ.வெ.ரா. பெரியாரும் அம்பேத்கரும் தொடாது விட்ட மொழி சார்ந்த சிந்தனைகளை இவர் அவர்களுக்கு வெகுகாலத்திற்கு முன்னமேயே விவாதித்து விளக்கியிருப்பது பண்பாட்டுக் களத்திலான போராட்டத்தில் ஒடுக்கப்பட்டவர் களை விரட்டியடித்த களத்திலிருந்து மீட்டெடுத்த வெற்றி யாகவே நாம் கருத வேண்டும்.

இன்று சிலர், அயோத்திதாசரை அருந்ததியர்களுக்கு, தேவேந்திர குல வேளாளருக்கு, மற்றும் பல சிதறிய ஒடுக்கப் பட்ட மக்களுக்கு விரோதியைப் போலக் காட்ட முயல்கின் றனர். இம்முயற்சி அவரை உள்வாங்கிக்கொள்ளும் திராணி யற்று, தலித் ஒருங்கிணைவைப் பின்னப்படுத்திக்கொள்ளவே வழி வகுக்கும். மக்கள் குழுக்களை வகைப்படுத்துவதில் அவருக்கிருந்த ஒரு நூதன முறையை அவரது சிந்தனைப் பரப்பில் நாம் எளிதாகக் கடந்து சென்றுவிடக்கூடிய இடைவெளியாகத்தான் எடுத்துக்கொள்ள வேண்டும். உதா ரணமாக, அவர் பறையர்களையே இரண்டாகப் பிரித்துப் பார்க்கிறார்:

உடுக்கைப் பறை, பம்பைப் பறை, மத்தாளப் பறை, மேளப் பறை அடிப்பவர்களைப் 'பறையர்கள்' என்று அழைப் பது பொருந்தும். அங்ஙனமின்றி சோதிட வல்லவர்களையும், வித்துவான்களையும், பண்டிதர்களையும், இஸ்டார் பட்டம் பெற்றவர்களையும் இராயபாதூர் பட்டம் பெற்றவர்களையும், அஜீர் செருஸ்தாதாரர்களையும், ரிஜிஸ்டிரார்களையும், இஞ்சினீயர்களையும், டாக்டர்களையும், கனதனம் பெற்ற வியாபாரிகளையும் பறையர் பறையர் என்று கூறி மனந் தாங்கச் செய்தல் மகிழ்ச்சியாமோ

(அயோத்திதாசர் சிந்தனைகள் – ப. 20)

என்று கூறுவதை வைத்துப் பறையர்களைக் கூறு போடு கிறார் எனச் சொல்லலாமா? இவ்விதமான அவரது முறை மையை உள்வாங்கிப் புரிந்துகொள்ள வேண்டும்.

அயோத்திதாசர், பெரியார், அம்பேத்கர் போன்றவர் களை அவர்களுடைய விரிவான சிந்தனைத் தளத்திற்குள்

வைத்துப் பார்ப்பதுதான் ஆக்கப்பூர்வமானதாகும். அதை விடுத்து இன்றைய அரசியல் சார்பில் நின்று தங்களுடைய விருப்பு வெறுப்புக்குச் சாதகமாகப் பலிகடா ஆக்குவது ஒடுக்கப்பட்டவர்களின் நலனுக்கு உகந்ததாகுமா? வரலாறு என்பது இன்று நம்முடன் முடிந்துவிடுவது அன்று. நமக்குப் பின்னும் பல நூற்றாண்டுகள் தொடரப்போவது என்பது எல்லோருக்கும் தெரிந்த உண்மை. சாதகமாகவோ பாதக மாகவோ வரலாற்றில் ஒரு குறிப்பிட்ட இடத்தைப் பிடித்துக் கொண்ட மனிதர்களில், ஒடுக்கப்பட்டவர்கள் சார்பாகக் குரலெழுப்பி, போராடி, இந்தியாவில் / தமிழ்நாட்டில் வரலாற் றில் நிலைபெற்று நிற்பவர்கள் வெகுசிலரே! அத்தகையவர் களின் நிறைகுறைகளை அலசி ஆய்ந்து, அவர்களுடைய ஆக்கப்பூர்வமான பங்களிப்பை நமதாக்கிக்கொண்டு, குறை களைப் பாடமாக எடுத்துக் களைந்துகொண்டு, ஒடுக்கப்பட் டவர்கள் அனைவரும் ஓரணியில் திரள முயல்வது வெற்றிக் கான பாதையாகும். அதைவிடுத்து சிறுசிறு குறைகளை ஊதிப் பெருக்குவது, ஒடுக்கப்பட்ட மக்கள் எல்லோரையும் சனாதனப் படுகுழியில் தள்ளி, மீண்டும் நவ பார்ப்பனியம் வெற்றிவாகை சூடுவதற்கே வழி வகுக்கும். நாம் அதைத் தெள்ளிதின் உணர்ந்து தவிர்க்க வேண்டும்.

குறிப்பு:

அயோத்திதாசர் எழுத்துகள் மூன்று தொகுதிகளாக வெளிவந்துள்ளன. அதில் மூன்றாவது தொகுதி மட்டும் இப்பொழுது விலைக்குக் கிடைக்கிறது. முதல் இரு தொகுதி களின் மறுபதிப்பு வரவேண்டும். அப்படி வருகையில் அயோத்திதாசர் மேற்கோளாக எடுத்துக்காட்டும் இலக்கண, இலக்கிய, நிகண்டு நூல்களின் சூத்திரங்களுக்கும் இலக்கியப் பாடல்களுக்கும் பொருள் எழுதப்பட வேண்டும். அத்துடன் அந்தச் சூத்திரங்கள், பாடல்கள் என்பன இப்பொழுது அச்சிலுள்ள நூல்களில் குறிப்பிடப்பட்டுள்ள வரிசை எண் களையும் குறிக்க வேண்டும். வீரசோழிய நூலில் இரண்டு இடங்களில் மேற்கோளாக வரும் இரண்டு பாடல்கள் அயோத்திதாசரால் ஒரே பாடலாகப் பாகம் – 2இல் 120ஆம் பக்கத்தில் தரப்பட்டுள்ளன.

கூரார் வளையுகிர்.........................
.... யேற்றாதார் யாரே

என்ற படல் வீரசோழியத்தில் 109 ஆவது காரிகையின் மேற் கோள் பாடலாக எடுத்துக்காட்டப்பட்டுள்ளது.

திருமேவு பதுமஞ்சேர்.........................
.... லறமமர்ந்த பெரியோய் நீ

பொற்காலங்களும் இருண்ட காலங்களும்

என்ற வரிகள் வீரசோழியத்தில் 117ஆவது காரிகையில் எடுத்துக் காட்டுப் பாடலாக வரும் கலிப்பாவின் தரவுப் பகுதியாக உள்ளது.

இத்தகைய இடங்களை இனி வரும் பதிப்புகளில் தெளிவு படுத்தி வெளியிட வேண்டும். இதே பாட்டின் முதலடியின் இறுதிச் சொல் 'என்று உலகேற்ற' என்று அயோத்திதாசர் எழுதுவது 'முதலாக' என்று இப்போதைய பதிப்புகளில் உள்ளதுதான் சரியான பாடம் (கோபாலையர் பதிப்பு 2005, வெளியீட்டாளர்: ஸ்ரீமத் ஆண்டவன் ஆச்சிரமம் – ஸ்ரீரங்கம்). அத்தகைய பகுதிகள் கண்டறியப்பட்டு அயோத்தி தாசர் எழுத்துகள் செம்பதிப்பாக வரவேண்டும்.

'கவிதாசரண்', ஜூலை – செப். 2005

கீதையின் அரசியல்

பகவத்கீதை தமிழர்களுக்கு ஒன்றும் புதிய பெயரல்ல. இருபதாம் நூற்றாண்டில் பாரதியிலிருந்து இலங்கையைச் சேர்ந்த பொன்னம்பலம் ராமநாதன் வரை புகழ்பெற்ற மனிதர்களும் மூன்றாந்தரப் பத்திரிகையாளர்களும் விளக்கம் எழுதிக்கொண்டே இருக்கின்றனர். ஆனால் தோன்றிய காலத்திலிருந்தே பொது மக்களால் இந்நூல் அறியப்பட்ட இந்தியப் பகுதி தமிழகமாகத்தான் இருக்கமுடியும். தமிழ்நாட்டின் முக்கிய வரலாற்று ஆதாரங்களான பல்லவர் செப்பேடுகள் முப்பது, பாண்டியர் செப்பேடுகள் பத்து என்னும் இரண்டிலும் உள்ள பெரும்பாலான பட்டயங்களில் சத்தியப்பிரமாண நூலாக மனுநீதியுடன் சேர்த்துப் பகவத்கீதையும் சொல்லப்படுகிறது. பதினோராம் நூற்றாண்டுக்கு முற்பட்ட நீலகேசி நூலின் உரையாசிரியரான திவாகர முனிவர், பகவத்கீதை ஒரு பித்தலாட்டமான நூல் என்று விமர்சிக்கிறார். அக்காலத்தை ஒட்டியே கீதை முழுமையும் பட்டர் என்பவரால் 13ஆம் நூற்றாண்டில் தமிழில் மொழிபெயர்க்கப்பட்டது என்பதை தெ.பொ.மீ. நிறுவியுள்ளார். பட்டரின் தமிழ் மொழிபெயர்ப்புதான் 16ஆம் நூற்றாண்டில் மலையாளத்தில் மொழிபெயர்க்கப்பட்டது.

பகவத்கீதையின் ஊடான சங்கரரின் தத்துவக்கட்டமைப்பு அத்வைதம் என்பது எல்லோரும் அறிந்ததே. ஆனால் அதனையே சிறிது மாற்றி சிவஞானபோதம் கட்டமைக்கும் அத்வைதம், பிற்காலத்தில் சூத்திர வேதாந்தம் என்று குறிப்பிடப்பட்டது. இதற்கான விளக்கத்தை 16ஆம் நூற்றாண்டு வாக்கில் நடராஜன் என்பவர்

'ரிபுகீதை' என்ற பெயரில் எழுதுகின்றார். 'கைவல்லிய நவநீதம்' சங்கர அத்வைதத்தின் முழுமையான தழுவல் என்பது அனைவரும் அறிந்ததே. இதனூடாகத் தமிழ்ச் சூத்திரர்கள் வரலாறு முழுமையும் தலையில் சுமந்து திரிந்த நூல் பகவத்கீதைதான் என்று கூறலாம். இவ்வளவு காலமாகத் தமிழ் மக்களால் பலபட அறியப்பட்ட பகவத்கீதையைப் பற்றிய குறிப்பிடத்தக்க ஆய்வுநூல் எதுவும் தமிழில் இல்லை. இக்குறையைப் போக்கும் வகையில் 'இந்திய வரலாற்றில் பகவத்கீதை' என்னும் நூல் மொழிபெயர்ப்பாக இப்போது தமிழில் வந்துள்ளது. பிரேம்நாத் பசாஸ் என்பவர் ஆங்கிலத் தில் 1975இல் எழுதிய நூலை கே. சுப்பிரமணியன் மொழி பெயர்ப்பில் விடியல் பதிப்பகம் வெளியிட்டுள்ளது.

கடின உழைப்புடன் இந்திய வரலாற்றின் நீண்டகாலப் போக்கை விமர்சிக்கும் நூல்தான் இது. அந்த வரலாற்றின் ஊடாகப் பகவத்கீதை இடம்பெறுவதையும் அந்நூல் கருத்து களே இந்திய வரலாற்றை உந்தும் சக்தியாகச் சில காலம் செயல்படுவதையும் விளக்குகிறார். அவ்விளக்கத்தை வளப் படுத்துவதற்கு ஒரு பெரும்பகுதி இந்தியத்தத்துவம் என்று சொல்லப்படுகின்ற ஆறு தரிசனப் பிரிவுகளையும் அதற்குப் புகழ்பெற்ற விளக்கங்கள் எழுதிய தென்னிந்தியாவையும் தமிழகத்தையும் சேர்ந்த சங்கரர், ராமானுஜர், மத்துவாச் சாரியார் போன்றவர்களுடைய வரலாற்றுப் பாத்திரத்தையும் ஆராய்கிறார். இதேபோல நவீன காலத்தில் திலகர், காந்தி முதலியோர் பகவத்கீதையை விளக்கும் முகமாக அதில் உள்ள சனாதன சதுர்வருணக் கருத்தோட்டங்கள்தான் இந்திய மக்கள் அனைவரின் பொதுக்கருத்து என்னும் மாயத் தோற்றத்தை உருவாக்கியதைத் தோலுரிக்கிறார்.

அதே வேளையில் இத்தகைய கருத்தோட்டங்களை எதிர்த்து 20ஆம் நூற்றாண்டில் நடந்த போராட்டங்களைப் பூலே, அம்பேத்கர், பெரியார் போன்றவர்களின் இயக்கங் களைக் கவனத்திற்குள்ளாக்கித் தமிழகத்தில் பெரியாரின் இன்றியமையாப் பங்களிப்பைப் பற்றி விரிவாக விளக்குகிறார். வட இந்திய அறிஞர்கள் எழுதும் நூல்களில் தென்னிந்தியர் களை, குறிப்பாகத் தமிழர்களைப் பற்றிய ஆய்வுகள் இடம் பெறுவது அரிது. இத்தகைய சூழலில் இந்நூலில் பெரியார் பற்றி விளக்கமாக எழுதப்பட்டுள்ளமை மகிழ்ச்சியையும் எழுச்சியையும் உண்டாக்குகின்றது.

தமிழக வரலாற்றின் தொடக்கத்தைக் கூறும் சங்கப் பாடல்கள், வேதங்கள், வேள்விகள், பார்ப்பனியம் போன்ற சனாதன தர்மங்கள் வலுப்பெற்று இருந்ததையும் காட்டு

கின்றன. பல்யாகசாலை முதுகுடுமிப் பெருவழுதி, இராச சூயம் வேட்ட பெருநற்கிள்ளி (தமிழ் மன்னர்களின் பெயர் களைக் கவனியுங்கள்) போன்ற பெரும் அரசர்கள் வேத வேள்விகளைச் செய்வதைப் பெருமிதமாக, தங்கள் பெயரின் புகழ்மையாகச் சேர்த்துக்கொள்வதைப் பார்க்கும் போது தமிழகத்தில் கி.பி. முதல் இரண்டு நூற்றாண்டுகளில் பார்ப் பனர்கள் வேள்விகள் என்ற சனாதன தருமங்கள் போற்றப் பட்டமை தெரிகின்றது. ஆனால் இதே காலத்தில் இந்தியா வின் வேறு பகுதிகளில் என்ன நடந்தது என்பதைப் பண்டார்கர் கூற்று மூலமாக ஆசிரியர் கூறுவதைப் படிக்கும் தமிழர்களுக்கு அதிர்ச்சியாக இருக்கிறது. அப்பகுதி வருமாறு!

"கி.மு. 300 முதல் கி.பி. 100ஆவது ஆண்டு வரையிலான நான்கு நூற்றாண்டுகளாகப் பார்ப்பனன் இல்லை. பார்ப்பனக் கோவில் இல்லை. பார்ப்பனக் கடவுள் இல்லை. பார்ப்பன யாகங்கள் இல்லை. பார்ப்பன மந்திரமும் இல்லை. மாயமும் இல்லை. (அதாவது இவை பற்றிய குறிப்புகள் இக்காலச் சமஸ்கிருத இலக்கியங்கள் எதிலும் இல்லை). இந்திய நாடும் நிம்மதியாக இருந்தது. மன்னர்கள், இளவரசர்கள், ஆட்சி யாளர்கள், வணிகர்கள், பொற்கொல்லர்கள், கைவினைஞர் கள், சாதாரண குடும்பத்தலைவர்கள் என்று அனைத்துத் தரப்பினரும் கடவுள் நம்பிக்கைக்காக அல்லது பிற பொது நற்காரியங்களுக்காக நன்கொடைகள் கொடுத்ததற்கான குறிப்புகள் காணக்கிடைக்கின்றன. ஆனால் இவற்றில் எதுவும் பார்ப்பனியப் புரட்டுகளுக்காகக் கொடுக்கப்படவில்லை". (ப. 325)

இந்தியாவின் பிற இடங்களில் ஆதிக்கத்தை இழந்த வேதமும் பார்ப்பனர்களும் தமிழ் அரசர்களால் தலையில் தூக்கிவைத்துக் கொண்டாடப்பட்ட முரணான வரலாறு தான் தமிழரின் தோற்ற வரலாறாக இருக்க, இருபதாம் நூற்றாண்டில் எழுதப்பட்ட தமிழ் வரலாற்று நூல்கள் வசமாகப் புறக்கணித்ததைப் பார்ப்பன, சூத்திரக் கூட்டின் விளைவாகக் கருதலாம்.

இத்தகைய பல்வேறு சிறந்த செய்திகளை உள்ளடக்கிய இந்நூலில் சில குறைகளும் உள்ளன. அவற்றுள் ஒன்று, யோகம் என்னும் தரிசனத்தைப் பற்றி ஆசிரியர் கூறுவது. பதஞ்சலியோக சூத்திரத்தில் யோகம் என்பதற்குப் பொருள் பரமாத்மாவிலிருந்து ஜீவாத்மா பிரிதல் என்றுதான் உள்ளது. உபநிடதங்களில் கூறப்படும் யோகம் என்பது பரமாத்மா வுடன் ஜீவாத்மா சேர்தல் ஆகும். இங்கு யோகம் என்று சொல்லப்படும் தரிசனம் பதஞ்சலி யோக சூத்திரத்தை

அடிப்படையாகக் கொண்டதுதான். ஆசிரியரும் அதையே சொல்வதாகக் கூறும் இடம் பதஞ்சலி யோக சூத்திரத்திற்கு முரணாக உள்ளது. இது யோக தரிசனம் ஏற்காத பகுதி என்பது குறிப்பிடத்தக்கது.

இவ்வாறான பெரிய நூலை அழகாக மொழிபெயர்த்து அச்சிட்டுத் தமிழர்கள் கையில் கொடுத்துள்ள விடியல் பதிப்பகம் பாராட்டுக்குரியதுதான். அறுசுவை உண்டியில் உப்பில்லாமல் போனதுபோல இத்தகைய சிறந்த நூலுக்குப் 'பொருளடைவு' இல்லை. நூறு ஆண்டுகளுக்கு முன்பு உ.வே. சாமிநாதையர் தம்முடைய எல்லா நூல்களையும் பொரு ளடைவு உட்பட பல்வேறு அகராதிகளுடன் பதிப்பித்திருக்கும் வரலாறுடையது தமிழ்ப் பதிப்புலகம். நவீன காலத்தில் அது தொடராதது அவலம், அது தமிழனின் அவலம்.

'உங்கள் நூலகம்', ஜனவரி – பிப்ரவரி 2005

வாசகர்கள் முட்டாள்களா?

அண்மைக் காலமாகத் தமிழ்நாட்டில் வருகின்ற புத்தகங்கள், சிறுபத்திரிகைகள் முதலியவை வாசகர்களை ஏதுமறியா அப்பாவிகள் – செயலூக்கமற்ற பிறவிகள் எனக் கருதிக் கொண்டிருப்பதாகப்படுகின்றது. விளம்பரம் செய்து நுகர்பொருட்களை விற்பனை செய்யும் வணிகர்கள் நுகர்வோர்களாகிய மனிதக் கூட்டத்தைக் கணக்கில் எடுக்கும் அளவுக்குக்கூட பதிப்பாளர்களும் சில எழுத்தாளர்களும் வாசகர்களை கணக்கில் எடுப்பதாகத் தெரியவில்லை.

'பதிப்புச்செம்மல்' என்று பட்டம் சூட்டிக்கொண்ட மணிவாசகர் மெய்யப்பன் கடந்த இரண்டு வருடங்களாக வெளியிட்டு வரும் மறைமலையடிகள் நூல்களில் – மறைமலையடிகளின் வாழ்க்கை நிகழ்வுகளைக் குறிக்கும் கால வரிசை ஒன்றை வெளியிட்டு வருகின்றார். அந்த நூல்களில் 1905ஆம் ஆண்டில் ஆறுமுகநாவலர் மறைமலையடிகளாரைச் சந்தித்ததாகக் குறிக்கப்பட்டுள்ளது. இதில் என்ன புதுமை தெரியுமா? ஆறுமுக நாவலர் இறந்து 27 ஆண்டுகள் ஆன பின்னர் வருவது 1905. (1878இல் நாவலர் மரணமடைந்தார்). இறந்துபோன நாவலர் மறைமலையடிகளாரைச் சந்தித்து உரையாடிய ரகசியத்தைப் 'பதிப்புச்செம்மல்' தான் கூற வேண்டும்.

அடுத்து அறிஞர் மயிலை சீனி. வேங்கடசாமியின் 'தமிழர் வளர்த்த அழகுக் கலைகள்' என்ற நூலில் கடைசி மூன்று அத்தியாயங்களை நீக்கிவிட்டு மறு பதிப்பு வருகின்றது. நண்பர், பேராசிரியர் மதிவாணன் அந்த நூலை வாங்கி வந்தார். என்ன இந்நூல் சிறிதாக

இருக்கிறதே என்றேன். நன்றாகப் பாருங்கள் என்றார். பின்னர் நான் என்னிடமிருந்த பழைய பதிப்பைக் காட்டினேன். அந்தோ மூன்று அத்தியாயங்கள் இல்லை. நூலில் அதைப் பற்றி எவ்விதக் குறிப்பும் இல்லை. நல்ல பதிப்புச் செம்மல். இது ஒரு வகை.

சென்ற 'காலச்சுவடு' இதழில் ஆ.இரா. வேங்கடாசலபதி தமிழ் அறிஞர் மு. அருணாசலம் (தமிழில் நூற்றாண்டு வாரியாக நூல்கள் மற்றும் முக்கூடற்பள்ளு, சைவ சித்தாந்த நூல்கள், சிற்றிலக்கியங்கள், இன்னும் பல சிறந்த ஆய்வு நூல்களை எழுதியவர். தான் வாழ்ந்த காலத்தில் தவறுகளைச் சுட்டிக்காட்டி எழுதியமைக்காகப் பிழைப்புவாத எழுத்தாளர்கள், பேராசிரியர்களால் புறக்கணிக்கப்பட்டவர். நாம் தவறாது மயிலை சீனி. வேங்கடசாமி அவர்களுக்கு இணையாகக் கவனத்தில் கொள்ள வேண்டிய பேராசிரியப் பெருந்தகை) அவர்கள் சைவ சித்தாந்த நூற்பதிப்புக் கழக நூற்களை முதல் நிலை நூல்கள் இல்லை என்று சொல்லிவிட்டார் என்று, நியாயம் இல்லாமலோ அல்லது விபரம் தெரியாமலோ சாடுகின்றார். அதாவது அவரை விபரம் தெரியாதவர் என்று சாடுகின்றார். ஆனால் நூற்களைக் காசுகொடுத்து வாங்கும் நாம் அதனை ஏற்க முடியுமா? இதோ பாருங்கள், செக்கிழுத்த செம்மல் – சுதந்திரப் போராட்ட வீரர் வ.உ. சிதம்பரம் பிள்ளையை உங்கள் அனைவருக்கும் தெரியும். ஆனால் தொல்காப்பியம் பொருளதிகாரம் இளம்பூரணர் உரையை ஏட்டுச் சுவடியிலிருந்து முதலில் அச்சுநூல் ஆக்கியவர் என்பது பலருக்குத் தெரியாது. இளம்பூரணம் ஏட்டுச் சுவடி தமிழ்நாட்டில் ஒன்றே ஒன்றுதான் கிடைக்கிறது. அதனை அறிஞர் வையாபுரிப்பிள்ளை உதவியுடன் நூலுருவாக்கி விடுகிறார் வ.உ.சி. ஆனால் நூலை வெளியிட 'செந்தமிழ்ச் செல்வர்' எவரும் முன்வரவில்லை. ஒரு தெலுங்குப் பிராமணர் முழுத் தொகையும் போட்டு அந்த நூலை வெளிக்கொணர்கிறார் 1936இல். பின்னர் 1953இல் சைவ சித்தாந்த நூற்பதிப்புக் கழகம் எவரிடமும் அனுமதி பெறாமல் வெளியிடுகின்றது. இதற்கு முன்னர் இந்த நூலை வெளியிட்டவர்களைப் பற்றி எவ்விதக் குறிப்பும் இல்லை. அத்துடன் பதிப்பு நெறிமுறைகளையும் மீறி இளம்பூரணர் உரை சிதைந்த இடங்களில் வ.உ.சி அவர்கள் அடைப்புக் குறிக்குள் நச்சினார்க்கினியர் உரையைப் போட்டதையும் மாற்றி, அடைப்புக் குறிகளையும் எடுத்து விடுகின்றனர். இதனை அறிஞர் மு.அ. தன்னுடைய 11ஆம் நூற்றாண்டு இலக்கிய வரலாறு நூலில் வன்மையாகக் கண்டித்து இது "நூற்கொள்ளை" என்று எழுதுகின்றார்.

அடுத்து,

தமிழ் இளங்கலை, புலவர், பி.லிட் வகுப்புகளுக்குத் தொடர்ந்து பாடமாக இருந்ததனால், கோவை நூற்களில் புகழ்பெற்ற 'தஞ்சைவாணன் கோவை' கழக வெளியீடாக வருகின்றது. 'கழகப் புலவர்' குழுவினரால் 'ஆராயப்பட்டு' சுமார் 5 அல்லது 6 முறை மறுபதிப்பும் வந்துவிட்டது. பொருட்பிழை, இலக்கணப் பிழை, மேற்கோள் பிழை என்று எண்ணிலடங்காப் பிழைகளுடன் கூடிய 'பிழை மலிந்த' பதிப்பாக இன்றுவரை அந்நூல் உலா வருகின்றது. எடுத்துக் காட்டாக, சில பிழைகளைப் பாருங்கள்.

"களவி னொழுக்கமுங் காலமும்
திங்களிரண்டின் அகமென மொழிப"

என வரும் சூத்திரங்களால் கண்டு கொள்க (ப. 6 – கழக வெளியீடு) என்று உள்ளது. இந்தப் பகுதிக்குப் பொருள் காணவே இயலாது. உண்மையில் இது "களவின் ஒழுகும் காலமும் திங்கள் இரண்டின் அகமென மொழிப" (இறை – சூத் 32) என வரும் சூத்திர உரையில் கண்டு கொள்க – என்றுதான் இருக்க வேண்டும். இதுபோல 82ஆம் செய்யுளின் விசேட உரையின் இறுதிப் பாகம், 118ஆம் கிளவிக் கருத்துரை இறுதியில், 128ஆம் செய்யுளின் விசேட உரை என்று பல இடங்களில் பிழையாகவே உள்ளது. எனக்கு எப்படி இந்தப் பிழைகள் தெரிந்தன என்று நீங்கள் வியக்கலாம். மதுரை செந்தமிழ்ப் பத்திரிகையில் 1936க்கு முன்னரே இந்தத் திருத்தப் பாடங்கள் வெளிவந்துவிட்டன. அதன் உதவியால்தான் இந்தப் பிழைகளை என்னுடைய நூலில் திருத்திக்கொண் டேன். இத்தகைய நூற்கள் கழக வெளியீட்டில் ஏராளம். இவற்றை நேர்மையான ஆய்வாளர் முதன்மைச் சான்று நூல்களாக மனம் ஒப்பி எப்படிக் கொள்ள முடியும்?

இதுவரை குறிப்பிட்டவை வாசகர்களைப் பகுதி மூடர் களாகக் கருதியதென்றால் – "இந்து ஞான மரபில் ஆறு தரிசனங்கள்" என்ற (தமிழினி வெளியிட்ட) ஜெயமோகன் 'அருளிய' நூல் முழு முட்டாள்களாகக் கருதுவதாகத் தெரி கின்றது. தனக்கு முன்னால் இந்தப் பொருள் பற்றித் தமிழில் வந்த எந்த நூலையும் குறிப்பிடாமல் மறைத்துவிட்டு, ஏதோ தான் புதிதாகக் கண்டுபிடித்து எழுதுவது போன்ற மாயையை ஏற்படுத்துவதோடு நில்லாமல், அதற்குத் தோதாக ஓர் ஆளைப் பிடித்து முன்னுரையும் எழுதி இருக்கின்றார்கள். ஜெயமோக னும் முன்னுரையாளர் சோதிப்பிரகாசமும் ஒரு வரை ஒருவர் மெச்சிக்கொள்ளும் விதம் புல்லரிக்க வைக்கின்றது.

சோதிப்பிரகாசம் எழுதுகிறார்: "இதுபோன்ற ஆய்வுகளை இந்நூலில் ஆங்காங்கே மேற்கொண்டு நம்மை ஜெயமோகன் சிந்திக்க வைக்கிறார். பல சொற்களின் சரியான பொருள் களைக் கூறி நமக்கு மகிழ்ச்சியையும் அவர் அளிக்கிறார். ஓர் எடுத்துக்காட்டாக 'அதிர்ஷ்டம்' என்பதற்கு அ+திர்ஷ்டம் = தெரியாதது என்று அவர் கூறுகின்ற பொருளைக் கூறலாம்" – இப்படிப் போகின்றது. உண்மையில் "நியாய வைசேஷகரின் கொள்கைப்படி அதிருஷ்டம் என்பது உணர முடியாதது – அறிய முடியாதது என்பது அவர்கள் கொள்கை" (தத்துவ தரிசனங்கள் – ப. 198, மணிவாசகர் நூலகம்) என்று நியாய வைசேஷகத்தின் அடிப்படைக் கொள்கையாக கி. லஷ்மணன் எழுதிய 'இந்திய தத்துவ ஞானம்,' 'கீழை மேலை நாடுகளின் மெய்ப் பொருளியல் வரலாறு' (டாக்டர் ராதாகிருஷ்ணன் – பதிப்பாசிரியர்) போன்ற எல்லா நூல்களிலும் குறிப்பிடப்படு கின்றது. இதனை ஜெயமோகனின் கண்டுபிடிப்பாக முன்னுரை யாளர் கூசாமல் எழுதுவது அவருடைய பாமரத்தன்மையா? அல்லது வாசிப்பவன் பாமரன் என்ற எண்ணமா?

இதுபோன்று சோதிப்பிரகாசத்தின் பல அபத்தங்களைச் சுட்டிக் காட்டலாம். இவர்களின் அபத்தங்களை எழுத இங்கே இடம் போதாது. (சோதிப்பிரகாசம் தன் உரையில் சுட்டும் மேற்கோள் பக்கங்கள் பற்றிய குறிப்புகள்கூட பிழை யாக உள்ளன. காட்டாக முன்னுரை ப. 80ஐக் குறிப்பிட்டால் நூலில் அது 107ஆக உள்ளது. இதுபோலக் கிட்டத்தட்ட எல்லா மேற்கோள் பக்கங்களும் பிழையாக உள்ளன.)

இது ஒரு பக்கம் இருக்க, ஜெயமோகன் தனக்கு முன்னர் வெளிவந்த நூல்களில் இருந்து எல்லா விபரங்களையும் எடுத்துக்கொண்டு, தன்னுடைய 'கோட்டிங்' வேலையை மட்டும் செய்து இந்த நூல் எழுதப்பட்டுள்ளது. இதனை நிரூபிக்க ஏராளமான உதாரணங்கள் தரமுடியும். இடம்தான் போதாது. வாசக நண்பர்கள் இரண்டொன்றைப் பாருங்கள்: "வேத வாக்கியங்களின் அர்த்தத்தைச் சரியாக அறியும் நோக்கத்தோடு சொற்பொருள் ஆராய்ச்சியில் புகுந்த மீமாம் சகர் அவ்வாராய்ச்சி அழைத்துச் சென்ற துறைகளுள் எல்லாம் நுழைந்தனர். மொழி ஆராய்ச்சியில் இன்று மிக முன்னேறி நிற்பவர் மேல்நாட்டவரே. ஆனால் இம்மேல்நாட்டவரையும் பிரமிக்க வைக்கும் அளவு ஆராய்ச்சியை இத்துறையில் மீமாம்சகர் என்றைக்கோ செய்துவிட்டனர்." (இந்திய தத்துவ ஞானம் – ப. 272, கி. லஷ்மணன்.)

ஜெயமோகன் எழுதுவதைப் பாருங்கள்:

"வேதங்களை மூலநூலாகக் கொண்ட பூர்வமீமாம்சம் வேதங்களைச் சரியானபடி உச்சரித்தல், சரியானபடி அர்த்தப்

படுத்துதல் ஆகியவற்றில் மிகுந்த கவனம் செலுத்தியது. படிப்படியாக அது மொழியிலக்கணத்தை உருவாக்கி வளர்த் தெடுத்தது." ... அது என்ன மொழியிலக்கணம் என்று ஜெயமோகன் சொன்னால் நல்லது. மீமாம்சகர்கள் சொற் பொருள் ஆய்வுதான் செய்தனர். இலக்கணம் எதுவும் எழுத வில்லை. அவர்களால், உருவாக்கப்பட்ட இலக்கணம் எதனை யாவது ஜெயமோகனால் சுட்டிக்காட்ட முடியுமா? அப்படி யான மொழியிலக்கண நூல் எதுவும் இல்லை. 'ஜெயமோகன் தப்புலேயும் அடிப்பார்; தவுலிலேயும் அடிப்பார் – கிழிந்தால் தைச்சும் அடிப்பார்' என்பதற்கு இது உதாரணம். இதில் இன்னொரு தமாஷ் சோதிப்பிரகாசம் புல்லரிப்பது. 'சமுதாயச் சிந்தனைகளின் வளர்ச்சிக்கும் மொழி வளர்ச்சிக்கும் இடையே உள்ள பிரிக்க முடியாத பந்தத்தை, பூர்வ மீமாம்சத்தை அடிப்படையாகக் கொண்டு ஜெயமோகன் விளக்குகின்ற இடம் மிகவும் முக்கியமானது' என்று மேற்குறிப்பிட்ட பகுதியை – பக்கத்தையும் பிழையாகப் போட்டு வியக்கிறார். பரவாயில்லை. எலிக்குப் பூனைதான் பயங்கரமான மிருகம். அதுபோல சோதிப்பிரகாசத்திற்கு ஜெயமோகன். ஆனால் நாம் அப்படி வியக்க இடமளிக்காமல் கி. லஷ்மணன் நாற்பது ஆண்டுகளுக்கு முன்பே 'மீமாம்சத்தின் அடிப்படையே சொற் பொருள் ஆய்வுதான்' எனச் சுட்டிக்காட்டித் தோலுரித்து விடுகின்றார்.

சில இடங்களில் மரபாக உள்ள பொருளை மாற்றியும் எழுதுகிறார் ஜெயமோகன். எடுத்துக்காட்டாக யோகம் என்பதைப் பற்றிப் பேச வருகையில், "யோகம் என்றால் தூய அறிதல் என்று பொருள். தூய அறிதலை எப்படி அடைவது. அதன் படிநிலைகள் என்னென்ன என வகுத்துக் கூறியது யோகம்" என்று ஜெ. சுட்டுவது உண்மையில் பழைய நூல்களில் உள்ளபடி பார்த்தால், "யோகம் என்ற சொல் லுக்குப் பிரிதல் என்பதே இங்கு பொருளாகின்றது. பிரகிருதி தொடர்பிலிருந்து புருடன் பிரிதல்தான் யோகம். ஆனால் உபநிடதத்திலே யோகம் என்ற சொல்லுக்குப் பொருள் இது அல்ல. அங்கு யோகம் என்பதன் பொருள் சேர்தல். சீவன் பரம்பொருளோடு சேர்தலையே உபநிடதம் யோகம் என்ற சொல்லால் உணர்த்துகிறது. ஆனால் பரம்பொருளைச் சேர்தலே சீவனின் குறிக்கோள் என்பதை சாங்கிய யோகம் ஏற்றுக் கொள்வதில்லை. அதனால்தான் யோகம் என்ற சொல் சேர்தல் என்னும் அதன் பொதுவான பொருளில் இங்கு வழங்காது, அதற்கு நேர்மாறாகப் பிரிதல் அதாவது புருடன் பிரகிருதியின் பிடியிலிருந்து தன்னை விடுவித்துக் கொள்ளல் என்ற பொருளில் வழங்குகிறது." (இந்திய தத்துவ

ஞானம், பக். 222, 223) இப்படித்தான் மரபுப்படியான விளக்கம் உள்ளது.

இத்தகைய அபத்தங்களுக்கான காரணமாக வாசகர் களாகிய நாமும் பொறுப்பேற்க வேண்டும். நாம் ஒரு நூலை வாங்கும்போது இந்தப் பொருளில் ஏற்கனவே வந்த நூல்கள் எவை என்பதைப் பற்றிச் சிறிதாவது அக்கறை காட்ட முன் வர வேண்டும். இந்தியத் தத்துவம் தொடர்பாக – கி. லஷ்மணன் நூல் தவிர (இந்த நூல் உண்மையில் வானொலியில் நேயர் களுக்கு எளிய மொழியில் பேசப்பட்ட உரைதான்), டாக்டர் இராதாகிருஷ்ணனைப் பதிப்பாசிரியராகக் கொண்டு இந்தியாவில் அத்துறைகளில் வல்லவர்களைக் கொண்டு எழுதப்பட்ட கட்டுரைகளுடன் சுமார் 2000 பக்கம் உள்ள நூல் – அண்ணாமலைப் பல்கலைக்கழகம் தமிழ்ப்படுத்தி ரூ. 30க்கு வெளியிட்டுள்ளது. மணிவாசகர் நூலகம் இப்பொரு ளில் தொகுக்கப்பட்ட ஒரு நூலை வெளியிட்டுள்ளது. இலங்கை அரசின் வெளியீடாகத் தமிழில் கிரேக்க, ஐரோப்பியத் தத்துவங்கள் பெருநூற்களாக வெளியிடப்பட்டு இன்றும் கிடைக்கின்றன. இவைகளை எல்லாம் நாம் கவனியாமல் விடுவது நமது தவறல்லவா?

இறுதியாக நாம் கவனிக்க வேண்டிய முக்கிய அம்சம் ஒன்று உள்ளது. இன்று இந்துத்துவம் ஓங்கி வரும் காலம். அதற்கு மரபின் ஊடாக நியாயம் கற்பிக்கும் நச்சுப் பிரதி களும் உதவியாக அமைகின்றன. அத்தகைய நச்சு விதைகளைச் சிந்தனையும் பொது அனுபவமும் உள்ளவர்களிடையில்கூட நுழைத்து விடுவதில் ஜெயமோகன் செம்மையாகவே செயல் படுகின்றார். அதற்குத் தமிழினி போன்ற பதிப்பகங்கள் இராஜபாட்டை போட்டு வரவேற்பளிப்பதில் முன்னிற்கின்றன.

இத்தகைய முயற்சிகளை இவர்கள் செயலாக்குகையில் பல கருத்தோட்டங்களைப் பிறழ்ச்சியாக மாற்றுவார்கள். உதாரணமாக, இதுவரை சுட்டிக் காட்டப்பட்ட விசயங்கள் உண்மையில் 'தியாலஜி' என்ற மதவியல் சார்ந்தது. இதனை இவர்கள் 'பிலாசபி' என்னும் 'தத்துவச் சொல்லாடல்' வழியாக உள்ளிறக்குவார்கள். தியாலஜி தனது அடிப்படை யாக நம்பிக்கையை வைத்து விசுவாசத்தைக் கட்டமைப்பது. பிலாசபி அதன் நேர் எதிராகச் சந்தேகத்தை அடிப்படையாகக் கொண்டு தீவிர விசாரணையை நடத்தி தேடலை – மீண்டும் மீண்டும் தேடலை நோக்கி மனிதனை நகர்த்திச் செல்வது. சுருக்கமாகச் சொன்னால் தியாலஜி தேடலற்ற அடிமைகளை உருவாக்குவது. பிலாசபி விடுதலை உணர்வு பெற்ற மனிதர் களை உருவாக்குவது. தமிழ்ச் சமூகத்தில் இதனை இனங்கண்டு

வெளிப்படுத்தியவர்கள் இருவர். ஒருவர் ஈ.வெ.ரா. பெரியார். இன்னொருவர் அறிஞர் வையாபுரிப்பிள்ளை. பெரியார் மதத்திலிருந்து தமிழை விடுவிக்காமல் தமிழன் விடுதலை உணர்வு பெறமாட்டான் என்றார். வையாபுரிப்பிள்ளை நமது 'ஞான' நூல்கள் தேங்கிப்போன குப்பைகள் என்றார்.

இந்த நூல் முழுமையும் ஜெயமோகன் மதவியலைத் தத்துவவியலாக இனங்காட்டும் முயற்சியில் இறங்குகிறார். சங்கரர் தோன்றும் வரை இந்திய, சனாதன சிந்தனை மரபில் தர்க்க வாதங்களைப் பேசுபவர்கள் இழிவுக்குள்ளாக்கப்பட்டே வந்துள்ளனர். தர்க்கம் பேசுபவன் நாயாவான் – நரியாவான் என்று சபிப்பதும் தர்க்க வாதத்தைக் கைக்கொண்ட மருத்துவர் களைத் தாழ்ந்த சாதிகள் ஆக்கி, அவர்களிடமிருந்து எதனை யும் பெறுவது குஷ்டரோகி கையிலிருந்து வெண்ணெய் பெறுவது போல என்றும் இழிவுபடுத்தப்பட்ட வரலாறுகளை தேவி பிரசாத் சட்டோபாத்தியாயா தன் நூல்களில் குறிப் பிடுகின்றார். சங்கரர் தர்க்கத்தை எடுக்கையில்கூட சந்தேகத் துடன் 'பௌத்தனோ இவன்' என்றவர்கள் தங்கள் சித்தாந்தத் திற்குச் சங்கரர் தர்க்கத்தால் வலு சேர்த்தவுடன் அவரை உடன்பட்டுக் கொண்டனர். இதனையெல்லாம் ஜெ. மறைக் கிறார்.

இறுதியாக, பாரதியார் தன்னுடைய கருணை என்ற கட்டுரையில் (பாரதி உரைநடைத் தொகுதி – சீனி. விஸ்வ நாதன்) சைனர்களையும் பௌத்தர்களையும் கொடுமை செய்த மாயாவிகள் – பாதகர்கள் – நீரோ அரசனைவிடக் கொடியவர்கள் என்று திருஞானசம்பந்தரையும் திருநாவுக் கரசரையும் 'குறிப்பாக'க் குறிப்பிட்டுச் சொல்வதுபோல, தற்காலத்தில் ஜெயமோகன் போன்றவர்களையும் குறிப்பிடுவதில் தவறில்லை. இவரை வளர்ப்பவர் வரிசையில் முன்னணிப் படையான 'தமிழினி' போன்றவர்களை இனங்காணாவிடில் நிச்சயம் நீங்களும் நானும் கழுவேற்றப்படுவோம் என்று கூறி முடிக்கிறேன்.

'கவிதாசரண்', பிப்ரவரி – ஏப்ரல் 2003

உண்மை வரலாற்றுக்கு ஒரு தொடக்கப்புள்ளி

தமிழ்நாட்டு வரலாற்றில் குடவோலை முறையில் தேர்ந்தெடுக்கப்படும் தேர்தல் பற்றிக் குறிப்பிடும் கல்வெட்டு உத்திரமேரூர்க் கல்வெட்டு ஒன்றே ஒன்று தான் கிடைக்கிறது. சோழர் காலத்தைச் சேர்ந்த அந்தக் கல்வெட்டில் பார்ப்பனர்களுக்குள் நடக்கும் தேர்தல் பற்றிக் குறிப்பிடப்படுகிறது. பார்ப்பனரல்லாத வேறு யாரும் அதில் கலந்துகொள்ள முடியாது. பார்ப்பனர் களிலும்கூடக் குறிப்பிட்ட சொத்து உள்ளவர்கள் மட்டுமே கலந்துகொள்ள முடியும். இந்த ஒரு கல்வெட்டை மட்டும் வைத்துக்கொண்டு தமிழ்நாட்டின் வரலாற்றை எழுதிய பலரும் தமிழ்நாட்டில் பழங்காலத்திலிருந்து பஞ்சாயத்துத் தேர்தல் முறை இருந்ததாகப் பறைசாற்றி வந்தனர். ஆனால் மனிதர்களை அவர்கள் ஆண்க ளாயினும் பெண்களாயினும் குழந்தைகளாயினும் வேறுபாடு பாராமல் ஆடுமாடுகளைப் போல் விற்பனை செய்ததாகக் கூறும் கல்வெட்டுகளும் பட்டயங்களும் ஓலை ஆவணங்களும் ஏராளமாகக் கிடைத்திருந்தும் தமிழகத்தில் மனிதனை அடிமையாக்கும் முறை இருந்த தாகப் பெரும்பாலோர் எழுதுவதில்லை. குறிப்பாக இந்தியா போன்ற காலனி நாடுகளின் வரலாற்றுப் புனைவாளர்கள் வரலாற்று விபரங்களைத் தொகுத்து வெளியிடுவதைவிடத் தங்களுக்கு மரியாதைக் குறைவு ஏற்பட்டுவிடும் என்று கருதிய செய்திகளை மறைப்பதில் தான் கவனம் செலுத்தினர். இப்படி இவர்களால் மறைக்கப்படும் அல்லது மாற்றப்படும் வரலாற்றுச்

செய்திகள் பல. 1. களப்பிரர் காலம் – களப்பிரர்கள் அந்நியர்கள், ஆக்கிரமிப்பாளர்கள் என்பது. 2. தமிழ்நாட்டின் மீது இஸ்லாமியர்கள் படையெடுத்ததாக எழுதுவது. 3. முந்தைய காலங்களில் தமிழர்கள் அனைவரும் ஒற்றுமையாக இருந்தனர் என்று கூறுவது. 4. மக்கள் அனைவரும் செல்வச் செழிப்புடன் வாழ்ந்ததாகக் கூறுவது. இன்னும் இதுபோன்ற பல செய்திகள் உள்ளன. அண்மைக்காலமாக இத்தகைய செய்திகளை நேர்மையான உணர்வு கொண்ட சிலரும் இடதுசாரிச் சிந்தனையாளர்கள் பலரும் வெளிச்சத்திற்குக் கொண்டு வருவதில் முனைப்புக் காட்டிச் செயல்படுகின்றனர். அத்தகைய எழுத்தாளர்களில் ஒருவரான பேராசிரியர் ஆ. சிவசுப்பிரமணியன் அவர்களால் எழுதப்பட்ட 'தமிழகத்தில் அடிமை முறை' என்னும் நூல் குறிப்பிடத்தக்கது. தமிழ்நாட்டு வரலாற்றாளர்கள் பலரால் ஓரங்கட்டப்பட்டுவிட்ட ஒரு பொருளைப் பற்றி வெளிச்சமிட்டுக் காட்டுகிறது இந்நூல்.

சங்க காலத்திலிருந்து இன்று நாம் தினசரி பார்க்கும் 'கொத்தடிமைகள்' பிரச்சினை வரையிலான விசயங்களைத் தமிழகத்தின் அடிமை முறைக்குள் கொண்டு வருகிறார் ஆசிரியர். இதனை விளக்கும் முகமாகக் கிரேக்க, ரோமானிய அடிமை முறைகளையும் அதனை எதிர்த்த ஸ்பார்ட்டகஸ் போன்றவர்களைப் பற்றியும் ஐரோப்பியப் பண்ணை அடிமைகள், அமெரிக்க நீக்ரோ அடிமைகள், இந்தியாவிலும் தமிழ் நாட்டிலிருந்தும் வெள்ளையர்களால் வெளிநாடுகளுக்குக் கொண்டு செல்லப்பட்ட தோட்டத் தொழிலாளர்கள் போன்ற பல விசயங்களை விளக்குகிறார். தமிழ்நாட்டின் வரலாற்றில் பதிவான சுமார் 1000 ஆண்டுக்காலத்து ஆவணங்களிலிருந்து பல செய்திகளைக் கொடுக்கிறார். அவை, திடுக்கிடும் படியாகவும் கொடூரமாகவும் அரக்கத்தனமாகவும் உள்ளதைக் காணும் நாம் உறைந்து விடுகிறோம்.

முதலாம் குலோத்துங்கன் ஆட்சியில் கி.பி. 1088இல் கோவிலுக்குரிய தேவரடியார்களுக்குத் தவறுதலாக அரசு முத்திரையிடப்பட்டது. கோவில் அதிகாரிகள் இது குறித்து மன்னரிடம் முறையிட்டனர். பின்னர் அவனது உத்தரவின் பேரில் அரசிலச்சினை அழிக்கப்பட்டு அக்கோவிலுக்குரிய சூலச் சின்னம் இடப்பட்டது.

தேவரடியார்களுக்கு அவர்கள் பாதங்களில் சூலச் சின்னம் பொறிக்கப்பட்டது. வைணவக் கோவில் அடியவர்களுக்குச் சக்கரச் சின்னம் பொறிக்கப்பட்டது. (ப. 40) இரும்பாலான முத்திரைகளைப் பழுக்கக் காய்ச்சி உடம்பில் பதிய வைப்பதுதான் இந்த முத்திரைச் சின்னம்.

கும்பகோணம் சபாபதியா பிள்ளை என்பவன் 1831இல் வரூ பரிசப் பணம் கொடுத்துப் பெரியநாயன் கொத்தன் என்ற கள்ள சாதியைச் சேர்ந்தவரின் மகளான மீனாட்சி என்ற சிறுமியைத் திருமணம் செய்துகொண்டான். திருமணம் ஆகிய இரண்டாண்டுகள் கழித்து வேலை தேடி வேலூருக்குச் சென்றான். அப்போது அவர் மனைவி மீனாட்சிக்கு வயது ஏழு. 1842இல் தன் மனைவியை அழைத்துச் செல்ல திருவை யாறுக்கு வந்தான். தன் மாமனாரால் தன் மனைவி அரண் மனைக்கு விற்கப்பட்டுவிட்டாள் என்ற செய்தி அவனுக்குத் தெரிந்தது. ரெசிடெண்டிடம் இது குறித்து மனுகொடுத்தான். ரெசிடெண்டு இது குறித்து சென்னைக்கு மனு செய்யும்படி கூறிவிட்டார். அதன்படி 10.8.1842இல் சென்னை கவர்னரிடம் மனு கொடுத்தான். அம்மனுவைப் பெற்றுக்கொண்ட கவர்னர் மிக விரைவாகச் செயல்பட்டு 30.08.1842இல் ‘இது குறித்து ஏதும் செய்வதற்கில்லை’ என்று பதில் எழுதிவிட்டார்.

திருவையாறு பகுதியிலுள்ள அக்கட்சிப்பட்டியைச் சேர்ந்த மிராசு சிதம்பரம் பிள்ளை என்பவர் பிழைக்க வழியின்றித் தன் இரு மகள்களுடன் தஞ்சாவூருக்கு வந்தார். அவர் வீட்டில் இல்லாதபோது அரண்மனைக்கு அடிமை களைச் சேகரிப்பதற்காக நியமிக்கப்பட்டிருந்த அதிகாரிகள் அவ்விரு பெண்களையும் பிடித்துச் சென்று அரண்மனையில் அடைத்துவிட்டனர். இந்நிகழ்வு குறித்துக் கேட்பதற்காகச் சந்தித்தார். அவர்களோ அவரைக் காவலில் வைத்து உணவுக்குச் செல்லவிடாமல் தடுத்தனர். அப்பெண்களை அவரே விற்றது போல் உறுதிப் பத்திரம் தயாரித்துக் கையெழுத்து இடும்படி அவரைக் கட்டாயப்படுத்தினர். அவர் கையெழுத்திட்டால் அப்பெண்களை விடுவிப்பதாகக் கூறினர். கையெழுத்து இடாவிட்டால் அவரையும் அப்பெண்களையும் இறந்து போகும் வரை காவலில் வைப்போம் என்று கூறி அடித்துத் துன்புறுத்தினர். அடி பொறுக்க முடியாமல் பயந்து போய்க் கிரயச்சீட்டில் கையெழுத்து இட்டுவிட்டுக் காவலில் இருந்து சிதம்பரம்பிள்ளை விடுதலையானார்.

வெளியே வந்தபின் ரெசிடெண்ட்டாக இருந்த கிண்டர்லே என்ற வெள்ளையனிடம் இந்நிகழ்வுகள் குறித்து இருமுறை சிதம்பரம் பிள்ளை வாக்குமூலம் அளித்தார். அத்துடன் சென்னையிலிருந்த கிழக்கிந்தியக் கம்பெனி அதிகாரிகளுக்கும் மனு எழுதி அனுப்பினார். சிதம்பரம் பிள்ளையின் இருமகள் களையும் விட்டுவிடும்படி ரெசிடெண்ட்டுக்கு சென்னை யிலிருந்த வெள்ளை அதிகாரிகள் உத்தரவிட்டனர். ஆனால் ரெசிடெண்ட் அதை நிறைவேற்றாமல் சிதம்பரம் பிள்ளையை வரவழைத்து அடித்து, அவரே தன் மகள்களை விற்றதுபோல்

கையெழுத்து வாங்கினான். இந்நிகழ்ச்சி குறித்துக் கடிதம் எழுதி அதைச் சென்னைக்கு அனுப்புவதற்காகச் சிதம்பரம் பிள்ளை அஞ்சல் நிலையம் சென்றார். அவர் அனுப்பும் கடிதத்தை வாங்க வேண்டாமென்று அரண்மனையில் உத்தரவு போட்டுள்ளார்கள் என்றும் அரண்மனை உத்தரவு கொடுத்தால் கடிதத்தை வாங்கிக் கொள்வதாகவும் அஞ்சல் நிலையத்தில் கூறினார்கள். எனவே சபாபதிப் பிள்ளை கும்பகோணம் சென்று சென்னைக்குக் கடிதம் அனுப்பினார். (பக். 54, 55)

பண்ணையாளர்கள் வீடுகளின் முகப்பில் எப்பொழுதும் தொங்கிக்கொண்டிருக்கும் திரிக்கைவால் சவுக்கை எடுத்து மயக்கம் வரும் அளவிற்கு அடிப்பார்கள். மயங்கிக் கீழே விழுந்த பிறகும் அவர்கள் விடுவதில்லை. மாட்டுச் சாணத்தைக் கரைத்து மாட்டுக்கு மருந்து புகட்டும் மூங்கில் கொட்டத்தில் நிரப்பிச் சாணிப்பாலைப் பருகிடச் செய்வார்கள்.

சவுக்கடியால் உடம்பில் கசிந்து வழியும் செங்குருதியும் அதனால் ஏற்படும் வேதனையும் சாணிப்பாலைப் பருகுவது தவிர வேறு வழியில்லாமல் செய்துவிடும். அப்படியே அவன் மறுத்தாலும் மீண்டும் சவுக்கடி விழும். இது மட்டுமா? கொக்குப் பிடிக்கும் தண்டனையும் அந்த மனிதாபிமானிகள் மண்ணின் மைந்தர்களுக்குக் கொடுக்கத் தவறுவதில்லை. கொக்குப் பிடிப்பது என்றால் என்ன? இது யாருக்கும் புரியாத தண்டனைதான். ஒரு காலைத் தூக்கிக்கொண்டு சுடுமணலில் நெடுநேரம் நிற்க வேண்டும்.

கால்களுக்குக் கிட்டிப்போடும் தண்டனையும் அளித்தார்கள். ரத்தநாளங்கள் விண்விண் என்று தெறிக்க வலிபொறுக்க மாட்டாமல் மரம் வெட்டிச் சாய்ந்தது போல் கீழே விழும் காட்சியைக் கண்டு அந்த நிலப்பிரபுக்கள் வாய்விட்டுச் சிரிப்பார்கள். இன்னும் எத்தனைக் கொடுமைகள்? ஒரு மரக்கிளையில் அந்த உழைக்கும் மகனைத் தொங்கச் செய்து தரையில் கத்தாழை முள்ளையும் எழுத்தாணியையும் கீழே பரப்பி வைப்பார்கள். தொங்குகின்ற அந்த மனிதன் வலி பொறுக்கமாட்டாமல் கையைவிட்டால் கீழே பரப்பியுள்ள முள்ளாலும் எழுத்தாணியாலும் குத்தப்படுவான்.

இவை மட்டும்தானோ?

உழைக்கும் வர்க்கத்தை உருவாக்கிவிடும் பெண்ணினத்தைப் பண்ணையடிமைகளான தாழ்த்தப்பட்ட குலத்தின் தாயை எவ்வளவு மோசமாக நடத்தினார்கள்? எத்தகைய கொடுமையான தண்டனை அளித்தார்கள் என்பதைச் சொல்

வதற்கே வெட்கமாக இருக்கிறது. அந்தத் தாயின் மார்பகத்தைக் கிட்டியால் முறுக்கி கசக்கிப் பிழிந்து ரத்தச் சேறாக்கி வேதனையில் அலறித் துடிக்கச் செய்யும் அலங்கோலத்தைக் கண்டு ரசித்தார்கள் (பக். 80, 81).

எடுத்துக்காட்டாக ஒரு சில செய்திகளைக் குறிப்பிட்டுள்ளேன். இத்தகைய பல செய்திகள் நூலில் நிறைந்து இருக்கின்றன.

கிரேக்க, ரோமானிய அடிமைகளில் படித்தவர்கள், தொழிற்நுட்பம் அறிந்தவர்கள், போர்மல்லர்கள் என்று பல வகையினர் உண்டு. தமிழகத்தில் காணப்படும் அடிமைகள் குறித்த செய்திகளில் இத்தகையோர்களைப் பற்றி யாதொரு குறிப்பும் இல்லை. பெரும்பான்மையான அடிமை விற்பனை சாசனங்கள் சைவ, வைணவக் கோவில்களில் தான் கிடைக்கின்றன. பெரும்பாலும் தேவரடியார்கள் என்று குறிக்கப்படும் பெண்கள்தான் அடிமைகள் ஆக்கப்பட்டு உள்ளனர். இதனைத் தமிழ்நாட்டு வரலாற்றாளர்கள் பலர் கலாச்சாரமாகவும் பண்பாடாகவும்தான் பார்த்துள்ளனர். உண்மையில் இது அரசியல், பொருளாதாரம் சார்ந்த விசயமாகும். தமிழகத்துக் கோவில்கள் பெரும்பான்மையும் தமிழ்நாட்டின் நிலங்களை உடைமையாகக் கொண்டிருந்தன. இந்த நிலங்களின் மீதான உரிமை என்பது பொதுவாகப் புனிதத் தெய்வங்களின் உடைமையாகச் சொல்லப்பட்டு வந்தது. ஆனால் உண்மையில் அந்தக் கோவில் நிர்வாகிகளான பார்ப்பனர்களும் மேல்நிலைச் சூத்திரர்களும் சில ஊர்களில் பெரும் தனவணிகர்களும்தான் இதன் உரிமையை அனுபவித்தனர். இது மட்டுமல்லாது குறிப்பிட்ட கோவிலைச் சுற்றியுள்ள பிரதேசங்களில் சிவில் நிர்வாகமும் இவர்களிடம்தான் இருந்தது. வழக்குகளில் மரண தண்டனை விதிக்கும் அதிகாரமும் இவர்கள் கொண்டிருந்தனர். சுருக்கமாகக் கூறினால் தமிழ்நாட்டின் பெரும்பாலான நிலங்களின் உரிமையும் உள்ளூர் மக்கள் மீது ஆட்சி செலுத்தும் உரிமையும் இவர்களிடம்தான் இருந்தது. சோழர் காலம், பாண்டியர் காலம், நாயக்கர் காலம், மராட்டியர்கள், நவாபுகள் என்று சுமார் 1200 ஆண்டுகள் இவர்களுடைய அதிகாரம் செயல்பட்டே வந்தது. 14ஆம் நூற்றாண்டில் இஸ்லாமியர்களால் இந்த அதிகாரம் கலைக்கப்பட்டாலும் மீண்டும் அதனை நாயக்கர்களுடனும் மராட்டியர்களுடனும் நவாபுகளுடனும் கூட்டடித்துத் தக்கவைத்துக் கொண்டனர். பார்ப்பன, சூத்திர, வணிக மேலாண்மைக் கும்பலின் காம வெறியாட்டங்களுக்குத்தான் தேவதாசி முறை உருவாக்கப்பட்டது.

கடவுளின் பெயரால் காமத்தை நுகரும் இத்தகைய வெறியர்களின் போக்கு இன்று வரை நீடிப்பதை நாம் அண்மைக்காலக் காஞ்சிமடத்தின் வழியாகப் புரிந்து கொள்கிறோம். இந்தக் கும்பல்கள் தங்கள் அதிகாரம் ஆபத்துக் குள்ளாகும் நேரங்களில் தங்கள் நாட்டுப் பெண்களையும் ஆக்கிரமிப்பாளர்களுக்கு விற்கவும் பரிசு கொடுக்கவும் அடமானம் வைக்கவும் தயங்கமாட்டார்கள் என்பதை போர்த்துக்கீசியர்கள், இஸ்லாமியர்கள் போன்றவர்களின் பதிவுகளைச் சார்ந்து நம்மைப் புரிந்துகொள்ள வைக்கிறார் ஆசிரியர். 'அடிமை முறையின் மீது அருவெறுப்புக்கொண்டு ஆங்கிலேயர்கள் அதனை அகற்றிய பிறகும் தங்களின் காம இச்சைக்காக இந்தப் பாதகர்கள் பால்மணம் மாறாத பெண் பிள்ளைகளை விற்பனை செய்வதும் வாங்குவதுமாக இருந் தனர் என்பதை (ப. 52) ஆசிரியர் விவரிக்கிறார். இவர்களுடைய இத்தகைய கொடூரச் செயல்கள் மறைந்துவிடவில்லை என்பது அபலைப் பெண்கள், நடிகைகள், ஆதரவற்ற பெண்கள் போன்றவர்களின் நிலைகுறித்து வரும் பத்திரிகைச் செய்திகள் புலப்படுத்துகின்றன. கோவில், கோவில் சார்ந்த அதிகாரம், நிலவுடைமை ஆகியவற்றுக்கும் அடிமை முறைக்கும் இருந்த தொடர்பு குறித்து ஆசிரியர் இன்னும் விரிவாக விளக்கி யிருப்பின் தகவல்கள் மட்டுமல்லாமல், சிறப்பான ஆய்வுப் பார்வை கொண்டதாகவும் இந்நூல் உருப்பெற்றிருக்கும்.

சாதிகளாகப் பிளவுண்டு உயர்ந்தவர், தாழ்ந்தவர் என்று சிதறுண்டு பழமையான பழக்க வழக்கங்களில் கட்டுண்டும் இருக்கும் உழைக்கும் மக்கள் சரியான கல்வியறிவின்மையால் தெளிவற்று, செய்தி ஊடகங்களால் கைப்பாவைகளாக்கப் பட்டும் ஜனநாயகம் என்பதைத் தங்களுடைய உரிமை சம்பந்தப்பட்ட விசயமென்றும் புரிந்துகொள்ளாத மந்தை களான மக்கள் நிறைந்துள்ள சமூகத்தில் இத்தகைய நூல்கள் சிறிது வெளிச்சத்தை உண்டாக்கக்கூடும்.

இந்நூல் தொகுத்துத் தரும் தகவல்களைப் போல மேலும் ஏராளமானவற்றைச் சேகரிக்க இன்னும் வாய்ப்பிருக்கிறது. மோடி ஆவணங்களில் 90 விழுக்காட்டுக்கும் மேலானவை அச்சில் வரவில்லை. மொத்தமுள்ள 25,000க்கும் மேற்பட்ட கல்வெட்டுகளில் 8,000 கல்வெட்டுகள் மட்டும்தான் பதிப்பிக்கப்பட்டுள்ளன என்று டாக்டர் இரா.நாகசாமி (நேர்காணல், தீராநதி, ஜூன் 2005, ப. 6) கூறுகிறார். தமிழ கத்தைப் பற்றி எழுதிய வெளிநாட்டார் குறிப்புகள் இன்னும் முழுமையாகத் தொகுக்கப்பட்டுத் தமிழில் வரவில்லை. இவையெல்லாம் அச்சில் கொண்டுவரப்பட்டால் தமிழகத்தில்

அடிமை முறை குறித்து மிகப் பெரிய நூல் ஒன்றை உருவாக்க முடியும். அது தமிழகத்தின் அறியப்பட்ட வரலாற்றையே புரட்டும் வலுக்கொண்டதாக அமையும். அவ்வகையில் ஆ.சிவசுப்பிரமணியனின் இந்நூல் அழுத்தமான ஒரு தொடக்கப் புள்ளியாக அமைந்துள்ளது பாராட்டுக்குரியதாகும்.

'புதுவிசை', ஜூலை – செப்டம்பர் 2005

அபத்தங்களை மறுக்கும் அறிவியல் ஆய்வு

உலக வரலாற்றில் குறிப்பிட்ட சமூகத்தின் மீது தங்களுடைய ஆதிக்கத்தை நிறுவ விரும்பும் தனிநபர்கள், குழுக்கள் (இவர்கள் அந்த இனத்திற்கு அந்நியர்களாகக் கூட இருக்கலாம்) வன்முறையை மட்டும் கைக்கொண்டு அதை நிறைவேற்றுவதில்லை. பல்வேறு கருத்தோட்டங் களைத் தங்களுக்குச் சாதகமான பின்னணியாகக் கைக்கொள்வதும் உண்டு. அத்தகைய கருத்தோட்டங் களில் சில உண்மைகள் கலந்துமிருக்கும். சில முற்றிலும் வதந்திகளாகவும் இருக்கும். நம்முடைய சமகாலத்திற் கான எடுத்துக்காட்டாக, ஹிட்லரின் ஜெர்மானிய மேன்மை ஆரியத்துடன் சம்பந்தப்பட்டது என்னும் பிரச்சாரத்தையும் ஜெர்மானியர்கள் இது போன்ற உயர்நிலை அடைவதைத் தடுத்து வந்தவர்கள் யூதப் பிசாசுகள் என்று கட்டமைத்ததையும் கூறலாம்.

இத்தகைய கூற்றுகள் இருபதாம் நூற்றாண்டின் நடுப்பகுதிவரை உலகில் பல அழிவுகளை நிகழ்த்திய தையும் நாம் அறிவோம். நமது நாட்டில் இருபதாம் நூற்றாண்டின் தொடக்க காலம் என்பது நடுத்தர வர்க்கம் உருப்பெற்று வந்த காலம். பல்வேறு ஆதிக்க சாதிகளிலிருந்து நவீனக் கல்வியின் ஊடாக உருவான இந்தச் சூத்திர நடுத்தர வர்க்கம், சாதிகளுக்கு எதிரானது போலவும் சாதியற்று வாழ்ந்த ஆதித் தமிழனின் வாரிசு கள்போலவும் தன்னை இனம்காட்டிக் கொண்டது. இத்தகைய 'தமிழன்' என்னும் உருவாக்கத்துக்கு எதிரி போலச் சமஸ்கிருதத்தையும் பார்ப்பனர்களையும் கட்ட

மைக்கும் வேலையைச் செய்தது. பார்ப்பனியக் கட்டமைப்பில் வேதத்துக்கு இருந்த முக்கியத்துவம் அதற்கு வேதத்தின் தோற்றம் என்பது இந்திய வரலாற்றின் மூலாதாரம் என்னும் கட்டமைப்பு. வேதத்தில் இந்தியப் பண்பாடும் இந்தியச் சிந்தனையும் முழுமையாகப் பொதிந்துள்ளன என்னும் பிரச்சாரம் போன்ற கருத்தோட்ட்ங்களை எதிர்கொண்டாக வேண்டிய தேவை இருந்தது.

சங்க இலக்கியங்களின் மீள்கண்டுபிடிப்பு, தொல்பொருள் ஆராய்ச்சிகளின் வளர்ச்சி, நவீன ஊடகங்களில் முன்னோடி யான பத்திரிகைகளின் வளர்ச்சி போன்றவற்றை இவர்கள் கையகப்படுத்தினர். இதனூடாகத் தமிழ்ப் பழமை கட் டமைப்பு என்பதன் உருவாக்கம் தொடங்கியது. இந்த உருவாக் கத்திற்கு இயல்பாகவே இரண்டாயிரம் ஆண்டுகள் பழமை யான சங்க நூல்கள் கைகொடுத்தன. ஆனால் இவர்களுக்குச் சங்க இலக்கியப் பழமை போதுமானதாக இல்லை. இந்தப் போதாமையை அந்த இலக்கியங்களுக்குள் பேசப்பட்ட தொன்மங்களை வைத்து இவர்கள் விரிவுசெய்ய முயன்றனர். இயல்பாகவே இரண்டாயிரம் ஆண்டுகள் பழமைகொண்ட தொல்காப்பியத்தை ஐயாயிரம் ஆண்டுகளுக்குக் கொண்டு சென்றனர். புறநானூற்றின் ஐந்தாம் பாடலில் குறிப்பிடப் படும் பெருஞ்சோற்று உதியஞ்சேரலைப் பாரத காலத்தைச் சேர்ந்தவன் என்று இன்னொரு ஆயிரம் ஆண்டுகள் பின்னுக்குத் தள்ளினர் (வியாச பாரதம் இன்றுள்ள வடிவத்தைப் பெற்றது கி.பி. ஐந்நூறுக்குப் பிறகுதான் என்பது ஆய்வாளர்கள் துணிவு).

இத்தகையவர்கள் பெரும்பாலும் வைதிகத்தின் தென்னிந்திய வடிவமாகக் காட்சியளிக்கும் சைவ சித்தாந்தச் சார்புடையவர் களாக இருந்தனர். ஆகவே இந்த வைதிக மதங்கள் வேர் கொள்வதற்கு முன்னமே தமிழ் மக்களுடன் கலந்துவிட்ட சமண மதத்தையும் பௌத்த மதத்தையும் கணக்கில் எடுத்துக் கொள்ளவில்லை. இதனால் தமிழில் இன்றுள்ள எழுத்து வடிவங்களை உருவாக்கிய சமணம் சார்ந்த பிராமிக் கல் வெட்டுகளையோ, பௌத்தம் சார்ந்த சிற்பங்கள், ஓவியங்கள் போன்றவற்றையோ தமிழ் வரலாற்றின் ஆதாரங்களாகக் கொள்ளவில்லை. வரலாற்றில் பதிவு பெற்ற இந்த அவைதிகச் சமயங்கள் தமிழில் எழுத்துகள் வளர்ச்சி பெறவும் இலக்கியம் வளம் பெறவும் பெரும் பங்காற்றிய வரலாற்று நிகழ்வுகளைப் புறக்கணித்தனர். இது மட்டுமல்லாது, புதிய புனைவுகளையும் புனைந்தனர். அத்தகைய புனைவுகளில் ஒன்றுதான் லெமூரியா அல்லது குமரிக்கண்டம் பற்றிய கதை.

பாமர மக்கள் நம்பிக்கை கொள்ளக்கூடிய புனைவுகளை ஆதாரமற்றுத் தங்கள் ஆதாயம் ஒன்றையே குறிக்கோளாகக் கொண்டு பரப்பிவிட்டவர்கள் இன்று மறைந்தும் விட்டார்கள். ஆனால் அந்தக் கருத்தோட்டங்கள் இன்றும் உயிருடன் உலா வருகின்றன. இன்றைய அரசியல் தேவைகளுக்கு அத்தகைய கருத்தோட்டங்களைப் பயன்படுத்துவோரும் உள்ளனர். ஓட்டு வடிவத்தில் பயனும் கிடைக்கிறது. ஆனால் இத்தகைய அபத்தங்களை அபத்தம் என்று சொல்வதற்குப் பெரும் அறிவியல் ஆய்வே தேவைப்படுகிறது. அத்தகைய அறிவியல் ஆய்வு அந்த அபத்தப் புனைவுகளின் மீது ஒரு பெரும் தாக்குதல் நடத்தி ஒழித்துவிடும் பலம் பெற்றதாக இல்லை. ஒரு குறிப்பிட்ட சமூகத்தின் கல்வியறிவும் சிந்தனையும் உள்ள மிகக் குறைவான மனிதர்களிடம் மட்டும் புனைவுகள் நம்பத் தகுந்தவைதானா என்னும் சிறிதளவு சந்தேகத்தை உண்டாக்குகிறது. இத்தகைய தவறான புரிதல்களின் மீது அறிவியலின் உதவியால் மீண்டும் மீண்டும் தாக்குதல் நடத்தினாலொழிய இந்தப் பொய்மைகள் அகலமாட்டாது. இத்தகைய செயல்பாடுகளை மேற்கொள்வதற்கு நம் போன்ற எல்லோருக்கும் அந்த அறிவியல் கல்வி வாய்ப்பதில்லை. நம்மைப் போன்றவர்களின் பிரதிநிதியாக நின்று சு.கி. ஜெயகரன் 'குமரி நிலநீட்சி' என்னும் இந்த அறிவியல் நூலை ஆக்கித் தந்துள்ளார்.

தமிழ் வரலாற்றில் குமரிக் கண்டப் புனைவைப் புகுத்தியவர்கள் என்று ந.சி. கந்தையா, கா. அப்பாதுரை, தேவநேயப் பாவாணர் முதலிய பலரைக் குறிப்பிடலாம். இவர்களுடைய எழுத்துகள் அனைத்தும் ஒரே பொருளைப் பற்றி ஒரே விதமாகப் பேசுபவைதான். ஆகவே ஒருவருடைய எழுத்துகளை எடுத்துக்காட்டினாலே மற்றவர்களுடைய கருத்துகளும் அதனுள் அடங்கிவிடும். இவர்களுள் ஒருவரான கந்தையா தமிழ்ப் பழமையை வற்புறுத்திக் கூறும் செய்திகளைத் தொகுத்துக் கொள்வோம்:

1. ஸ்காட் எலியட் என்பவரை அடிப்படையாக வைத்துத் தான் குமரிக் கண்டப் புனைவு வடிவமைக்கப்படுகிறது.

2. குமரிக்கண்டம் அழிவெய்தியபின் தென்னிந்தியாவின் தொடர்ச்சியாக இலங்கை, சுமத்ரா, ஜாவா முதலிய நாடுகளை உள்ளடக்கிய ஒரு பெருந்தீவு விளங்கிற்று. அதன்கண் நாவல் மரங்கள் செழித்தோங்கி வளர்ந்தமையால் அது நாவலந் (சம்புத்) தீவு என்னும் பெயரைப் பெறுவதாயிற்று. குமரித் தீவு என்றும் குமரி நாடு என்றும் அது வழங்கப்பட்டது.

3. குமரி நாட்டின்கண் வடக்கே குமரியாறும் தெற்கே பஃறுளி (பல்+துளி) ஆறும் ஓடிக்கொண்டிருந்தன. பஃறுளி ஆறு வடிம்பலம்ப நின்ற பாண்டியனுக்கு உரியதாகப் புறம் – 9ஆம் பாட்டால் விளங்குகிறது. குமரியாறு கன்னியா குமரிக்குத் தெற்கே சிறிது தொலைவில் இருந்திருக்கக்கூடும்.

4. குமரியாற்றிற்கும் பஃறுளியாற்றிற்கும் இடையேயுள்ள பெருவள நாட்டரசனாகிய செங்கோனை முதலூழித் தனியூர்ச் சேந்தன் பாடிய *செங்கோன் தரைச் செலவு* என்னும் ஒரு சிறு நூல் உள்ளது. இந்நூலிலும் உரையிலும் உள்ள ஏழ்தெங்க நாட்டு முத்தூருகத்தியன், பேராற்று நெடுந்துறையன் முதலிய புலவர் பெயர்களும் பெருவள நாடு, மணிமலை முதலிய இடப் பெயர்களும் அடியார்க்கு நல்லார் உரையிற் கண்ட நாடுகள் கடல் கொள்ளப்படுவதற்கு முன் உள்ளன என்பதை வலியுறுத்துவன.

இத்தகைய கூற்றுகளுக்கு எல்லாம் அடிப்படை ஆதார மாக இவர்களால் சுட்டிக்காட்டப்படும் பகுதிகள் கி.பி. 13ஆம் நூற்றாண்டுக்குப் பிற்பட்டவரான அடியார்க்கு நல்லார் உரைதான். சிலப்பதிகாரத்திற்கு அடியார்க்கு நல்லார் விளக்கம் கொடுக்கும் சில பகுதிகளில் இருந்து இந்தக் கதை உருவாக்கப்படுகின்றது. ஆனால் அதே சிலப்பதிகாரத் தில் வரக்கூடிய சதுக்க பூதங்கள், மறுபிறப்பு வரலாறுகள், மாடல மறையோன் கூறுகின்ற புண்ணிய சரவணம், பவகாரணி, இட்ட சித்தி ஆகிய மாயப் பொய்கைகள் மனிதர்களுக்கு வழங்கும் பாக்கியங்கள் போன்ற பல வகையான தொன்மங்கள் பேசப்பட்டாலும் அவற்றை ஒதுக்கி விட்டுத் தங்களுக்கு – தம் கால அரசியலுக்கு – தோதான தொன்மத்தை மட்டும் இவர்கள் வரலாற்றுப் புனைவாக்கினர். இந்தக் குமரிக் கண்டப் புனைவின் மீது ஜெயகரன் வைக்கும் அறிவியல் சார்ந்த விமர்சனங்கள் வருமாறு:

1. இலக்கியங்கள் குறிப்பிடும் கடற்கோள்கள் வரலாற்றுக் காலத்திலும் வரலாற்றுக்குச் சற்றே முற்பட்ட காலத்திலும் நிகழ்ந்தவை. மேற்கண்ட இலக்கியக் குறிப்புகளில் குமரிக் கண்டம் என்னும் சொல் கையாளப்படாததை மனங்கொள்ள வேண்டும். குமரி என்னும் நிலப்பரப்பைக் கண்டம் என்னும் மரபு ஒன்றை உருவாக்கியவர்களே இவ்வாறு கூற முற்பட் டார்கள் என்று கூறலாம் (ப. 25).

2. ஆரிய (வெள்ளையர்) இனம் எப்படிப் பரிணமித்து உயர்ந்தது என விளக்குவதற்காக அமைக்கப்பட்ட பிரம்ம ஞான சபையைச் சார்ந்தவர்களின் சித்தாந்தத்தின் பின்னணி யாகவே லெமூரியா மற்றும் அட்லாண்டிக் பற்றிய கருத்தாக்

கங்கள் இருந்தன. மறைந்த கண்டங்கள் பற்றிய கருத்துகள் எப்படி, எங்கிருந்து கிடைத்தன? இத்தகவல்கள் பெரும்பாலும் கீழை நாட்டு நூல்களிலிருந்து உள்ளுணர்வு மூலம் உணரப்பட்டுப் பதிவு செய்யப்பட்டவை என்பதை நினைவில் கொள்ள வேண்டும்... ஸ்க்லேடர் உருவாக்கிய லெமூரியா என்னும் பதத்தைப் பிரம்மஞான சபையினர் தாராளமாகப் பிரயோகித்தனர். ஆப்பிரிக்கா, ஆசியா, பசிஃபிக், இந்துமகாக்கடல் ஆகிய பகுதிகள்வரை பரவியிருந்ததாக அவர்கள் நம்பிய நிலப்பரப்பைக் குறிக்க லெமூரியா என்னும் பதத்தைப் பயன்படுத்தினர். இவர்களில் ஒருவர்தான் குமரிக் கண்டம் கருத்தாக்கத்தின் ஆர்வலர்கள் அடிக்கடி மேற்கோள் காட்டும் ஸ்காட் எலியட் (W. Scott Elliot). 1904இல் இவர் எழுதிய மறைந்த லெமூரியா (*The Lost Lemuria*) என்னும் நூல் மனித இனத்தின் ஐந்து மில்லியன் ஆண்டு வரலாற்றைப் பதிவு செய்யும் முயற்சியாகும். மனிதகுலம் தோன்றியே ஒன்றரை மில்லியன் ஆண்டுகள்தான் ஆயின என்பதை அறியும்போது எலியட் கூற்று எவ்வளவு ஆதாரமற்றது என்பது விளங்கும். இந்நூலுக்கான தகவல்களை அவர் உள்ளுணர்வாகப் பெற்றதாகக் கூறப்படுகிறது. அவற்றை அறிவியல் நோக்கில் ஏற்றுக்கொள்ளவியலாது. அவர் கூற்றுகள் பல அபத்தமானவை. எடுத்துக்காட்டாக, நுங்கு போன்ற நெகிழ்வான உடலமைப்பை முதலில் பெற்றிருந்த லெமூரியர்கள் பின்னர் திடமான உருவைப் பெற்றனர் என்றும் அவர்கள் 4-5 மீட்டர் உயரமானவர்கள் என்றும் அவர்களுக்கு மூன்றாவதாக ஒரு கண் தலையின் பின்னால் இருந்தது என்றும் முன்வசமாக எவ்வளவு சுலபமாக நடக்க முடியுமோ அவ்வளவு சுலபமாகப் பின்வசமாகவும் அவர்களால் நடக்க முடிந்தது என்றும் எழுதினார். லெமூரியா ஆதரவாளர்கள் இவை பற்றியெல்லாம் குறிப்பிடாமல் 'ஸ்காட் எலியட் தெற்கில் ஒரு பெரும் நிலப்பரப்பு இருந்ததாகக் கூறினார்' என்று மட்டும் கூறிவிடுகின்றனர் (பக். 44-45).

3. குமரிக் கண்டம் அல்லது லெமூரியாக் கண்டக் கருத்தின் மூலவரான ஸ்காட் எலியட் எங்கும் திராவிட இனம் பற்றியோ, தமிழ்மொழி பற்றியோ குறிப்பிடவில்லை (ப. 52).

4. குமரிக் கண்ட ஆதரவாளர்களால் குமரிக் கோடு என்பது ஒரு பெரிய மலையாகப் பொதுவாக அடையாளம் கண்டுகொள்ளப்படுகிறது... இப்பகுதியில் மண்ணெண்ணெய் ஆய்வுக்காகக் கடலடியில் தோண்டப்பட்ட ஆழ்கிணறுகள் இம்மலைகள் இருந்ததற்கான தடயங்களைக் காட்ட

வில்லை ... தமிழகத்தை ஒட்டித் தெற்கே இருந்த நிலப்பரப்பில் உயர்ந்த மலைகளும் மலை அடுக்குத் தொடர்களும் இருந்த தாகக் (குமரிக் கண்டக் கதைகள்) கூறுகின்றன. வரலாற்றுக்கு முற்பட்ட காலத்தே அவ்வாறு இருந்ததற்கான ஆதாரங்கள் ஏதுமில்லை என்பது ஆழ்கடல் ஆய்வுகளால் தெரியவருகிறது (பக். 134–135).

5. இந்தியத் துணைக் கண்டம் வடக்கு நோக்கி நகர்வதால் ஏற்படும் விசைகள் முறிந்த பகுதிகளை நகர்த்தும்போது நிலநடுக்கங்கள் கண்டச் சரிவிலோ, கடலடி நிலமுறிவுகளிலோ மையம் கொண்டால் கடற்கரையோரங்களை 'சுனாமி' அசுரப் பேரலைகள் தாக்கலாம். அத்தகைய பேரழிவுகள் பழந்தமிழகத்தில் ஏற்பட்டிருக்க வாய்ப்புகள் உள்ளன. (தமிழ கத்தில் சுனாமி தாக்குவதற்குச் சரியாக இரண்டாண்டுகளுக்கு முன் வெளியிடப்பட்டது இந்நூல் என்பதை வாசகர்கள் கவனத்தில்கொள்ள வேண்டும்) ... மேற்கூறிய எடுத்துக் காட்டுகள்போலக் குமரி என்னும் நிலநீட்சி ஏன் அழிந் திருக்கக்கூடாது என்னும் கேள்வி எழலாம். தென்னிந்தியா – இலங்கைப் பகுதி, இந்திய – ஆஸ்திரேலியா கண்டத்தின் நடுவில் உள்ள பகுதி என்பதால் கண்டத் தட்டுகள் உரசும் ஓரப் பகுதியில் ஏற்படுவதுபோல் நில நடுக்கங்களும் எரிமலை வெடிப்புகளும் ஏற்பட வாய்ப்புகளில்லை. மன்னார் வளை குடாப் பகுதியில் கடலடியில் எரிவாயுவிற்காக இடப்பட்ட ஆழ்துளைக் கிணறுகளில் எரிமலைக் குழம்புப் பாறைகள் (*volcanic rocks*) எதுவுமில்லை. மேலும் ஆழ்துளைச் சோதனைக் கிணறுகள் கேம்பிரியன் சகாப்தத்திற்கு முற்பட்ட கடினப் பாறைகள் மீது இறுகாத படிவங்கள் படிந்துள்ள நிலையையே காட்டுகின்றன (பக். 137–138).

6. குமரிமுனைப் பகுதியில் நிலப்பரப்பு இன்றிருப்பதை விடத் தெற்கே 25 கி.மீ. தூரம் வரையிலும் மேற்கிலும் கிழக்கிலும் சுமார் 40 கி.மீ. வரையிலும் அகன்றிருந்தது. அதாவது குமரிமுனைக்குத் தெற்கே மட்டும் இன்றிருப்பதை விட சுமார் 1000 சதுர கி.மீ. நிலம் விரிந்திருந்தது.

தூத்துக்குடிக்கு வடக்கே நிலப்பகுதி இன்றைய கடற்கரை யிலிருந்து சுமார் 15 கி.மீ. கிழக்காக அகன்றிருந்தது. மன்னார் வளைகுடாவின் வடக்குக் கரை பாம்பனிலிருந்து சுமார் 18 கி.மீ. தெற்காகப் பரந்திருந்தது தூத்துக்குடி, இராமநாதபுரம் கடற்கரைக்கு அருகில் உள்ள வான் தீவு, உப்புத் தணணித் தீவு, நல்ல தண்ணித் தீவு, சுழித் தீவு, அப்பாத் தீவு, முயல் தீவு, குருசடித் தீவு போன்ற தீவுகள் அன்று கடல் மட்டத் திலிருந்து சுமார் 50 மீ. உயர்ந்த திட்டுகளாகத் தலை நிலத்துடன்

இணைந்திருந்தன. இராமேஸ்வரமும் மன்னாரும் நிலப்பரப்பில் இணைக்கப்பட்டிருந்தன. மன்னாருக்குத் தெற்கே சுமார் 30 கி.மீ. அகன்றிருந்த கடற்கரை இலங்கையின் வடமேற்கிலுள்ள கரடிக்குழிவரை வியாபித்திருந்தது.

இன்றைய பாக் நீரிணை தமிழகத்தின் தென்கிழக்குப் பகுதியையும் இலங்கையின் வடமேற்குப் பகுதியையும் இணைத்த நிலப்பரப்பாக இருந்தது. அன்றைய கடற்கரை தமிழகத்தில் சிதம்பரத்துக்கு அருகில் உள்ள திருமுல்லைவாசல் பகுதியில் ஆரம்பித்துத் தென்கிழக்காகப் பரந்து இலங்கையின் வடகிழக்குக் கரையிலுள்ள திரிகோணமலைக்கு வடக்காக உள்ள தென்னமராவதி அருகே சேர்ந்திருந்தது. நாகபட்டினத்தருகே 35 கிலோ மீட்டரும் வேதாரண்யம் அருகே 54 கிலோ மீட்டரும் கடற்கரை அகன்றிருந்தது. தெற்கே இராமேஸ்வரம் மன்னார் இணைந்த உயர்ந்த நிலப்பகுதி தாண்டி மன்னார் வளைகுடாவரை வியாபித்திருந்த இந்நிலப்பரப்பு ஏறத்தாழ 2500 சதுர கி.மீ. பரப்பு உடையதாக இருந்தது.

இந்நிலப்பரப்பில் ஒரு பெரும் ஆறு தென்கிழக்காகப் பாய்ந்து பாக் நீரிணையாக மாறிய நிலப்பரப்பில் ஓடி ஏறத்தாழ இன்றைய இந்திய – இலங்கை சர்வதேச எல்லைக் கோட்டுப் பகுதியில் துணை நதிகளுடன் இணைந்து வடகிழக்காக ஓடியிருக்கலாம். அந்தப் பெருநதிதான் குமரி ஆறு எனக் குறிக்கப்பட்டிருக்குமா? (பக். 140–141).

7. தென்னிந்தியா – இலங்கைக்கு இடைப்பட்ட பாக் நீரிணை மன்னார் வளைகுடா போன்ற ஆழமற்ற கடல் பகுதிகள் அண்மைக் காலத்தில்தான் கடலில் மூழ்கின என்பதைப் புவியியல் ஆய்வுகள் உறுதிப்படுத்துகின்றன. பல்லாயிரம் ஆண்டுகளுக்கு முன் கடல் மட்டம் எவ்வாறு இருந்தது என்பதைக் கடலியல் ஆய்வுகள் வரையறுக்கும் நிலையில் கடலில் மூழ்கிய பகுதி இதுதான் என்பதை இன்று திட்டவட்டமாகக் குறிப்பிட முடியும். குமரி என்னும் நிலநீட்சி தமிழகத்தை ஒட்டியிருந்த கடலில் மூழ்கிய நிலப்பரப்பு. இதையே சங்க இலக்கியங்கள் குறிப்பிட்டன. இதுவே ஒரு பெரும் நிலப்பரப்பாக, கண்டமாகக் கடந்த நூற்றாண்டில் மிகைப்படுத்தப்பட்டது (ப. 145).

மேலே எடுத்துக்காட்டியிருப்பது போன்ற பல்வேறு விளக்கங்கள், இன்னும் பல பகுதிகள் நூலினுள் பேசப்படுகின்றன. கூடவே இத்தகைய செய்திகளுக்கான புவியியல் வரைபடங்கள் பலவும் உள்ளன. இவைகள் குமரிக் கண்டப்

புனைவை விஞ்ஞான ரீதியாக மறுத்து உண்மை நிலையை உணர்த்துவனவாக உள்ளன. இருப்பினும் இந்நூல் வெளிவந்த பின்னரும் குமரிக் கண்டப் புனைவை உண்மையென்று வாதிடுபவர்களும் உள்ளனர். அத்தகைய ஆதாரமற்ற வாதங் களுக்கு மறுப்புச் சொல்வதைவிட அந்த வாதங்களை முன்வைப்பவர்களின் அரசியலைப் புரிந்துகொள்வது முக்கிய மானது. பண்பாட்டைப் பாதுகாப்பதாகக் கூறிக்கொள்ளும் இத்தகையவர்கள் தமிழ்நாட்டின் அல்லது தமிழ் மொழியின் வளர்ச்சிக்காக எத்தகைய ஆக்கப்பூர்வமான செயல்களிலும் ஈடுபடவில்லை என்பது கவனிக்கத்தக்கது. இத்தன்மையதான புனைவுக் கோஷங்களை அரசியலாக்கி அதன் வழியாக அதிகாரத்தைக் கைப்பற்றிப் பெரும் பணம் படைத்தவர்களாக மாறிவிட்டதை இன்று எதார்த்தத்தில் காண்கிறோம்.

கடந்த அறுபது ஆண்டுகளாக இத்தகையவர்களின் செல்வாக்குக்கு உட்பட்ட தமிழர்கள் இன்று தமிழ் வழியில் கல்வி கற்பதற்குக்கூடப் போராட வேண்டிய நிலையில் உள்ளனர். கல்வியையும் மருத்துவத்தையும் ஏன் தண்ணீரைக் கூட வணிகமயமாக்கி நாட்டையும் அந்நிய மூலதனத்திற்கு அடிமையாக்கும் பணியில் தீவிரமாக ஈடுபட்டுள்ள இத்தகையவர்களின் பேச்சை இன்னும் தமிழ் மக்கள் கேட்டுக் கொண்டிருந்தால் தமிழ் மொழியும் அழிந்து தமிழரும் கேவலப்பட்டு உலகின்முன் தலை குனிந்து நிற்பது என்பது உறுதி. இத்தகைய மீட்சி தரும் சிந்தனைகளுக்கு இடமளிக்கும் நூலை எழுதிய சு.கி. ஜெயகரன் பாராட்டுக்குரியவர்.

'காலச்சுவடு' 68, ஆகஸ்ட் 2005

புயலிலே ஒரு தோணி -
ஒரு அனார்க்கிச நாவல்

நம் காலத்திய தமிழ் எழுத்துலகம் அமைப்பியல், பின் அமைப்பியல், நவீனத்துவம், பின் நவீனத்துவம் என்று படைப்பிலக்கியங்களிலும் விமர்சனத் துறை யிலும் இருபத்தி ஒன்றாம் நூற்றாண்டை எட்டிப் பிடித்துவிட்ட நேரத்திலும்கூட முந்தைய எழுத்துகளில் சில (சிறுகதைகள், நாவல்கள், கவிதைகள்) தம்முடைய வித்தியாசமான தன்னம்பிக்கையினால் நம்மை வியப் படைய வைக்கின்றன. அந்த வகையில் வியப்பு மட்டு மன்றி இளந்தலைமுறையினரைச் சிந்திக்கவும் தூண்டும் படைப்பு ப.சிங்காரம் அவர்களின் 'புயலிலே ஒரு தோணி' நாவல். கடந்த காலத்திய தமிழ் நாவல் பரப்பில் மிகவும் அரிதாகக் காணப்படும் இத்தகைய நாவல் அக்கால கட்டத்தில் தன் தகுதிக்கு ஏற்ப ஏனோ பேசப்படவில்லை. புகழ்வாய்ந்த பல விமர்சகர்கள் இந்த நாவலைத் தொட்டதாகக்கூட தெரியவில்லை.

வறுமையின் காரணமாகச் சொந்த நாட்டில் உயிர் வாழ வழியின்றி, புலம் பெயர்ந்து பர்மா, பினாங்கு, சிங்கப்பூர், சைகோன் என்று தெற்காசிய நாடுகளில் சுரங்கத் தொழிலாளர்களாக, இரப்பர் தோட்டத் தொழிலாளர்களாக, வட்டிக் கடைகளில் எடுபிடிப் பையன்களாக (பெட்டியடிப் பையன்கள் என்று நாவலில் சுட்டப்படுபவர்கள்) வயிற்றைக் கழுவிய தமிழர்களின் வாழ்வையும்கூட இரண்டாம் உலகப் போர் சிதைத்து அழித்ததும் அதன் பின்னர் அந்த நாடுகளில் தோன்றிய தேசிய அரசுகள் தமிழர்களில்

பலரை கம்யூனிஸ்டு கொரில்லாக்கள் என்று குற்றம் சாட்டித் தூக்கிலிட்டதும் (மணியன், கணபதி போன்றோர்), நாடு கடத்தியதும் நேதாஜியின் இந்திய தேசியப் படையில் பலர் சேர்ந்து போரிட்டு மடிந்ததும் காணாமல் போனதுமான – புலம்பெயர் தமிழனின் அவல வரலாற்றை இன்று வரையில் யாரும் முறையாகப் பதிவு செய்ததாகத் தெரியவில்லை. இத்தகைய புதையுண்ட வரலாற்றின் ஒரு பகுதியைக் 'கதைக்கரு'வாகக் கொண்டு 'தமிழன் யார்?' என்ற தேடலை நோக்கிப் படைப்பாகப் பெற்றது இந்நாவல்.

இந்த இடத்தில் இருபதாம் நூற்றாண்டுத் தமிழனின் 'பொதுக்கருத்து' உருவாக்கத்தைக் கொஞ்சம் பேச வேண்டும். ஐரோப்பாவில் பதினைந்தாம் நூற்றாண்டுக்குப் பின் ஏற்பட்ட அறிவொளிக் கால மாற்றங்கள் *Renaissance and Modernity* இந்தியச் சமூகத்தில் ஏற்படவில்லை. இதன் விளைவாக இங்கு 'பகுத்தறிவு' பின் தள்ளப்பட்டது. தேசிய இயக்கங்களும் திராவிட இயக்கங்களும் தங்களுக்கு இயைந்த கருத்தோட்டங் களை உருவாக்கிக்கொள்ள வடமொழி, தமிழ், வெள்ளையன், பார்ப்பான், இந்துத்துவம், சைவசித்தாந்தம், மேலைநாகரிகம், இந்தியப் பாரம்பரியம் என்ற கட்டமைப்புகளைப் பயன் படுத்தின. கல்வியாளர்களும் படைப்பாளிகளும் இந்தக் கட்டமைக்கப்பட்ட 'பொதுப்புத்தி'யின் ஊடாகத்தான் செயல்பட்டு வந்தனர். இதன் விளைவாக 'மந்தைகள்' உருவாக்கப்பட்டனவே தவிர விடுதலை பெற்ற தன்னிலைகள் உருவாகாமல் தடுக்கவும் பட்டது. இதற்காகத் தத்துவச் சிந்தனை என்பதுகூட இங்கு மதவியலாக (தியாலஜி) மாற்றப் பட்டது. விளைவு தத்துவத்தின் (பிலாசபி) அடிப்படையான 'ஐயம்' கொள்வதும் ஆராய்ந்து முடிவு செய்வதும் புறந்தள்ளப் பட்டு (மூட) நம்பிக்கை கொள்வதும் அடிமை மனப்பான்மை யில் சுகங்காணுவதும் தத்துவத்தின் பெயரால் நிலைநாட்டப் பெற்றது.

இத்தகைய கட்டமைப்பின் மீது போர் தொடுத்துத் தமிழனை (மனிதனை) விடுதலை வேட்கை கொண்ட மனிதனாக மீட்டெடுக்க அரசியல் களத்தில் செயல்பட்ட ஒரே மனிதர் 'பெரியார்' மட்டும்தான். அதற்குப் பெரியார் பயன்படுத்திய பல சொல்லாடல்களைத் (இவை பெரியாரின் சீடர்களால் மவுனமாக்கப்பட்ட பெரியாரியக் கருத்துகள் என்பது கவனிக்கத்தக்கது) தன் நாவல் படைப்பின் ஊடு பாவாக ஆசிரியர் சிங்காரம் கையாள்கிறார்.

பெரியார் சொல்வதும் நம் ஆசிரியர் அதனைப் படைப் பினுள் காட்டுவதையும் கொஞ்சம் பார்ப்போம்.

1. தமிழ் காட்டுமிராண்டி மொழி, தமிழ் இலக்கியங்கள் உதவாக்கரை, சாதி காப்பாற்றுபவை.
2. மொழி இயற்கையானதல்ல, தேசம் ஒரு கற்பனை, தேசாபிமானம் அயோக்கியத்தனம், வியாபாரம்.
3. மதப்பற்று, சாதிப்பற்று, மொழிப்பற்று, நாட்டுப்பற்று தேவையில்லை.
4. கணவன் இருக்க வேறொரு ஆடவரை நினைப்பது குற்றமாகக் கருதப்படக் கூடாது.

இவை பெரியாரின் கூற்றுகள். இனி நாவலுள் பார்ப்போம். "தமிழ் மக்கள் முன்னேற வேண்டுமானால் முதல் வேலையாக 'பொதிய மலை போதை'யிலிருந்து விடுபட வேண்டும். அதுவரையில் மேம்பாட்டு முயற்சிகளுக்கு வழி பிறக்காது. 'திருக்குறளைப் பார்! சிலப்பதிகாரத்தைப் பார்! காவேரி கல்லணையைப் பார்! என்ற கூக்குரல் இன்று பொருளற்ற முறையில் எழுப்பப்படுகிறது" (இரண்டாம் பதிப்பின் ப. 188).

"தேசியம் என்பது உணர்ச்சியடியாகப் பிறப்பது. மொழி, இன வேற்றுமைகளை மிகைப்படுத்துவது அதன் பிரதான கோட்பாடு" (ப. 349).

இன்னும் தமிழன் மாட்டுக்கறியும் யானைக்கறியும் தின்னதற்கான சங்கப்பாடல் அடிகளை (பக். 208, 209) கதையின் ஊடாகக் கொண்டு வருகின்றார். ஒரு நாவல் படைப்பின் ஊடாகத் தமிழ் இலக்கியப் பரப்பான சங்கப் பாடல்கள், காவியங்கள், பட்டினத்தார், தாயுமானவர் பாடல்கள், பல்வேறு நாட்டுப்புறப் பாடல்கள் என்று படரவிட்டு, கதைப்போக்கின் தன்மையையே அதுவாக்கி வாசிப்பின் ருசி குன்றாமல், வாசகனை அன்றைய 'பொதுப் புத்தி'க்கு எதிரான சிந்தனைத் தளத்திற்கு நகர்த்திச் செல்லும் படைப்பைத் தமிழில் தந்தவர் ப.சிங்காரம் எனலாம்.

கலகக்குரலை உள்ளடக்கியதாக, பொதுக்கருத்தியலுக்கு எதிராகக் கலகம் செய்வதாக, அதுவரை நம்பப்பட்ட புனிதங் களை, பிம்பங்களைக் கவிழ்த்து உடைப்பதாகப் பின்னப்பட்ட ஒரு 'அனார்க்கிச' தன்மை நிரம்பிய நாவலை 'அபத்த தரிசனத்தாலேயே' இது தமிழின் மிக முதன்மையான படைப்பு களில் ஒன்றாக மாறுகிறது' என்று இந்த நூலின் மூன்றாம் பதிப்புத் தொடர்பான குறுவெளியீட்டில் திரு. ஜெயமோகன் குறிப்பிடுவது அவரை வெளிப்படுத்துவதாக உள்ளதே தவிர நாவலை வெளிப்படுத்தவில்லை.

'புது எழுத்து', செப்டம்பர் 2001

எஸ். ராமகிருஷ்ணனின் 'நெடுங்குருதி'

21ஆம் நூற்றாண்டுத் தொடங்கிய பின்பும் தமிழர்களில் சாகித்ய அகாதமி விருது சினிமாக் கவிஞர் வைரமுத்துவுக்குத்தான் கிடைக்கிறது. இதுபற்றிச் சில சிறுபத்திரிகைகளின் 'சீரியஸ்' எழுத்தாளர்கள் தங்கள் ஆதங்கத்தையும் கோபத்தையும்கூட வெளியிட்டுள்ளனர். தமிழர்களுக்குக் கலையின் மேன்மையே தெரியாதா? இரண்டாயிரம் வருட இலக்கியப் பாரம்பரியம் இன்று இந்தியர்கள்முன் கூனிக் குறுகுவது நியாயமா? என்றும் ஆவேசப்படுகிறார்கள். முதல் பார்வையில் இவற்றில் நியாயம் இருப்பதுபோல் படுகின்றது. ஆனால் சற்று நிதானித்து யோசிக்கையில் அந்த நியாயத்திற்கான இருப்பு விழுந்து நொறுங்கி விடுகின்றது.

எனக்கும் அந்த அனுபவம் வாய்த்தது. தற்செயலாக என் கையில் இந்தக் கதை சிக்கியது. கடந்த பல மாதங்களாகக் கதைகள் படிக்க வாய்ப்பில்லாதிருந்த நான் இதனைப் புரட்டினேன். கொஞ்சம் படித்தேன். சுவையாக நகர்ந்தது.

தமிழ் மொழியைப் புதிதாகப் படிக்க வேண்டிய நிர்பந்தத்தில் இருந்த ஐரோப்பியப் பாதிரிமார்களுக்கு இந்த மொழியைப் பயில்வதற்கான ஆர்வமூட்டுவது எப்படி என்ற கவலை ஏற்படுகின்றது. வீரமாமுனிவர் 'ஒரு கதை வழியாகக் கூறலாம். கதை படித்தாற்போலவும் இருக்கும். மொழி அமைப்பையும் புரிந்துகொள்ளலாம்' என்று கருதி 'பரமார்த்த குரு கதை' என்ற

ஒரு கதையை எழுதுகிறார். இன்று படித்தாலும் சுவையுடனும் விறுவிறுப்புடனும் மனதில் மகிழ்ச்சித் துள்ளலுடனும் நம்மை ஈர்த்துச் செல்லும் பாங்குடையதாக அந்தக் கதை இருக்கும். வயது வித்தியாசமானவர்களுக்கும் சுவையில் மாற்றமிருக் காது. இதனால் இன்றும் உயிர்ப்புடன் உலா வரும் தமிழ் நூல்களில் தானும் ஒன்றாகிவிட்டது 'பரமார்த்த குரு கதை.' எனினும் அதனை ஒரு படைப்பாக்கம் கொண்ட தமிழ்ச் சிறுகதையாக எவரும் ஏற்றுக்கொள்வதில்லை.

"ஆனால் வாழ்விலிருந்து உதிர்ந்து போன யாவும் கனவில் துளிர்த்துக்கொண்டேயிருக்கின்றன. இப்போதும் பசுக்கள் கனவில் வருகின்றன. தானியக் குலுக்கைகளில் உள்ள எலியை விரட்டி அலைகிறேன். இறந்து போய்விட்ட பலரும் பேசிக் கொள்வதற்கு எவருமின்றி காத்திருக்கிறார்கள். எனது ஊர் எதுவென பெயரைச் சொல்வதிலோ, அது எந்த இடத்தில் தகைவு கொண்டிருக்கிறது என்பதிலோ எந்த முக்கியத்துவமும் இருக்க போவதில்லை" என்று முன்னுரையில் ஆசிரியர் கூறுவதிலிருந்து இந்த அனுபவம் தனி நபருடையதன்று. உலகளாவிய பொதுத் தன்மை கொண்டது. இந்தக் கதையின் ஊடாகப் பயணிக்கும் யாருக்கும் இவ்வனுபவம் மறுபடியும் துளிர்க்கும் என்று சொல்லாமல் சொல்லி நாவலின் கதையை வாசகர்களுக்கு நினைவூட்டுகின்றார். இந்த முன் நினைவூட் டலுடன் கதையுள் நுழையும் நாம் அந்த அனுபவத்தை அடைவதற்கான வாய்ப்பை நூலினுள் வழங்குகிறாரா ஆசிரியர்?

நாகு என்ற 11 வயது சிறுவனில் தொடங்கி, ஆதிலட்சுமி, நாகுவின் அம்மா, அப்பா, இரண்டு அக்காக்கள், தாத்தா, சிங்கி, காயம்பு போன்ற பாத்திரங்களுடன் வேம்பலை என்ற ஊரின் ஊடாக ஒரு கதையும் ரத்னாவதி, திருமால், ஜெயராணி போன்றவர்களை மதுரை போன்ற ஊரில் வைத்து ஒரு கதையும் மல்லிகா, பக்கீரின் மனைவி, வசந்தா, ஜெயக்கொடி இவர்களை வைத்து ஒரு கதையுமாக, நடுவில் சில சிறுகதைகளையும் ஆங்காங்கே இணைத்து, ஒரு ரயில் இஞ்சினில் 4 தஞ்சாவூர் பெட்டிகள், 6 திருச்சி பெட்டிகள், 2 இந்தியன் ஆயில் டேங்கர்கள், 2 லக்கேஜ் பெட்டிகள் சேர்த்து ஒரு வண்டித் தொடரைப் போன்று உருவாக்கி, 'நெடுங்கதை' என்று பெயர் கொடுப்பதற்குப் பதிலாக 'நெடுங்குருதி' எனப் பெயரிட்டு வழங்கப்படுகிறது இக்கதை. இன்னொரு கோணத்தில் ஒரு மெகா டி.வி. சீரியல் தொட ருக்குப் பொருத்தமானதாக, (உண்மையில் அதுதான் நடந் திருக்கும் என நான் நம்புகின்றேன்) புனையப்பட்டு, மெகா

கதை என்பதற்குப் பதிலாக “நெடுங்குருதி” எனப் பெயரிட்டு, ஒரு சீரியஸ் நாவல் போர்வையில் (நடை அதற்கு உதவியாக உள்ளது) துணிந்து விற்பனைக்கு வந்துள்ளது.

வரலாற்று ஆசிரியனும் சுயசரிதை எழுதுபவனும் புக முடியாத வாழ்வின் நுட்பக் கூறுகளின் ஊடே நுழைந்து அவ்வாழ்வனுபவங்களை இறந்த காலத்திலிருந்து நிகழ்கால வாழ்வின் அனுபவமாக வாசகனுக்குப் படைத்தளிப்பவன் தான் படைப்பாளி. இந்த மாயச் சித்திர விளையாட்டுக்கான கருவியாகப் படைப்பாளி, தன் வாழ்விலிருந்து பிறப்பெடுக்கும் அனுபவங்களைத் தன் மொழியின் ஆளுமையாகக் கைக் கொள்ளுகின்றான். கதை சொல்லியாகத் தன் பயணத்தைத் தொடங்குபவன் அடுத்த கட்டத்தில் மொழியாளுமைப் பயிற்சியின் ஊடாக எழுத்தாளனாகி வரலாற்று அனுபவமும் தன் வாழ்வனுபவமும் மந்திரச் சொற்களாகக் கைவரப் பெற்று வாசகனை, தான் அதுவரை காணாத உலகத்தில் சஞ்சரிக்க விட்டாலும் காணும் உலகிலுள்ள மற்றவர்களின் வாழ்வை, சிந்தனையைத் தனக்காக உணரச் செய்பவனே படைப்பாளி ஆகின்றான்.

இந்தப் பயணத்தின் நடுவிலேயே கதைசொல்லிகள் சிலருக்கு, சமூக அங்கீகாரமும் புகழும் கிடைத்து விடுகின்றன. தமிழ்க் கதைசொல்லிகளில் சிலர் இத்தகைய அங்கீகாரத் தையும் புகழையும் பெற்றவுடனேயே தன் பயணத்தின் நடுவிலேயே இலக்கை அடைந்துவிட்டதாகப் ‘பிஞ்சில் பழுத்து’ உதிர்ந்துவிட்டனர். இதற்குச் சரியான உதாரணம் ஜெயகாந்தன். தான் வாழும் காலத்திலேயே, வாசகர் மனதில் மரணித்துவிட்டவர் அவர். மறைந்து பல்லாண்டுகளாகியும் வாசகர்களின் மனதில் வாழ்ந்துகொண்டிருப்பவர்கள் டால்ஸ்டாய், தாஸ்தாவெஸ்கி, தாமஸ்மன் போன்றவர்கள். இவர்கள் கதைசொல்லியிலிருந்து படைப்பாளிகளாகத் தங் களை மாற்றிக்கொண்டவர்கள் எனலாம்.

ஒரு சிறுகதையாக உருப்பெற வேண்டிய கதையைக் கதைசொல்லி நாவல் உருவத்தில் காண விரும்பியதன் இறுக்கமற்ற பின்னல்தான் ‘நெடுங்குருதி’. முன்னுரையில் ஆசிரியர் குறிப்பிடுவது போன்று படைப்பின் ஊடாக ஒரு சமூக அனுபவத்தை அளிப்பது என்னும் குறிக்கோளை நாவல் அடையவில்லை. ஏனெனில் கதையில் பெரும்பகுதிப் பக்கங்களில் பேசப்படுகின்ற ரத்னாவதி, திருமால் போன்ற பாத்திரங்களின் வாழ்க்கை என்பது முன் குறிப்பிட்ட சூழலுக்கு எள்ளளவும் தொடர்பில்லாத அந்நியத் தளத்தில் இயங்குகிறது. ஆசிரியர் இதனை இணைக்கும் சரடு என்பது

நாகுவிற்கும் ரத்னாவதிக்கும் ஏற்பட்ட ஒருநாள் தொடர்பு தவிர வேறு சந்தர்ப்பங்கள் எதுவுமில்லை. கதையினூடான தர்க்கத்திற்குப் பொருந்தாத வகையில் திருமால் மார்க்சிய நூல்களைத் தன் நண்பனுடன் பயில்வது குறிப்பிடப்படுகிறது. பதினேழு, பதினெட்டு வயது இளைஞர்கள் 'குடும்பம் தனிச்சொத்து அரசு' நூலைப் படித்துப் புரிந்துகொள்வதாக எழுதுவது எந்த வகையில் உண்மையான அனுபவத்தின் பாற்பட்டது? இதற்கும் வேம்பர்களுக்கும் என்ன தொடர்பு?

இந்தக் கதையைப் படித்துச் செல்வோர் ஜி. நாகராஜனின் 'நாளை மற்றுமொரு நாளே' கந்தனை நாகுவின் வடிவிலும் 'குறத்தி முடுக்கு' தங்கத்தை ரத்னாவதியின் வடிவிலும் ஒப்பிட்டுப் பார்ப்பதைத் தவிர்க்க முடியாது. தமிழ்ப் படைப் பாளர்களில் விபச்சாரத் தொழிலில் ஈடுபட்ட பெண்களின் குணாம்சத்தை எதார்த்தத் தளத்தில் வைத்துக் காட்டியவர் ஜி. நாகராஜன். இலட்சியவாத நோக்கில் காட்டியவர் ஜெய காந்தன். ஜி. நாகராஜனைப் பின்பற்ற எஸ். ராமகிருஷ்ணன் முயன்றுள்ளார் என்று குறிப்பிடுவது அதீதமானதல்ல.

ஒரு நாவலை விமர்சிக்க முற்படுகையில், அதனை மூன்று முறைக்கு மேல் படிக்காமல் விமர்சிக்கத் துணியக் கூடாது என்று க. நா. சு. சொன்னதாக ஞாபகம். இந்தக் கதை ஒரு வாசிப்பிற்குத் தேறுமா? என்பது எனக்குச் சந்தேக மாக இருக்கிறது. மூன்று தலைமுறைகள் காலத்திய மன அசைவுகளையும் அதன் விரிவான சமூகத்தையும் அதன் ஊடான கலாச்சாரத்தையும் வாசகனுடன் பகிர்ந்துகொள் ளும் மூலமாக, ஒரு கலையனுபவத்தை அவனுக்கு அளிக்கும் என்ற எதிர்பார்ப்பு பொய்த்துப் போகின்றது. ஏனெனில் அதற்கான உழைப்பு எழுத்தாளனிடம் இல்லை. வெளிப்படை யான காலக்குறிப்பு கதையில் குறிப்பிடப்படாவிட்டாலும் மின்சார விளக்கு ஊருக்கு வருவது, டவுன்பஸ் வருவது போன்றவற்றால், 50, 60களுக்குப் பிந்திய தமிழகமும் அதற்கு முந்திய காலமாக வெள்ளையர் ஆட்சியின் ஒரு தலைமுறைக் காலமாக 20ஆம் நூற்றாண்டின் கால்பகுதி காலமும் வாசக னுக்கு விளங்கிவிடுகின்றது. கதையில் வேம்பர்கள் என்று சொன்னாலும் அவர்கள் மறவர்கள் என்று அழைக்கப்படு கின்ற கள்ளர் சமூகத்தின் ஒரு பிரிவினர் என்பது வெளிப் படையாகவே விளங்கிவிடுகின்றது.

கதை நடக்கும் காலகட்டத்தில் இந்தச் சமூகம் மற்ற தமிழகத்தின் உயர்சாதியினரில், அக்கால கட்டத்தில் விழிப் புற்று எழுந்த சாதியினராகிய நாடார்களுக்கும் (சிவகாசி கலவரம்), பின்னாளில் முதுகுளத்தூர் கலவரத்தில் பள்ளர்

சாதியினருக்கும் எதிராக உசுப்பிவிடப்பட்டு, சண்டியர்களாக இனங் காணப்பட்டதும் இந்தப் பட்டம் தங்களுக்கு அளிக்கப் பட்ட கவுரவமாகக் கருதி மயங்கிய அந்தச் சமூக மக்கள், தங்களைக் காலத்தின் சூழலுக்கு ஏற்ப தகவமைக்கத் தவறி விட்டதும் அதன் விளைவாகச் சமூகப் பொருளாதார தளத்தில் இன்று பின்தங்கி நிற்பதும் எதார்த்த நிகழ்வு.

இந்தப் போக்கில் உருவான சில நாவல்களின் போக்கைப் பார்த்தால், நமக்குச் சில விசயங்கள் புலனாகும். அந்தச் செய்திகளை ஒப்பிட்டு இந்தக் கதையை நாம் பரிசீலிப்பது பொருத்தமாக இருக்கும் என்று கருதுகின்றேன்.

தி. ஜானகிராமன் எழுதிய 'அம்மா வந்தாள்,' சினுவா அச்சிபியின் 'சிதைவுகள்' என்ற ஆப்பிரிக்க நாவல், க.நா.சு.வின் 'பொய்த்தேவு' போன்ற நாவல்கள் பின்னோக்கிய பார்வையில் ஒரு குறிப்பிட்ட சமூகத்தின் வீழ்ச்சியையும் அவ்வீழ்ச்சியின் ஊடான படிப்பினைகளில் அச்சமூகமானது தன்னைச் சம காலத்திய உலகுக்கு ஏற்பத் தகவமைத்துக்கொள்ளுவதும் அதில் அச்சமூகத்தின் பழைய கலாச்சார, பண்பாட்டு அம்சங்கள் உதிர்ந்து, புதிய கலாச்சார, பண்பாட்டு அம்சங் கள் தளிர்ப்பதும் தனிமனிதர்களின் மனங்களின் ஊடாக வெளிப்பட்டு, சமூகத்தின் மொத்த சிந்தனையாக மாறுவதும் அவலங்களுக்கு ஊடேயான புத்துயிர்ப்பாக வெளிப்பாடு கொள்வதையும் வாசகர்கள் உணர்ந்துகொள்ள முடியும். இத்தகைய கதை கூறும் பாணியானது ஒருவனைக் 'கதைசொல்லி'யிலிருந்து 'படைப்பாளன்' தரத்திற்குக்கொண்டு சென்றுவிடும். அப்பொழுது இந்தக் கதைகள், வெறும் கதைகளி லிருந்து 'நாவல்' என்ற வடிவத்திற்குப் பொருத்தமாகி வாசகனையும் அந்த உணர்விற்குள் இழுத்துவிடும். இத்தகைய தன்மைகள் சிறிதும் இன்றி ஒரு தேர்ந்த கதைசொல்லியின் ஊடாக வெளிப்படுத்தப்படும் 'நெடுங்குருதி' கதைசொல்லியின் சாமர்த்தியத்தினால் ஒரு பெரிய மலர்த் தோட்டம் போல் காட்சி அளித்தாலும் கொஞ்சம் அருகில் போய்ப் பார்த்தால் அத்தனைச் செடிகளும் சிமெண்ட் தொட்டிகளில் உள்ள குரோட்டன்ஸ்தான் என்பதும் மண்ணில் வேர்பதித்த ஒரு செடிதானும் அங்கு இல்லை என்பதும் கூர்த்த பார்வை இல்லாத பாமரனுக்குக்கூடப் புரிந்துவிடும்.

'கவிதாசரண்', மே – ஜூன் 2004

பீக்கதைகள்: ஒரு கிளறல் பார்வை

'பீக்கதைகள்' என்னும் இத்தொகுப்பில் உள்ள கதைகள் உரிப்பொருளில் மலத்தை அடிப்படையாகக் கொண்டவை அல்ல. உணவு x மலம் என்று எதிர்மையாகக் கட்டமைக்கப்பட்ட இந்துப் பண்பாட்டில் அதாவது அத்தகைய தமிழ்ப் பண்பாட்டில் ஊறிய மனங்கள் கருதும் பிழையான கருத்தோட்டம்தான் இக்கதைகள் மலத்தை அடிப்படையாகக் கொண்டவை என்பது. மேநாட்டுச் சிறுகதைகளில் இத்தகைய தன்மைகள் கொண்ட கதைகள் இல்லை. ஏனெனில் அங்கு மறுமலர்ச்சிக் காலத்துக்குப் பிந்திய கருத்தோட்டங்கள் கடவுள் x சாத்தான், உள் x வெளி, சுத்தம் x அசுத்தம், நல்லது x கெட்டது, விஞ்ஞானம் x அஞ்ஞானம் என்னும் இருமைகளிலிருந்து மன உணர்வுகளைப் பெறும் தன்மை கலைக்கப்பட்டு மனிதன் x புறப் பொருள்கள் என்பது மையப்படுத்தப்பட்ட அறிவொளிவாதப் பார்வையின் ஊடான வாழ்க்கை முறை வாய்த்துவிட்டதே காரணம் எனலாம்.

எந்தச் சாதிக்காரனாக இருந்தாலும் தமிழரின் மனம் சில ஒருமைகளைக் கொண்டு கட்டமைக்கப்பட்டுள்ளது என்பதைப் பெரிதாக விளக்க வேண்டிய தில்லை. உணவு x மலம், ஆடையுடன் இருப்பது x அம்மணமாக இருப்பது, வீடு x கொல்லை, கடவுள் x பேய் போன்ற பல விஷயங்களில் வட்டார எல்லைகளைத் தாண்டி, சாதி பேதங்களைக் கடந்து தமிழகம் முழுமையும் ஒருமையோடு இருப்பதை எல்லோரும்

அறிவோம். சைவ, வைணவ சமயம் சார்ந்த இந்துத்துவ ஒருமைப்பாட்டுடன் கூடிய பிளவுண்ட சமூகம் அமைவதற்கு முன் 'வடவேங்கடம் தென்குமரி ஆயிடை தமிழ்கூறு நல்லுல கத்து' எழுத்தும் சொல்லும் பொருளும் வழக்கும் செய்யுளும் ஒருமைப்பட்டு ஒத்த கலாச்சாரப் பண்பாட்டு அம்சங்கள் நிறைந்த, சாதியற்ற பழங்குடிகளால் தமிழகம் நிறைக்கப்பட் டிருந்தது என்ற வரலாற்று எதார்த்தம் இதற்குக் காரண மாகலாம். இந்தக் கூறுகள் பிற்கால வரலாற்று வாழ்விலும் தொடர்ந்து உயிரோட்டமாக நிலவி வந்தன என்று கருதலாம்.

ஆயினும் சில பிரச்சினைகள், அவற்றின் அடிப்படையில் சில ஐயங்கள் நமக்கு எழவும் வாய்ப்பிருக்கிறது. உதாரணமாக நம்முடைய சைவ மரபில் ஒரு மனிதன் விடுதலை பெற்றுக் கடவுளை அடைய வேண்டுமானால் அவன் முங்கி இருக்கிற மலங்களிலிருந்து வெளிவர வேண்டும் என்று சொல்லப்படு கின்றது. அவை என்ன மலங்கள் தெரியுமா? ஆணவ மலம், கன்ம மலம், மாயை மலம். இந்த மலங்களை உதறி எழாத எந்த உயிர்ப்பிறவியும் கடவுளை அண்ட முடியாது. ஆனால் மலங்களை உதறவும் கடவுளின் புனிதப் பார்வை வேண்டும். இன்னொருபுறம், இடுப்புக்குக் கீழுள்ள எந்தப் பகுதியும் அசுத்தமானது, மலம் சார்ந்தது. அதனைக் கைகள் தொட்டு விட்டால்கூட மீண்டும் சுத்தம் செய்யாமல் கடவுளை வணங்க முடியாது என்பவையும் நம்முடைய சைவப் பாரம்பரியக் கோட்பாட்டின் மையமான பகுதியாகும். ஜைன முனிவர்கள் தங்கள் மூச்சுக்காற்று வழியாகப் பிற உயிரினங்களுக்குத் தீங்கு நேரக்கூடாது என்று மூக்கிலும் வாயிலும் துணியைக் கட்டிக்கொள்வார்கள். சைவ மரபில் எறிபத்த நாயனார் புராணத்தில் கடவுளுக்கு அர்ச்சிக்கும் பூக்கள் தூய்மை கெடக்கூடாது என்று வாயையும் மூக்கையும் கட்டிக்கொண்ட அன்பரைப் பார்க்கிறோம். நளவெண்பாவில் நளன் போன்ற வடிவத்தில் வரும் தேவர்கள் கண் இமைக்கமாட்டார்கள்; கால் நிலத்தில் பதியமாட்டார்கள் என்பவற்றுடன் அவர் களுக்கு வியர்ப்பதில்லை; அவர்கள் மலம், சிறுநீர் கழிப்ப தில்லை போன்ற தகவல்கள் வருகின்றன.

தமிழ் இலக்கணங்களில்கூடச் சில சொற்களை எப்படிச் சொல்வது, சமூகத்தில் சிலவற்றைப் பற்றிய பேச்சு வரும்போது அதனை வெளிப்படையாகச் சொல்லாமல் மறைத்துச் சொல் வது என்பன போன்றவற்றுக்கு இலக்கணம் எழுதியிருக்கிறார் கள். அவை மங்கல வழக்கு, இடக்கரடக்கல், குழூஉக்குறி, அவையல் கிளவி போன்ற சொற்களால் விளக்கப்படுகின்றன. மலம் போன்ற சொற்களை அவையில், இலக்கியத்தில்

சொல்லக்கூடாது; குறிப்பாகப் பலரறிய இத்தகைய சொற்களைப் பேசுபவன் நாகரிகமற்றவன் அல்லது நாகரிகமறியாதவன் என்னும் கருத்துடையவை (இடக்கரடக்கல், அவையல் கிளவி ஆகியன).

ஆனாலும் சமண மரபில் வரும் நீலகேசி காவியத்தில் 829ஆம் பாடலிலிருந்து நான்கைந்து செய்யுள்களில் மலத்தை மையமாக வைத்தே ஆசிரியர் தம் கருத்தை விளக்குகிறார். வேதவாதச் சருக்கம் என்னும் அப்பகுதியில் வேதங்கள் என்றால் என்ன, அவை யாரால் படைக்கப்பட்டன என்னும் நீலகேசியின் கேள்விகளுக்கு வேதவாதி, 'வேதம் யாராலும் படைக்கப்படாதது; அது தான்தோன்றி' என்றதற்கு நீலகேசி, 'நள்ளிரவில் மக்களெல்லாம் உறங்கும் நேரத்தில் ஊர்நடுவே ஒருவன் மலங்கழித்துச் (மலோத்ஸர்க்கம் என்று உரையாசிரியர் எழுதுகிறார்) சென்றால் அதைத் தான்தோன்றி என்பாயோ? ஆயுர்வேத வைத்தியப்படி பரிசீலித்து நோயாளியின் மலம், நோஞ்சானின் மலம், வலிமையானவனின் மலம் என்று பகுக்கலாம். அந்த நோயாளிக்கு என்ன நோவென்றுகூடப் பார்க்கலாம். அதைவிட்டுவிட்டுத் தான்தோன்றி என்பது பகுத்தறிவுக்கு ஒவ்வுமா' என்று கேட்கிறாள். இந்த ஓரிடம் தவிர தமிழ் இலக்கிய வரலாற்றில் மலப் பகுப்பாய்வு வேறெங்கும் இல்லை. சொன்னவர்களும் வைதிகத்திற்கு எதிரான அவைதிகர்கள் என்பது கவனிக்கத்தக்கது.

இத்தகைய வரலாற்றின் ஊடாகக் கட்டமைக்கப்பட்ட தமிழ்த் தன்னிலையும் தமிழ்ப் படைப்பாளியும் இதுபோன்ற, ஓரங்கட்டப்பட்ட, அசுத்தம் என்று சுட்டிக்காட்டப்பட்ட, நாகரிகமற்றதென்று முகஞ்சுழிக்கப்பட்ட விஷயங்களைத் தம்முடைய படைப்பின் உரிப்பொருளாகக் கொள்ளத் துணிவார்களா? ஆனால் அந்தப் பகுதிகளை எடுத்துப் பேசலாம்; அதைப் பேசாததினால் மனித மனத்தின் சில பகுதிகள் வெளிப்படுத்தப்படாமலே போய்விடும் சூழல் உள்ளது என்பவற்றை உளங்கொண்டு நண்பர் பெருமாள் முருகன் இந்தக் கருத்தோட்டத்தின் வழியான கதைகளைப் படைத்துள்ளார் என்று கருதுகிறேன். இருப்பினும் இவருக்கு மட்டும் இந்தப் பார்வை எப்படி வந்தது? படைப்பாளிகள் எல்லோருமே தாங்கள் எழுதும் கருவைத் தேர்வு செய்வதில், மொத்தத்திலிருந்து சிலவற்றைப் பிரித்துத் தேர்ந்தெடுப்பதும் சிலவற்றை ஒதுக்கிவிடுவதும் தேர்ந்தெடுத்தவற்றைச் சொல்லும் முறையில் சிலவற்றைத் தணிக்கை செய்வதும் தங்களை அறியாமலேயே தங்கள் உள்மனத்தின் செயல்பாடுகளாகக் கொண்டிருக்கின்றனர். இத்தகைய உள்மனச் சிறைகளில் இருந்து விடுபடுவதற்கு வரலாறுதான் நமக்குச் சாவிகளை

வழங்குகிறது. அப்படி வழங்கப்பட்ட சாவிகளில் ஒன்று பிற்படுத்தப்பட்டோர் கல்வி பெற்றதாகும். பெற்ற கல்வியால் பார்ப்பனியத்தைப் பார்த்து அருவருத்ததும் அந்த அருவருப்புக்கு மாறான வாழ்க்கையைத் தேடியதும் நிகழ்ந்தன. அடுத்த சில ஆண்டுகளில் தலித்தியம் வரலாற்றில் தன்னை வெளிப்படுத்திக்கொண்டது. தனக்கெனப் பார்வையை உருவாக்கிக் கொண்டது. இந்தப் பார்வைகள், இந்தக் கண்ணோட்டங்கள் தமிழ் வரலாற்றில் இயல்பாகவே பார்ப்பனப் புனிதத்தைப் பார்ப்பன மலம் என்றன. சுருக்கமாகச் சொன்னால், பார்ப்பனக் கட்டமைப்பின் கடவுள் மலமாக்கப்பட்டார். பார்ப்பனியத்தால் கட்டுண்ட மற்றவர்கள் / மற்றவை விடுதலை பெற்றனர்/ன. எல்லாம் தலைகீழாக்கப்பட்டன. தளை என்று (மலம்) சொல்லப்பட்டது, விடுதலையின் குறியீடாகியது.

இத்தொகுப்பிலுள்ள, ‘கருப்பனார் கிணறு’ கதையை இவ்விடத்தில் பார்ப்பது பொருத்தமாக இருக்கும். இக்கதை எவ்வித மூடுண்ட அமைப்பும் இல்லாமல் வெளிப்படையான கதை சொல்லும் உத்திகளைக் கொண்டுள்ளது. ஆனால் வாசகர்கள் அதில் தோய்ந்து படித்தால் மூன்று வேறுவேறு கதைகள் பிரிவினை அற்று ஒரு கதையாக நேர்த்தியாகப் பின்னப்பட்டுள்ளதை உணரலாம். செலுத்தமுடியாத இடத்தில் ஏற்படும் சிறுவனின் எதிர்ப்பு, அதற்கு உரியவரின் கிணற்றில் மலங்கழித்துச் சினமாற்றுவதாக உள்ள ஒரு பகுதி. சினந்தணிந்த சிறுவன், சினமிகு தாயின் சீற்றம் கொடுக்கும் அதிர்ச்சி புரிபடாமல் தவிப்பதும் தாயோ தாங்கள் பிழைக்கும் வண்ணார் தொழிலின் தெய்வமாகத் தண்ணீர் இருக்கையில், அதில் மலங்கழித்த தன்னுடைய பிள்ளையைச் சோற்றில் பீ எறிந்ததாகப் பதறித் துன்புறுவதும் கதையின் இரண்டாம் பகுதி. அந்தக் கிணறு அந்த ஊரின் காக்கும் தெய்வமான கருப்பனார்சாமி நீரருந்தும் கிணறென மக்களின் ஐதீகமாகக் கருதப்பட்டு வாசகனுக்குப் பதற்ற மேற்படுத்தும். ஆனால் ஆசிரியர் சற்றும் கிலேசமின்றி ‘மொச் மொச்’சென்று தெய்வம் ருசித்துக் குடிப்பதைச் சொல்வதும் மூன்றாம் பகுதியாகும். இந்த மூன்று பகுதிகளும் ஒன்றிலிருந்து ஒன்று பிரிக்க முடியாதவை. உணவு x மலம், புனிதம் (கடவுள்) x அசுத்தம் (மலம்) என்னும் குறியீடுகள் ஒருங்கிணைந்து ஒரு சிறந்த சிறுகதையாக உருப்பெற்றிருப்பதைக் குறிப்பிட்டுச் சொல்ல வேண்டியிருக்கிறது.

தனது வாழ்வினூடாக இடதுசாரி இயக்கங்களைப் புரிந்துகொண்டு செயல்பட ஆரம்பித்த ஆசிரியர், அதில் செயல்பட்ட பல மனிதர்கள் மாபெரும் விடுதலைக்கு முன்னால் மனிதர்களை மறந்துவிட்டனர் என்பதைத் ‘தோழர்

பி.எம்மின் வெற்றி' கதையினூடாகக்கொண்டு செல்கிறார். மனிதகுலம் என்பது தனிமனிதர்களின் தொகுதிதான் என்னும் எளிய உண்மை அவர்களுக்கு விளங்காமல் போனதை இந்தக் கதையினூடாக விளக்குவது அருமையாக உள்ளது. மக்களை எல்லாம் விடுவிக்கும் பணியில் தன்னை ஈடுபடுத்திக் கொண்ட ஒருவர் தன்னுடைய சகதோழர் ஒருவர் ஒரு புதிய இடத்தில், காலை நேரத்தில், தான் பணி செய்வதற்கு முன் தன்னைத் தயார்படுத்திக்கொள்ளத் தேவையான காலைக்கடன்களைச் சரிவர முடிக்காவிட்டால் எத்தகைய சோர்வும் துயரமும் கொள்வார் என்பதோ, அதுவே அவரைப் பாதி நோயாளியாக்கிவிடும் என்பதோ புரியாமல் இருக்கும் தோழரைப் பற்றிய புதிர்தான் அந்தக் கதை. ஆனால் இன்னும் கூடுதலாக யோசித்தால், அது தோழர் குற்றமல்ல. இந்தச் சமூகமே அதனுள் அழுந்தியிருக்கிறது என்பதைக் 'கடைசி இருக்கை' கதையில் ஆசிரியர் நன்கு விளக்குகிறார். ஒரு பச்சைப் பாலகனின் இயற்கை உபாதையைப் புரிந்துகொள்ள மறுக்கும் முகஞ்சுழிக்கும் சக மனிதர்களை, சக பயணிகளை இறுதியாக மலத்தால் அவர்கள் முகத்திலடித்துப் புரியவைக்கும் இடம் மிகவும் சிறப்பானது. சக மனிதர்களுக்கு மலத்தால் அடி. தோழருக்கு?

பொதுவாக எல்லோரும் கருதுவதாக எனக்குக் கிடைத்த தகவல்கள் சரியானவைதானா என்ற ஐயம் எழுதுவதற்குச் சில கதைகள் காரணமாகின்றன. மஞ்சள் படிவு, வராக அவதாரம், அத்தை வீட்டுக் கோடை, சந்தனச் சோப்பு போன்ற கதைகள் இந்தக் கருத்துக்கு ஆதரவாக உள்ளன. இவை மலத்தை மையப் பொருளாகக் கொள்ளவில்லை. மனிதர்களின் மனமாச்சரியங்கள் (மஞ்சள் படிவு), உயர்வு தாழ்வு (சந்தனச் சோப்பு), நகர்சார் வாழ்வின் பொருளாதார நெருக்கடி (வராக அவதாரம், அத்தை வீட்டுக் கோடை) போன்ற சிக்கல்கள் மனித மனத்தில் தோற்றுவிக்கும் பலதரப்பட்ட மனோபாவங்களை வாசகர்கள் சில அனுபவங்களினூடாக உணரச் செய்வதற்கு மற்ற காரணங்களைக் கொள்வதைக் காட்டிலும் இதுவரை யாரும் கைவைக்க நினைக்காத மலத்தை எடுப்பது ஆசிரியருக்கு வாகாக இருக்கிறது. வாசகர்களுக்குத் தெளிவு பிறக்கிறது. 'மஞ்சள் படிவு' கதையில் வரும் பாட்டி தன்னுடைய மருமகள்களிடமிருந்து இறுதிக் காலத்தில் அவமானப்பட்டுச் சாவதைவிட உணவு அருந்தாமல் (அதனால் மலம் கழிக்காமல்) உயிரை மாய்த்துக் கொள்கிறாள். அவமானத்திலிருந்து விடுபடுவதற்கும் அவமானத்தைத் தவிர்த்துக்கொள்வதற்கும் அவமானத்தையே மற்றவர்கள் வியந்து பேசுவதற்கும் காரணமாக உண்ணா

நோன்பிருந்து உயிரை மாய்த்துக்கொள்வது ஆகியவற்றால் தமிழ்ப் பாரம்பரியத்தில் கோப்பெருஞ்சோழன் கதை வழியாகவும் சமணர்களின் சல்லேகனை நோன்பின் வழியாகவும் ஒரு வரலாறு இருப்பதை இக்கதை நினைவூட்டுகிறது. இந்தப் பாரம்பரியத்தைக் காந்தி, தம்முடைய அரசியல் வாழ்வில் கடைப்பிடித்தார். தன்னைச் சார்ந்தவர்கள், தன் மக்கள் (இந்திய மக்கள்) சகிக்க முடியாத செயல்களில் ஈடுபட்டார்கள் என்று அவர் கருதியபோது, அவர்கள் மீது அதிகாரத்தைச் செலுத்துவதைவிட 'உண்ணாவிரதம் இருந்து சாவேன்; சகிக்க முடியாததைவிடச் சாவது மேல்' என்ற அவரது நடவடிக்கை இக்கதையை வாசிக்கையில் நினைவுக்கு வருவதைத் தவிர்க்க முடியவில்லை. காலங்களைக் கடந்தும் ஒரு மரபின் தொடர்ச்சியாகக் கலாச்சாரம் என்று பேசப்படுகின்ற, இத்தகைய உண்ணா நோன்பால் உயிர்நீத்தல் என்பதும் அடங்குமோ என்னும் கேள்வியையும் நம்முள் எழுப்புகிறது.

'புகையுருவங்கள்' கதை மூடுண்ட மனங்களின் குறியீடாக அமைந்துள்ளது. பழம்பெருமை, குடிப்பெருமை போன்றவற்றின் சுவையால் நவீன உலகத்தைப் பார்க்க விரும்பாத மனமுடைய பழங்குடித் தன்மையுள்ள தமிழ் மக்களின் ஒரு பிரிவினரின் பொது உளவியலை வெளிப்படுத்தும் கதை இதுவாகும். நவீனத்தின் தாக்கத்தைப் புரிந்துகொண்ட அவர்களில் சிலர் அந்த மூடுதிரையைக் கிழித்துக்கொண்டு பொது உலகில் பிரவேசிப்பது, பின்னர் தன்னுடைய பழமையைத் திரும்பியும் பார்க்காமல் முற்றிலும் விலகி ஓடி நவீன உலகத்தில் கரைந்துவிடுவது என்பவை அந்தத் தனிமனிதனைப் பொறுத்தவரை அடைவதாகவும் அந்த மக்கள் குழுவுக்கு அவன் உலகை விட்டே அகற்றப்பட்டதாகவும் படுவதைப் பீக்காளான் நிறைந்த காடு, அதைக் கடந்து செல்லுதல் என்பதன் ஊடாக ஒரு நவீனக் கதையுருவில் வெளிப்படுத்தியுள்ளார்.

இத்தொகுப்பிலுள்ள பெரும்பாலான கதைகள் பெண்களின் சில உணர்வுகளை வெளிப்படுத்துவனவாக அமைந்துள்ளன. 'பீ வாங்கியின் ஓலம்', 'பிசாசுக்குப் போதுமான விஷயம்' போன்ற கதைகள் நடுத்தர இளம் வயதுப் பெண்களின் மன உளைச்சல்களையும் 'வேக்காடு', 'மஞ்சள் படிவு', 'கருதாம்பாளை' ஆகிய கதைகள் உடல் தளர்ந்த மூதாட்டியர் இயலாமையால் அடுத்தவரைச் சார்ந்து நிற்கும் அவலத்தின் உணர்வுகளாகவும் வெளிப்படுவது கவனிக்கத்தக்கது.

மிகவும் சுருக்கமான வரலாறு கொண்ட தமிழ்ச் சிறுகதை உலகின் இளமைப்பருவம் இது. இப்பருவத்தில் எழுதப்படும்

கதைகள் அதன் இளமைக்கேற்பப் பொலிவுடனும் தெளிவு டனும் பண்பாட்டுத் தொடர்ச்சியின் அடையாளமாகவும் தம்மை வெளிப்படுத்திக் கொள்கின்றன. இத்தகைய அம்சங்கள் கதையினூடாக ஊடும் பாவும் போல இணைந்து உயிரோட்ட முள்ள பார்வையை உருவாக்குகின்றன. அதுமட்டுமல்லாது வாசகனுக்கும் ஆசிரியருக்குமான இடைவெளி துடைத் தழிக்கப்பட்டு ஆசிரியர், வாசகன், சமூகம் அனைத்தையும் ஒரே புள்ளியில் குவியச் செய்துவிடும் மிகுகலை நுட்பம் கைவந்த காலம் இது. இக்காலகட்டத்தை வெளிப்படுத்தும் பல கதைகள் இளம் எழுத்தாளர்களால் படைக்கப்படுகின்றன. அத்தகைய படைப்பாளிகள் வரிசையில் பெருமாள்முருகன் இயல்பாக இடம் பெறுகிறார் என்பதை இத்தொகுப்பில் உள்ள பல கதைகள் வெளிப்படுத்துகின்றன.

'நின்ற வண்ணம் கிடந்த வண்ணம்' கதை, தொடக்கத்தில் மூடுமந்திரமாகத் தெரிந்தாலும் முழுமையாக வாசித்து முடிக்கும்போது வாசகனுக்குச் சில அதிர்வலைகளை உண்டாக்காமல் இருக்காது. அதில் வசிய, மந்திரசக்திகளைப் பெற விரும்பும் ஒருவன் அமாவாசை இரவில் அம்மணமாகச் சென்று பீத்தின்றால்தான் அந்தச் சக்தி சித்தியாகும் என்னும் நாட்டுப்புற நடப்பும் நம்பிக்கையும் வெளிப்படுத்தப் படு கின்றன. ஆனால் இவை நாட்டுப்புற நடப்பு நம்பிக்கை மட்டுமல்ல. தமிழ், இந்தியப் பாரம்பரியங்களில் பன்னூறு ஆண்டுகளாகப் பயிலப்பட்டு வரும் நடைமுறைதான் என் பதற்குச் சான்றுகள் உண்டு.

"மிட்சுக்கோ உபநிடதம், சந்நியாசிகளுக்கான விதிமுறை களை இவ்வாறு கூறுகிறது - பசுச் சாணத்தை உண்டும் பசு மூத்திரத்தைக் குடித்தும் பசியைப் போக்கிக்கொள்ள வேண்டும்.

"யோக தத்துவ உபநிடதத்தில் அமரோலி என்ற ஒரு சடங்கு கூறப்பட்டுள்ளது. அமரோலி செய்பவன் தன்னுடைய மூத்திரத்தைத் தினமும் குடிக்க வேண்டும். மூத்திரத்தை நாசியில் வைத்து முகர்ந்து மூச்சிழுத்துவிட வேண்டும். அதன்பின் வசிரோலிச் சடங்கு செய்ய வேண்டும் (அமரி – சிறுநீர்; வசி – வசியம் பண்ணுதல்)" ஆகிய செய்திகளை 'இந்திய வரலாற்றில் பகவத்கீதை' (பக். 81-82) என்னும் நூல் கூறுகின்றது. பாரம்பரியமாக வருவது; அதனால் அதீத சக்திகள் பெறுவது ஆகியவை இயல்பு என்றாலும்கூட இத்தகைய நடைமுறைகள் ஒரு கிராமப்புறத் தாய்க்கு ஏற்புடையதாகவில்லை. தன் மகன் அமானுஷ்ய சக்தி பெறுவதாக இருப்பினும் பீத்தின்னும் நடைமுறை அத்தாய்க்குப்

பெரும் பதற்றத்தை, மன அமைதியின்மையை ஏற்படுத்துவ தாகவும் உள்ளது. மாபெரும் சக்தி கிடைப்பதாக இருப்பினும் 'தன் பிள்ளை மலம் தின்பதா' என்னும் அத்தாயின் பதற்றமான உணர்வுகளே இக்கதையின் உரிப்பொருள்.

இத்தகைய சிறுகதைத் தொகுப்பைப் பற்றிய அபிப் பிராயத்தைச் சொல்ல முற்படுபவர் இன்றைய உலகச் சிறுகதைகளின் போக்கு, இந்திய, தமிழகச் சிறுகதைகளின் ஒட்டுமொத்தத் தன்மை போன்றவற்றைத் தொடர்ந்து வாசித்து விளங்கிக்கொண்ட ஒருவராகத்தான் இருக்க வேண்டும். இத்தகைய வாசிப்பில் எவ்வித உரிமையும் கோர முடியாத நான், இந்த முன்னுரையை எழுத நேர்ந்ததற்குக் காரணம் ஒன்றுதான். சமூகத்தால் ஒதுக்கப்பட்ட விஷயங்கள் என்று முன் அனுமானம் செய்துகொண்டு சில பகுதிகளைப் பார்க்க விரும்பாத ஒரு பொதுமனம் உள்ளது. உண்மையில் அவை ஒதுக்கப்பட வேண்டியவைதானா, அவை பொருட்படுத்த வேண்டாத விஷயங்கள்தானா என்பது முடிவானதல்ல; விவாதத்திற்குரியது. எவ்வாறெனின் இக்கதைகளை வாசிக்கும் போதே இந்தியப் பாரம்பரியம் சார்ந்ததும் தமிழ்ப் பாரம் பரியம் சார்ந்ததுமான பல விஷயங்கள் என்னுள் தூண்டி விடப்பட்டன. அதன் விளைவே இம்முன்னுரை. இதுபோன்ற பல்வேறுவிதச் சிந்தனைகளை, எண்ணங்களைத் தூண்டி அவரவர் சார்ந்த மனநிலைக்கேற்பப் பல விஷயங்களுக்குள் ஈர்த்துச் செல்லும் பண்பு வாய்ந்த இத்தகைய கதைகளை மேலே சொன்னவாறு புறக்கணித்தால், நாம் ஒதுக்கப்பட்ட விஷயங்களை ஒட்டிச் செல்லும் பல்வேறு அனுபவங்களை இழப்பது உறுதி. இதையும் மீறி வாசிக்கும் வாசகர்களுக்கு இது வரையிலான தமிழ்ச் சிறுகதைகளிலிருந்து வேறுபட்ட உணர்வுகளை இவை விளைவிக்கும். விளைவித்தால் அதுவே இக்கதைகள் எழுதியதன் பயன் எனக் கருதுகிறேன்.

'முன்னுரை', டிசம்பர் 2004

பலி ஆடுகள் – முன்னுரை

நண்பர் கே. ஏ. குணசேகரனின் 'பலியாடுகள்' நாடகம் தமிழ் நாட்டின் தலித் சிந்தனையாளர்களாலும் பெண்ணியவாதிகளாலும் பாராட்டப் பெற்றது. இதன் எழுத்து வடிவம் 'நிறப்பிரிகை' தலித் சிறப்பிதழில் வெளியானது. அந்நாடகம் நூல் உருக்கொள்ளும் இவ் வேளையில் அந்நாடக உருவாக்கம் பெற்ற கதையைச் சொன்னால் தமிழ் வாசகர்களுக்குச் சுவையாகவும் தமிழ் வரலாற்றில் இருட்டடிப்புக்கு உள்ளான சில பகுதிகளை வெளிச்சமிட்டுக் காட்டுவதாகவும் இருக்கும். தவிரவும் *K.A.G.* வரலாற்று நிகழ்ச்சி ஒன்றை முதல் முறையாக நவீன நாடகமாகப் படைத்தது போல, ஒடுக்கப்பட்ட மக்களைப் பற்றிய பல படைப்புகள் உருவாவதற்கு ஒரு வாய்ப்பினை ஏற்படுத்த முடியும் என்ற நம்பிக்கையில் இவற்றைச் சொல்கின்றேன்.

புராண, இதிகாசக் கதைகளை வரலாறாக நம்பிக் கொண்டிருந்த இந்தியச் சமுதாயத்தில் நவீன கால வரலாற்றுக் கண்ணோட்டமும் அத்தகைய நூல்களை ஐரோப்பியர் அல்லாத இந்தியர்கள் எழுதத் தொடங்கிய காலமும் 1920க்குப் பின்னர்தான். தமிழ்நாட்டைப் பற்றிய வரலாற்று நூல்களும் இதே காலகட்டத்தை ஒட்டியே வெளிவரத் தொடங்குகின்றன. ஆனால் இந்த நூல்களை எழுதிய ஆசிரியர்கள் பலர் பாரம் பரியக் கலாச்சாரத்தில் வந்த நவீன படிப்பாளிகள்.

இவர்களில் பலர் உயர்சாதி, உயர்வர்க்கத்தைச் சேர்ந்தவர்களாகவே இருந்தனர். அந்த நிலைதான் அக்காலத்தில் இருந்திருக்கவும் முடியும். சிலர் பழைய வருணாசிரம, பார்ப்பனிய ஆதிக்கத்தை எதிர்த்தாலும் வைதிகக் கருத்தியல் கொண்டவர்களாகவே இருந்தனர். இதன் உடன் நிகழ்வாக இவர்களால் எழுதப்பட்ட நூல்கள் பலவற்றில் இவர்களுடைய கருத்தியலுக்கு மாறானவையாகத் தோன்றிய தரவுகளை ஒதுக்கி வைத்துவிடுவதும் அல்லது முன்னிலைப்படுத்தாமல் விட்டுவிடுவதும் காணப்படுகின்றது. எடுத்துக்காட்டாகப் பார்ப்பனியக் கருத்தியலை மறுத்துத் தமிழரை முதன்மைப் படுத்தி எழுதப்பட்ட நூல்களில், தமிழர் இசை பற்றிக் கூறவரும் ஆசிரியர்கள் பலர் சிலப்பதிகாரத்தை முதன்மைப் படுத்தாமல் இருக்க முடியாது. பழந்தமிழ் இசை பற்றிய ஏராளமான குறிப்புகளைத் தருவதில் சிலம்புக்கு ஈடான நூல் வேறு எதுவும் இல்லை. இசைக்குச் சிலம்பை முதன்மைப் படுத்திய அந்த நூற்களில், சிலப்பதிகாரத்தின் இன்னொரு தன்மையாகிய 'அவைதிக மரபை'ப் பற்றியோ, தமிழ் வரலாற்றில், அவைதிக மரபு சார்ந்த நூற்கள்தான் (பெருங்கதை, சீவக சிந்தாமணி) தமிழர்களின் நுண்கலை வல்லமை பற்றிய ஏராளமான தகவல்களைத் தருகின்றன என்பதைக் கருதாமல், சைன, பௌத்த* மதத்தைச் சார்ந்தவர்கள் தமிழ் இலக்கியத்தில் அவைதிக மரபைச் சார்ந்தவர்கள்) சங்க காலத்திற்குப் பின் தமிழர்களின் நுண்கலைகளின் வளர்ச்சிக்குத் தடையாக இருந்தனர் என்று கூசாமல் எழுதிச் செல்கின்றனர்.

இதுபோன்று தமிழ்க்கலாச்சார முதன்மைவாதிகள் தாங்கள் கருதிய கலாச்சார உயர்வுக்கு ஊறுவிளைவிக்கும் என்ற வரலாற்றுத் தரவுகளை முன்னிலைப்படுத்தாது ஒதுக்கி விடுகின்றனர். தமிழ்நாட்டின் வரலாற்றில் "மனிதர்கள் அடிமைகளாக விற்பனை" செய்யப்படுவதும் "மனிதனை நரபலி" இடுவதும் தொன்றுதொட்டு நடைபெற்று வந்த நிகழ்ச்சிகள்தான். அதிலும் குறிப்பாக நரபலி இடப்பட்டவர்கள் பெரும்பாலும் தீண்டப்படாதவர்களாகவும் அடிமையாக விற்கப்பட்டவர்கள் பெரும்பாலும் பெண்களாகவும் – இவர்களும் விபச்சாரத்திற்காகத்தான் விற்பனை செய்யப்பட்டுள்ளனர் என்பதும் – தஞ்சைத் தமிழ்ப்பல்கலைக்கழகத்தின் வெளியீடுகளான 'தஞ்சை மராட்டிய மன்னர் கால அரசிய

---

* தமிழ் நாட்டில் சைனக் கோவில்களில், மற்ற இந்துக் கோவில்கள் போன்று பெண்களைத் தேவரடியார் ஆக்கும் வழக்கம் இல்லை. சைன மதத்தில் பெண்கள் துறவிகளாகும் வழக்கம் உண்டு. இதுபோல் சைன, பௌத்த நூல்களில்தான் பெண்கள் முதன்மைக் கதாபாத்திரங்களாகப் (மணிமேகலை, நீலகேசி) படைக்கப்பட்டுள்ளனர் என்பது குறிப்பிடத்தக்கது.

பொ. வேல்சாமி

லும் சமுதாய வாழ்க்கையும்' என்ற நூலிலும் 'கொங்கு நாட்டுச் சமுதாய ஆவணங்கள்' என்ற நூலிலும் உள்ள சில செய்திகளைக் காணும்போது புலனாகிறது. 'தஞ்சை மராட்டிய மன்னர் கால அரசியலும் சமுதாய வாழ்க்கையும்' நூலிலிருந்து,

"பெண்களை விலைக்கு வாங்கி தாசிகளாக ஆக்கிய தோடன்றி சிலரை வேலைக்காரிகளாகவும் ஆக்கி உள்ளனர். விலைக்கு வாங்கப்பட்டவர்கள் அடிமைகள் போல் அடிமை களாகவே இருந்து தம்மை விலைக்கு வாங்கியவரிடத்தில் ஆயுள் முழுதும் வேலை செய்து மடிந்தனர்" (ப. 325).

"புதுக்கோட்டையைச் சேர்ந்தவர் சிலம்பாயி. இவருக்கு 9 வயது மகள் ரங்காயி. இவர்களைத் தாசி விசாலாட்சி என்பாள் தன் வீட்டிற்கு அழைத்துச் சென்றாள். சிலம்பாயிக்கு 3• ரூபாய்க்கு ஒரு சேலை எடுத்துக் கொடுத்துப் பிள்ளையைத் தன்னிடம் இருக்கச் செய்து "3• ரூபாய் கொடுத்துவிட்டுப் பிள்ளையை அழைத்துச் செல்லலாம்" என்றாள். சின்னாட் பின்னர் சிலம்பாயி ரூ. 3• கொடுத்துவிட்டு தன் மகளை அனுப்புமாறு கேட்டாள். இதற்கிடையில் தாசி விசாலாட்சி ரங்காயி என்ற அந்தப் பெண்ணைச் சர்க்காருக்கு 400 ரூபாய்க்கு விற்று விட்டார். ஆகவே சிலம்பாயி ரெஸிடெண்ட் டிடம் மனு செய்து கொண்டாள்" (ப. 326).

"அப்புராவ் காடிகே வைப்பாட்டி லெஷ்மியின் பெண் சீதாபாயின் வயது 10, சர்க்காரில் விலைக்கு வாங்கியது" (ப. 327).

"சுப்பராய பிள்ளை பெண்சாதியின் சகோதரி கருப்பாயி வயது 10. சர்க்காரில் கிரயம் சக். 10 (சக் – சக்கரம் ஒரு வகை பணம்) எழுதிய வாத்தியாருக்கு 2 பணம்" (ப. 327).

இப்ராம் ஸாதான் வளர்த்து வந்த துலுக்கப் பெண் ஹமீன் ஷா – வயது 6. சர்க்காரில் கிரயம் சக் – 6 (ப. 327).

இது போன்று "கொங்கு நாட்டுச் சமுதாய ஆவணங்கள்" என்ற நூலில் உள்ள 80 ஆவணங்களில் 'நரபலி' பற்றிப் பல ஆவணப் பதிவுகள் உள்ளன. தமிழ்நாட்டின் வரலாற்றில் நரபலி புதிதான ஒன்றல்ல. ஆயினும் ஆவணங்களாக*ப்

---

* ஆறகலூர் திருக்காமீசுரமுடையார் கோவிலில் 4.2.1509ஆம் ஆண்டு தேவராட்டம் நடைபெறும் போது ஒருவன் நரபலி கொடுக்கப்பட்டுள்ளான்.

(அ. கிருட்டிணன். சேலம் மாவட்டக் கல்வெட்டுக்கள் 53)

"கொங்கு நாட்டுச் சமுதாய ஆவணங்கள்" பதிப்பாசிரியர் உரை.

பதிவு பெற்றவை குறைவு. மேற்படி நூலின் பதிப்பாசிரியர் உரையில் புலவர் இராசு தொகுப்பவை:

1. அடிமை முறை இருந்துள்ளது (56 – ஆவணம்).
2. பெண்களும் ஆண்களும் விலைக்கு விற்கப்பட்டுள்ளனர். தேவரடியாராகப் பொட்டுக் கட்டிவிட ஒரு பெண்ணும், நாவிதன் ஒருவனும் விலைக்கு வாங்கப்பட்டுள்ளனர் (30, 66).
3. கோயிலில் விழாக்களின்போது இடையூறு ஏற்பட்டால் நரபலியிடும் வழக்கம் இருந்தது. ஆடவர், பெண்டிர் இருபாலரும் பலியிடப்பட்டுள்ளனர் (24, 31, 66).

   (இந்த ஆவணங்களில் தான் பலியாவதற்கு ஊரார் தீண்டாதாரை உட்படுத்துவதும் அதிலும் ஆடவர்கள் தங்களுக்கு மீண்டும் திருமணமும் சில சலுகைகளும் அளித்தால் தம் மனைவியை) (கொங்கு நாட்டுச் சமுதாய ஆவணங்கள் பதிப்பாசிரியர் உரை) பலியிட்டு அவற்றைப் பெறுவதும் கூறப்படுகின்றது.

4. தலைவர்களுக்காகத் தம் தலையைக் குடிமக்கள் அரிந்து கொண்டனர் (54).
5. கணவன் இறந்தால் மனைவியர் மட்டுமன்றி உறவினர், குடிமக்கள், தேவரடியார், குடிப்பறையன், வண்ணான் போன்றோரும் உடன்கட்டை ஏறி உள்ளனர். அவர்கள் வீரமாசத்திகள் (வீரமாத்தி) எனப்பட்டனர். அவர்களுக்காக எடுக்கப்பட்ட வீரமாத்தி கோயில்கள் பல ஊர்களில் உள்ளன.

'நிறப்பிரிகை' – இதழுக்காக ஒடுக்கப்பட்டோர், பெண்கள், தலித்துகள் பற்றியதான வரலாற்றுச் செய்திகளைத் தேடிப் படிக்கும் போது, இத்தகைய செய்திகள் எனக்கு வியப்பையும் ஆர்வத்தையும் உண்டாக்கின. இத்தகைய தருணத்தில் நண்பர் K.A. குணசேகரன் அவர்களைக் காணும் வாய்ப்பு நேர, 'கொங்கு நாட்டுச் சமுதாய ஆவணங்கள்' நூலின் 31வது ஆவணம் ஒரே நேரத்தில் ஒடுக்கப்பட்டோர் பிரச்சினை யாகவும் ஒடுக்கப்பட்டோரிலும் பெண்கள் பிரச்சினையாகவும் இருக்கவே இதனை ஒரு நாடகமாக்கினால் 'பிரச்சினைப் பாட்டிற்குரிய' விசயமாகப் படித்தவர்கள், பொதுமக்கள் இடையே கொண்டு செல்லலாம் என்றேன். நண்பர் அதனை உடனே செயலாக்க முனைந்தார். 'பலியாடுகள்' உருவானது.

ஒரு வரலாற்று நிகழ்ச்சியைக் கலைப் படைப்பாக்கும் கலைஞனின் சுதந்திரத்துடன் இந்த நாடகத்திற்காகப் படைக்கப்

பெற்ற 'அலி'யின் பாத்திரம் நாடக நிகழ்த்துக் களத்தில் பார்வையாளர்களைப் பெரிதும் கவர்ந்ததாகக் கேள்விப்பட்டேன். மொத்தத்தில் நாங்கள் எதிர்பார்த்தபடி ஒரு தலித், பெண்ணியப் பிரச்சினையைப் பார்வையாளர்கள் மத்தியில் உருவாக்குவதில் நாடகம் நல்ல வெற்றியைப் பெற்றது என்றே கூறலாம். இந்த முதல் முயற்சி இத்துடன் நின்றுவிடாமல் மற்றும் பலரால் தொடரப்பட வேண்டும் என்பதே என் ஆசை.

'தமிழ் நாடகம் நேற்று இன்று நாளை' நூலில் பேராசிரியர், நாடகக் கலைஞர் மு.இராமசுவாமி வெகுஜன பத்திரிகைகளுக்கு எதிர்நிலையில் சிறு பத்திரிகைகள் தோன்றிய சமூக நியதியின்பாற்பட்டதே வெகுஜன ரசனைக்கு எதிர்நிலையிலான இன்றைய சிறு நாடக இயக்கங்களும் அவற்றின் அர்த்தமுள்ள தேடல்களும். இச்சிறு நாடக அர்த்தமுள்ள தேடல்களுக்கு அடிப்படையாய் அமைந்திருப்பது நாட்டுப் புறவியல் ஈடுபாடும் அதற்குக் காரணமாய் அமைந்த தேசிய இனம் பற்றிய சிந்தனைகளுமே ஆகும்... நாட்டுப்புறவியல் ஈடுபாட்டின் நீட்சியாகவே நவீன நாடக ஈடுபாடு தமிழகத்தில் உருப்பெறுகிறது. அதன் தொடர்ச்சியாகவே நாடகத் துறைகள் தமிழகப் பல்கலைக்கழகங்களில் தனித்த துறையாக உருவாகத் தொடங்குகின்றன. (பக். 42, 43) என்று நவீன நாடகத்தின் தோற்றம் பற்றிப் பேராசிரியர் சரியாகவே மதிப்பிட்டிருந்தாலும் தொடர்ந்து அதே நூலில் தன்னானே கலைக்குழு 1993இல் அதன் அடுத்த நாடகமான 'பலியாடுகள்' (கே.ஏ.குணசேகரன்) மூலம் தலித் மற்றும் பெண்ணிய விடுதலையைப் பேசும் முதல் தமிழ் நாடகமாக விமர்சிக்கப்பட்டுள்ளது. (பக். 54, 55) என்று அவர் கூறுவதைக் கவனிக்கும் நமக்குத் தமிழ்ச் சூழலில் நவீன நாடகம் உருப்பெற்றாலும் தலித் மற்றும் பெண்ணியம் தொடர்பான நாடக ஆக்கங்களைக் காண்பதற்கு அடுத்துப் பத்தாண்டுகள் காத்திருக்க வேண்டி இருந்தது மட்டுமல்லாது, கடந்த பத்தாண்டுகளில் தமிழகத்தில் ஏற்பட்ட தலித் அரசியலின் எழுச்சி, மற்றும் பெண்ணியச் சிந்தனைகளின் வளர்ச்சி, இவைகளின்பால் தமிழ்ச் சமூகத்தின் கவனம் குவிந்த பின்னர்தான் இத்தகைய நாடகங்கள் தோன்றத் தொடங்கின என்பதும் அதுவும் பேராசிரியர் கே.ஏ.குணசேகரன் போன்ற பிறப்பால் தலித்தாக உள்ள ஒருவரால் மட்டுமே தொடங்கி வைக்கப்பட்டுள்ளது என்பதும் கவனிக்கத்தக்கது. ஆயினும் இதன் தொடர்ச்சியான நாடகக் கலை வளர்ச்சி ஒன்றும் அடுத்து வந்த காலங்களில் நிகழவில்லை. இது சற்று வருந்தத்தக்கதுதான் என்றாலும் இதன் தொடர்ச்சியான செயல்பாடுகள் அடுத்துவரும் புதிய நூற்றாண்டில் நாடகத் துறையை வளப்படுத்தும் என்ற

நம்மைப் போன்றவர்களின் நம்பிக்கையை நண்பர் கே. ஏ. குண சேகரனும் அவரை ஒத்த சிந்தனைப் போக்குள்ள கலைஞர்களும் நிறைவேற்றுவார்கள் என்பதைப் 'பலியாடுகள்' நாடகத்தின் வழி நாம் எதிர்பார்ப்பதில் அர்த்தமுண்டு என்று நம்புகிறேன்.

'பலி ஆடுகள்' – முன்னுரை, டிசம்பர் 1999 (நாடகம்)

'கல்கி'யின் இந்துத்துவம்

சுமார் 30 ஆண்டுகளுக்கு முன்பு ஒரு நாள் இரவு மணி 9 அல்லது 10 இருக்கலாம். தஞ்சாவூர் கீழவாசல் மார்க்கெட்டில் உள்ள எல்லாக் கடைகளும் மூடப்பட்டு வியாபாரிகள் தங்கள் தங்கள் வீடுகளுக்குக் கிளம்பிக் கொண்டிருந்த நேரம். நான் கையில் அன்றுதான் நூலகத்திலிருந்து எடுத்து வந்த 'பொன்னியின் செல்வன்' முதல் பாகத்தைச் சிறிது நேரம் படித்துவிட்டுப் பின்னர் கடையை அடைத்துப் படுக்கலாம், (அந்தக் காலங்களில் நான் கடையிலேயே படுத்துவிடுவது வழக்கம்) என்று எண்ணிக்கொண்டு புத்தகத்தைப் படிக்கத் தொடங்கினேன். அது மட்டும்தான் தெரியும். பின்னர் டீக்கடைக்காரர்களின் அடுப்பு பற்றவைக்கும் சத்தமும் மீன் கடைக்காரர்களின் கூச்சல்களும் கேட்டவுடன்தான் எனக்கு இந்த உலகமே நினைவுக்கு வந்தது. ஆ! இதென்ன விடிந்துவிட்டது என்று அலறிப் புடைத்துக்கொண்டு எழுந்து பார்க்கும்போதுதான் மணி காலை 5.30 ஆகி விட்டதென்று தெரிந்தது. அந்த முழு இரவும் என்னை எதனையும் சிந்திக்கவிடாது பிடித்துக்கொண்ட 'பொன்னியின் செல்வன்' மற்றும் கல்கியின் 'சிவகாமியின் சபதம்' நாவல்களை மீண்டும் இப்பொழுது வர்த்தமானன் பதிப்பக வெளியீடுகளாகப் படிக்க நேர்ந்தது. அன்று படித்தது போலவே கதை, வேகம் குன்றாமல் சென்றாலும் அன்று என்னை பிரமிக்க வைத்த "பொன்னியின் செல்வன்" இன்று அச்சத்துடனும் கவனத்துடனும் அணுக வேண்டிய பிரதியாகத் தெரிகிறது. ஆம் தேனில் விஷம் கலந்து கொடுப்பதுபோலக் கதைப் போக்கின் ஊடே பார்ப்பனியம், இந்துத்துவச் சொல்லாடல்கள்,

அவைதிக மதங்களான ஜைன, பௌத்தத்தின் மீது அக்கிரமமாக அவதூறுகள், ஆணாதிக்க மனோபாவம் ஆகிய அனைத்தையும் ஒட்டுமொத்தமாக வாசகனின் நெஞ்சில் ஒரே அடியில் இறக்கிவிடுகிறார் கல்கி.

கடந்து போன காலங்களிலும் கல்கி சிறுபத்திரிகைக்காரர்களால் விமர்சனத்திற்கு உள்ளாக்கப்பட்டுள்ளார். ஆனால் அவர்கள் கல்கியின் படைப்புகளில் இலக்கியத்துவம் குறைந்து இருக்கிறது என்றும் சனரஞ்சகப்பண்பு நிறைந்திருக்கிறது என்றும்தான் விமர்சித்தார்களே தவிர மற்ற பகுதிகளை யாரும் சுட்டிக் காட்டியதாக எனக்கு நினைவில்லை. இன்றும் 'லெண்டிங்' நூலகங்களில் அதிகம் படிக்கப்படும் நூல்களில் ஏறத்தாழ முதலிடம் பெற்று இருப்பதும் இன்றும்கூட மறு பதிப்பு வெளியீடுகள் விரைந்து விற்பனையாகும் தன்மை பெற்றிருப்பதுமான கல்கியின் நூல்களை நாம் சிறிது மறுவாசிப்பு செய்ய வேண்டியது அவசியம் என்று கருதுகின்றேன்.

இராசராச பெருமன்னனுடைய அண்ணன் ஆதித்த கரிகாலனைக் கொன்றவர்கள் என்று அக்காலக் கல்வெட்டுகளில் பதிவாகி உள்ள குற்றவாளிகள் அனைவரும் பார்ப்பனர்களாக உள்ளனர். A.R.E. 557/1920 கல்வெட்டில் உள்ள பெயர்கள் 1. சோமன் 2. ரவிதாசனான பஞ்சவன் பிரமாதிராயன் 3. இவன் தம்பி இருமுடி சோழ பிரமாதிராயன் 4. உடன் பிறப்பு மலையனூரான் 5. இவர்கள் தம்மக்கள் இவர்கள் அனைவரும் ஒரே குடும்பத்தைச் சேர்ந்தவர்களாகவும் கல்வெட்டுக் குறிக்கின்றது. 'பிரமாதிராயன்' என்னும் பட்டம் பிற்காலச் சோழ அரசில் படைத்தலைமை பூண்ட பார்ப்பனர்களுக்கு அளிக்கப்பட்டது. இவர்கள் அனைவரும் இராசராசன் பதவி ஏற்று இரண்டாண்டுகள் சென்று விசாரணைக்கு உட்படுத்தப்படுகின்றனர். முடிவில் அவர்கள் சொத்துக்கள் மட்டும் பறிமுதல் செய்யப்படுகின்றது. தமிழக வரலாற்றில் பார்ப்பனர்களுக்கு மரண தண்டனை விதிக்கும் வழக்கம் இல்லை.

ஆனால் தன் நாவலில் கல்கி இவர்களைப் பிராமணர் அல்லாதவர்களாகவும் கிட்டத்தட்ட பாண்டிநாட்டு மறவர் குலத்தவர்களைப் போன்றும் காண்பிக்கிறார். நடந்தவை வரலாற்று உண்மைகளாக இருப்பினும் பார்ப்பனர்களை கொலைகாரர்களாகச் சித்திரிக்க கல்கியின் பார்ப்பன உள்ளம் இடம் கொடுக்கவில்லை. அதனால்தான் 'பொன்னியின் செல்வன்' தொடராக வந்து முடிவடைந்த பின் வாசகர்களுக்கு அக்கதை தொடர்பான சில விளக்கங்களைக் கூற

வந்த கல்கி "நந்தினி உயிரோடு இருந்தவரையில் ஆதித்த கரிகாலனுடைய அகால மரண ரகசியம் பற்றி விசாரிக்கப்பட வில்லை. அதில் நந்தினியின் பெயரும் வரும் என்ற காரணத் தினால்தான். நந்தினியின் மரணத்திற்குப் பிறகு, இராஜராஜ சோழன், ரவிதாசன் முதலிய ஆபத்துதவிகளைக் கைப்பற்றித் தண்டனை விதித்து அவர்களுடைய சொத்துக்களை பறிமுதல் செய்யவும் கட்டளை பிறப்பிக்கிறான்" *(ப. 2727)* என்று கூசாமல் பொய்யான செய்தியை எழுதுகின்றார்.

'சிவகாமியின் சபதம்' நாவலில் அவைதிக மதத்தினரின் மடங்களான பௌத்த விகாரைகளும் ஜைன மடங்களும் தேச விரோத நடவடிக்கைகளில் ஈடுபடுபவர்களுக்குப் புகலிட மாக இருப்பதாகச் சித்திரிக்கின்றார். நூலின் 2வது பாகம் – பக்கம் 585இல் மகேந்திர பல்லவன் கூறுகின்றான்: "வாதாபி ஒற்றர்கள் பல்லவ ராஜ்யமெங்கும் பௌத்த சங்கங்களின் மூலமாக வேலை செய்து வருவதை அறிந்தேன்." ப – 834இல் பிரதான வில்லன் பாத்திரமாக, படைக்கப்பட்ட புத்த பிட்சுவான நாகநந்தி கூறுகின்றார். "தென்னாடெங்கும் பௌத்த மடங்களும் ஜைன மடங்களும் ஏராளமாக இருந்த படியால் என்னுடைய வேலை (ஒற்று வேலை) மிகவும் சுலபமாயிருந்தது. காஞ்சி இராஜ விகாரத்திலேகூட நமக்காக (ஒற்று) வேலை செய்யும் பிட்சுகள் கிடைத்தார்கள்."

இந்தக் கதை நடந்த காலகட்டம் பற்றி நண்பர்களுக்குச் சில கூறவேண்டும். இக்காலகட்டத்தில் காஞ்சிபுரம் அன்றைய பாரதம் முழுமையும் புகழ் பரப்பிய நகரமாக விளங்கியது. இந்தியத் தத்துவத்தின் வரலாற்றில் ஒளி மிகுந்த பக்கங்களை பிடித்துக்கொண்ட தின்னாகரும் தருமகீர்த்தியும் போன்ற ஏராளமான பௌத்த அறிஞர்கள் அறிவின் ஒளிதான் அன்றைய காஞ்சியின் புகழுக்குக் காரணமாக விளங்கியது. இந்த அறிஞர்களின் நூல்களை, சீனர்கள், இலங்கையைச் சேர்ந்த பௌத்தர்கள், திபெத்திய அறிஞர்கள் என்று பலரும் வந்து மொழிபெயர்த்துச் சென்றார்கள். இன்றும்கூட இந்தியா வில் இந்துத்துவவாதிகளால் அழிக்கப்பட்ட அந்நூற்கள் சீன, திபெத்திய, சிங்கள மூலங்களில் இருந்துதான் இந்திய மொழிகளில் மொழிபெயர்க்கப்பட்டுள்ளன. இது பற்றிய விரிவான தகவல்களைப் பெற விரும்பும் நண்பர்கள் செர்பாட்ஸ்கி, ராகுல்ஜி, மயிலை சீனி. வேங்கடசாமியின் நூல்களைப் பார்க்கலாம்.

இத்தகைய காலகட்டத்து அவைதிக மதத்தினரைப் பற்றித்தான் மேற்சொன்னபடி கல்கி துணிந்து எழுத முற்படு

கின்றார். அவைதிக மதத்தினரான ஜைன முனிவர்களை, "கட்டையாகவும் குட்டையாகவும் மொட்டைத் தலையுடனும் விளங்கிய அந்த திகம்பர (அம்மண சாமியார்) சமணரைப் பார்த்து" என்று, வர்ணிக்கும் கல்கியின் பேனா, பார்ப்பன ஞானசம்பந்தரைச் சித்திரிக்கையில் "அம்பிகை விக்ரகத்தின் அருகில் திவ்ய மோகனரூபம் கொண்ட ஒரு பாலன் நின்றிருப் பதைப் பார்த்தேன்" – பாத்திர உருவச் சித்திரிப்புகளில்கூட வைதிகத்திற்கு எதிரானவர்களைப் பிசாசுகள் போலக் காட்டு கின்றார்.

அடுத்து வெளிப்படையாகவே இந்துத்துவத்தைப் புகுத்தும் இடங்கள் பல இருப்பினும் சிலவற்றைப் பார்ப்போம். மகேந்திர பல்லவன் மரணப்படுக்கையில் இருக்கிறார். அருகில் மந்திரி பிரதானிகள் கூடிக் கவலையுடன் உள்ளனர். மன்னன் அவர்களை நோக்கி, "என் வாழ்நாளின் இறுதி நெருங்கி விட்டது. தேகத்திலிருந்து என் ஆவி பிரிந்துபோய் விடும். என் அருமை குமாரன் நரசிம்மன் வேதவிதிப்படி இறந்து போன தந்தைக்குச் செய்ய வேண்டிய உத்திரகிரியைகளைச் செய்வான்" (பாகம் 3 ப. 915) மரணப்படுக்கையில் உள்ள மனிதன் வேதவிதியை நினைவூட்டுகிறானா? கல்கி நினைவூட்டு கிறாரா? மற்றொரு இடம். சிவகாமி சாளுக்கியர் வசப்படும் போது ஆசிரியர் கூற்றாக, "துன்பம் என்பது உண்மையில் துன்பம் அல்ல. அவ்விதம் நினைக்கச் செய்வது மாயையின் காரியம். துன்பத்திற்குள்ளேயும் இன்பந்தான் இருக்கிறது! என்று சொல்லும் வேதாந்த உண்மையை..." இது போல நாவலின் பல இடங்களில் இந்துத்துவத்தையும் வேதாந்தத் தையும் உயர்த்திப் பிடிக்கிறார்.

இறுதி முத்தாய்ப்பாக நரசிம்ம பல்லவனைத் திருமணம் செய்ய முடியாது போகும் சிவகாமி பாத்திரத்தின் முடிவு நமக்குப் பெரிதும் அதிர்ச்சி அளிப்பதாக உள்ளது. நூல் முழுமையும் பெரும் கலைச் செல்வியாக, நடனக் கலையில் தீராத மோகம் கொண்ட சிவகாமி, இறுதியில் கோவிலுக்குப் பொட்டுக்கட்டி தாசியாக மாறிவிடுகின்றாள். இதில் என்ன முக்கியத்துவம் என்றால் இந்தக் கதையைக் கல்கி எழுதும் காலத்திற்குச் சிறிது காலம் முந்திதான் கோவில்தாசி ஒழிப்புப் பற்றிய சட்டமன்ற விவாதங்களும் சனாதனிகளுக்கும் பகுத்தறி வாளர்களுக்கும் இடையே விவாதங்களும் நடந்து, இறுதியாகக் கோவில்தாசி முறை சட்டப்படி ஒழிக்கப்பட்ட வரலாற்று நிகழ்ச்சி நடந்தது என்பதை வாசகர்கள் கவனிக்க வேண்டு கின்றேன்.

நம்முடைய சிறுபத்திரிகைக்காரர்களுக்கும் அறிவுஜீவி மேதாவிகளுக்கும் இந்தப் பிரச்சினைகள் இதுவரை கண்ணில் படாது போனதேன்? ஒருவேளை, இத்தகைய பிரச்சினைகளில் இன்றைய மேதாவிகளின் கருத்தும் இதுதான் என்பதாலா!

'நிறப்பிரிகை', செப்டம்பர் 2000

நம் காலத்தின் குரல்

பிரபல மனிதர்கள், கருத்துகள், நிறுவனங்கள் போன்றவற்றின் மற்றொரு பக்கத்தை, திரையிடப்பட்டு மூடுண்ட தன்மைக்கு உள்ளிருக்கும் கோரமான, வஞ்சக மான தோற்றத்தை நவீன சிந்தனைகளின் ஊடான பார்வையில் வெளிச்சமிட்டுக் காட்டுகிறது இந்நூல். பொதுவான மேற்பரப்பிலிருந்து நுட்பமான உள் பரப் பிற்குச் செல்லும் வாசகர்கள் சில அதிர்வுகளையும் அதன் ஊடாகச் சில அனுபவங்களையும் அடையும் வாய்ப்பை வழங்குகின்றது. அத்தகைய தன்மை வாய்ந்த பல பகுதிகளில் ஒருசிலவற்றைப் பார்ப்போம்.

ஈ. வெ. ரா. பெரியாரின் வாரிசாகத் தன்னைக் கருதிக்கொள்ளும் வீரமணியால் ஆசி வழங்கப்பட்ட இந்தியன் வங்கி கோபாலகிருஷ்ணன், முன்னாள் நீதிபதி பி. வேணுகோபால், இடதுசாரி இயக்கங்களினால் புகழ்ந்தோதப்பட்ட முதிய எழுத்தாளர் ஜெயகாந்தன் போன்றோர் ஜெயஜெய சங்கர பஜனையின் ஊடாக இந்துத்துவ ஊதுகுழலாகிவிட்டனர். இதனை, தனி மனிதர்கள் மாறிவிட்டார்கள் என்று பார்ப்பதைக் காட்டிலும் அத்தகைய கருத்தோட்டங்களின் வலிமை யாகப் பார்ப்பதுதான் சரி என்று கூறுகின்றார் எஸ். வி. ராஜதுரை. மேலும் தி. மு. க., ம. தி. மு. க போன்ற திராவிடக் கட்சிகள் பி. ஜே. பி. யின் அமைச்சரவையில் அங்கம் வகித்து அதிகாரத்தைச் சுவைத்ததும்கூட இத்தகையதே என்றும் இப்பொழுது பி. ஜே. பி. யிட மிருந்து விலகியதும்கூட, திராவிடக் கட்சிகளில் இன்னும் எஞ்சி நிற்கும் சில சுயமரியாதை உள்ளவர் களின் நெருக்குதலாக இருக்கலாம் என்றும் கூறு கின்றார்.

பொ. வேல்சாமி

அடிமைப்பட்டிருந்த இந்தியா தன் அடிமைத் தனத்தி லிருந்து விழித்தெழுவதற்குத் தன் ஆண்டைகளின் ஆய்வையே ஆயுதமாகக் கொண்டதைக் காட்டும் பகுதிகள் முக்கியமாகக் கவனிக்கத்தக்கவையாகவும் புதுமையாகவும் உள்ளன. சர். வில்லியம் ஜோன்ஸின் ஆங்கில மொழிபெயர்ப்புகளான சாகுந்தலம் உள்ளிட்ட சமஸ்கிருத நூல்கள் மொழியியலில் பெரும் ஆய்வுகள் நடக்க வழி செய்தன. ஹூம் போல்ட் போன்ற மொழியியலாளர் ஆய்வுகள் ஐரோப்பாவில் தேசங்கள் உருவாக உறுதுணையாகின. பின்னர் தோன்றிய இந்தோ – ஆரிய மொழி ஆய்வுகள் சமஸ்கிருத மொழியை முன்வைத்து இந்து, இந்துத்துவம், இந்திய தேசியம், இந்திய நாகரிகம் போன்ற கட்டமைப்புகள் உருவாகக் காரணமாயின. இத்தகைய கருத்துகளை ஏற்றுக்கொண்ட கர்னல் ஒல்காட், ப்ளாவிட்ஸ்கி அம்மையார் போன்றவர்கள் 1875இல் பிரம்மஞான சபையைத் தொடங்கினர். 1879இல் பம்பாய் இதற்குத் தலைமையகமானது. 1881இல் திருநெல்வேலியில் இதன் கிளை தொடங்கப்பட்டது. 1885இல் தொடங்கப்பட்ட இந்திய தேசிய காங்கிரஸில் முக்கியப் பங்காற்றிய ஏ. ஓ. ஹியூம் உள்பட சேலம் விஜயராகவாச்சாரியார் (இவர் 1882இல் நடந்த வகுப்புக்கலவரத்தில் சம்பந்தப்பட்டிருந்தார் என்று அரசாங்கத்தால் பதவிநீக்கம் செய்யப்பட்டவர்). ஜி.சுப்ரமணிய ஐயர், சாமிநாதையர், கேசவபிள்ளை போன்றவர்கள் பிரம்ம ஞான சபையைச் சேர்ந்தவர்கள் என்பது குறிப்பிடத்தக்கது. இந்தப் போக்கின் வாரிசுகளாகத் திலகர், லாலா லஜபதிராய், வல்லபாய் படேல், லால் பகதூர் சாஸ்திரி போன்றோர் இந்துத்துவ காங்கிரசார் ஆனது ஒன்றும் வியப்பானதல்ல. சில தருணங்களில் இந்திராகாந்தியும் ராஜீவ் காந்தியும் இந்த வரிசையில் இடம் பெறுகின்றனர். இதிலிருந்து விலகியவர் களாகக் காந்தியும் நேருவும் குறிப்பிடப்படுகின்றனர்.

இந்துத்துவ இறுக்கத்திலிருந்து காங்கிரஸ் கட்சியைத் தளர்த்தி அதனை அனைவருக்குமானதாக மாற்றிய காந்தி யின் தன்னலமற்ற தொண்டும்கூட எப்படி இந்தியத் தரகு முதலாளிகளுக்குச் சாதகமாகிப் போனது என்பதை புனா ஒப்பந்தத்தின் மூலம் விளக்குகிறார் ராஜதுரை. தலித்துகளுக்குத் தனி இடஒதுக்கீடு கூடாது என்ற அவ்வொப்பந்தத்தில் இந்துக்களின் சார்பாகக் கையெழுத்துப் போட்டவர்கள் ஜி. டி. பிர்லா, அவரது சகோதரர் ஆர். டி. பிர்லா போன்ற பெருமுதலாளிகள் என்பது கவனிக்கத்தக்கது. ஆனால் 1946-க்குப் பின்னர் காந்தி சாதி, வர்ணம் என்பவை ஒழிந்து போய்த் தீர வேண்டியவை என்றார். சுதந்திர தின கொண் டாட்டங்களை, "நாம் பெறப்போகும் சுதந்திரம், ஒளிவிளக்கு

கள் ஏற்றி வைத்துக் கொண்டாடப்படக் கூடியதல்ல. நம்மிடம் உணவு தானியங்களோ, நெய்யோ, எண்ணெயோ இல்லை. எனவே, கொண்டாட்டங்களுக்கான தேவை என்ன? அந்த நாளில் நாம் உண்ணா நோன்பிருந்து இராட்டை சுற்றி; பிரார்த்தனை செய்ய வேண்டும்" என்றார். ஆனால் இத்தகைய கருத்துகளுக்கு மாறிய காந்தி இந்திய பெருமுதலாளிகளுக்குத் தேவையற்றவராகிறார். இஸ்லாமியரைச் சகோதரர்களாகக் கருதவேண்டும் என்ற காந்தி இந்துத்துவவாதிகளுக்கும் பகையானவர் ஆகிறார். இதன் விளைவாக அவர் கொலை செய்யப்பட்டு இந்திய அரசியலில் இருந்து விலக்கப்படு கின்றார். இத்துடன் கூடவே காந்தி பற்றிய ஆழமான ஆய்வுகள் செய்த கே. பி. கருணாகரன் கூற்றாக, "இந்தியாவில் காந்தியின் சக்தியைச் சரியாகப் புரிந்துகொண்டவர்கள் இருவர் மட்டுமே. ஒருவர் காந்தியைக் கொலை செய்த கோட்ஸே; மற்றொருவர் சுதந்திரத்திற்கு முந்திய இந்தியாவில் காந்திக்கு நிபந்தனையற்ற நிதி உதவியை வழங்கி, சுதந்திரத் திற்குப் பிந்திய இந்தியாவில் அந்த முதலீட்டிற்கான ஆதாயங் களை அறுவடை செய்துகொண்ட பிர்லா" என்ற பகுதியை எடுத்துக்காட்டுவது சிந்திக்கத்தக்கது. நேரு நவீன சிந்தனை களைக் கொண்டிருந்தவர்; கடவுள் நம்பிக்கை கொண்டவர் அல்லர்; மூட நம்பிக்கைகளை எதிர்த்தவர், பத்தாம்பசலித் தனமான கருத்துகளை விமர்சித்தவர். ஆனால் சோசலிசத் தையும் பார்ப்பனியத்தையும் (அதாவது இலட்சிய நிலை யிலுள்ள பார்ப்பனியத்தையும்) ஒன்றாகவே கருதினார். சுதந்திரத்திற்குப் பிந்திய இந்திய அரசு என்பது சமயச்சார் பின்மையைப் பேசும் கட்டாயத்திற்கு வந்ததற்குக் காரணம் காந்தி, நேருவின் செல்வாக்குத்தான்.

*4.05.2002*இல் அந்தமானில் பேசிய முன்னாள் துணைப் பிரதமர் அத்வானி, "இந்துத்துவம் இன்று வெறுப்பூட்டும் சொல்லாகக் கருதப்படுகின்றது. ஆனால் இந்துத்துவ முன்னோடி களான வீரசாவர்க்கர், ஆர். எஸ். எஸ். நிறுவனர் ஹெட்கேவர் போன்றோர் இந்தியாவின் விடுதலைக்கான சீற்றமிகு தேசிய உணர்வினைத் தூண்டி விட்டனர்" என்கின்றார். முஸ்லிம் களின் விரோதி போன்று இன்று சித்திரிக்கப்படும் மராட்டிய வீரர் சிவாஜி மத வேறுபாடு பார்க்காமல் சமூகநீதியை வழங்கியவர். போர்க்காலங்களிலும் மற்ற காலங்களிலும் பெண்களின் கண்ணியத்தைப் பாதுகாத்தவர். அவருடைய இந்த மனிதாய குணங்களைப் பற்றிச் சாவர்க்கர் கூறுகின்றார்: "பெண்பாலருக்கு ஊறுவிளைவிக்கக் கூடாது என்ற சான் றோர் மரபு அன்று மேலோங்கி இருந்தது தற்கொலைக்குச் சமமானதாகும். இந்து மதத்திற்குக் கேடு விளைவித்த அந்தத்

தர்மத்தைக் கடைபிடித்ததால்தான் சிவாஜியாலோ அல்லது சின்னாஜி அப்பாவாலோ முஸ்லிம் பெண்களைப் பாலியல் பலாத்காரம் செய்ய முடியவில்லை . . .” சாவர்க்கரின் ‘சீற்றமிகு தேசிய உணர்வின்’ ஒரு பக்கம் இது. மற்றொன்று, 24.11.1913இல் சிறையிலிருந்து அவர் கருணை மனுவில் கூறியது. 22.02.1948இல் பம்பாய் நகரக் காவல்துறை ஆணையருக்கு எழுதிய கடிதத்தில், “நான் ஒருபோதும் வெறுப்பை ஊக்குவிக்கவோ முகம்மதியர்களை முகமதியர்கள் என்பதற்காக அவர்களை வெறுக்கும்படியோ அல்லது அவர்கள் மீது வன்முறைச்செயல்களைப் புரியும்படியோ இந்துக்களைத் தூண்டி விட்டதில்லை” என்று கூறுவது. அன்றைய இந்துத்துவ முகம் இது என்றால் இன்றைய அதன் முகத்தை குஜராத் கலவரத்தின்போது வி. எச். பி. ஆயிரக்கணக்கில் விநியோகித்த துண்டறிக்கையில் பார்க்கலாம்: ‘அமைதியாக இருந்த எரிமலை கனல் கக்கத் தொடங்கி விட்டது. அது முஸ்லிம் ஆண்களின் புட்டங்களை எரிக்க, அவர்களோ அம்மணமாய் ஆடுகின்றனர். ஆண்குறிகளைக் கட்டுக்குள் வைத்திருந்த தளைகளை நாங்கள் அகற்றி முஸ்லிம் பெண்களின் பிறப்புறுப்புகளை விரியச் செய்துவிட்டோம்.’ இதுதான் இன்றைய சீற்றமிகு தேசிய உணர்வு போலும்.

இந்திய தேசியம், தான் கருக்கொண்ட காலத்திலேயே இந்துப்பண்பாடு என்னும் சனாதன தர்மத்தில் வேர்கொண்டிருந்தது. எனவே, பிற்கால வரலாற்றிலும் சமயச்சார்பின்மை என்பது மதங்களிலிருந்து விலகி நிற்றல் என்பதற்கு மாறாக, காந்தி கொண்டது போன்று எல்லா மதங்களையும் தழுவி நிற்பதாக அமைந்துவிட்டது. இதிலிருந்து விலகிய போக்கைக் கொண்டவர் – அதாவது உண்மையான பொருளில் சமயச் சார்பின்மையைப் பேசியவர்கள் அம்பேத்கர், பெரியார், பகத்சிங் போன்றவர்கள்தான். சமயவெறிக்கு மாற்றான தேசியத்தைத் தேடுபவர்கள் இம்மூவருடன் காந்தியையும் இணைத்துச் சிந்திக்க வேண்டும். இந்து பாசிச அபாயத்திலிருந்து நாம் மீண்டு எழுவதற்கான வழியாக இந்திய வரலாற்றில் வேறு எதனையும் காண முடியவில்லை என்ற எஸ். வி. ஆர். அவர்களின் கூற்று ஜனநாயக சக்திகள் கவனத்தில்கொள்ள வேண்டியதாகும்.

‘தீராநதி’, செப்டம்பர் 2004

அருட்பா X மருட்பா என்னும் அழிவழக்கு

தமிழ் நேயம் 12ஆம் இதழில் வந்துள்ள 'அருட்பா X மருட்பா' நூல் பற்றிய ஆய்வுரையில், இரண்டாம் கட்டத்து அருட்பா X மருட்பா பிரச்சினையில் ஈடுபட்ட ந. கதிரைவேற்பிள்ளை பற்றிக் கூறுகையில், "அருட்பா X மருட்பா போரில் ஆறுமுக நாவலர் உண்மையான ஈடுபாட்டுடன் செயல்பட, கதிரைவேற்பிள்ளை பிரகடனத் திற்காக ஈடுபட்ட செய்தி இந்நூலில் சாற்றப்பட் டுள்ளது . . . அருட்பா X மருட்பா போர் குறித்து அறிந்து கொள்ள உதவும் மிகச் சிறந்த நூலாக இந்நூல் திகழ் கின்றதெனலாம்" என்று பேரா. சந்திரா கிருஷ்ணன் எழுதுவது, ப. சரவணனின் நூல் ஒரு பக்கச் சார்புள்ள தாக எழுதப்பட்டுள்ளதைக் கவனிக்கத் தவறியதால் நிகழ்ந்ததாகலாம்.

ஆறுமுக நாவலரை முன்னிறுத்திய முதல் கட்ட பிரச்சினையிலாகட்டும் கதிரைவேற்பிள்ளையை முன் னிறுத்திய இரண்டாங்கட்டப் பிரச்சினையிலாகட்டும் நீதிமன்றம் சென்ற வழக்கில் அருட்பா X மருட்பா பிரச்சினை இல்லை என்பதைக் கவனிக்க வேண்டும். முதற்கட்ட வழக்குத் தனிநபர் அவதூறு தொடர்பான மான நஷ்ட வழக்கு என்பதும் இரண்டாம் கட்ட வழக்கும் அடிப்படையில் இதே தன்மையிலானது என்பதும் பதிவாகி உள்ள தகவல்களின் வழி வெளிப் படையாகவே புலனாகின்றது.

உண்மையில் இப்பிரச்சினை சாதி சம்பந்தப்பட் டது. 1899இல் கதிரைவேற்பிள்ளை வெளியிட்ட அகராதி

யில் வேளாளர் என்ற சொல்லுக்குச் சூத்திரர் என்று பொருள் தரப்பட்டிருந்தது. அதனைக் கண்டு கொதித்துப் போன வேளாள சாதிகளைச் சேர்ந்த தமிழ்ப் புலவர்கள், அந்தக் காலத்தில் அரசுப் பணியில் இருந்த வேளாள அதிகாரி கள் என்று பல நூறு பேர்கள் சேர்ந்து, பணம் வசூல் செய்து வெளியிட்டதுதான் 'வருண சிந்தாமணி' என்னும் நூல். நூலின் முதல் பகுதியிலேயே பணம் கொடுத்தவர்களின் பெயர்ப்பட்டியல், அவர்கள் வகித்த பதவி போன்றவை விரிவாக அச்சிடப்பட்டுள்ளன.

'வருண சிந்தாமணி' ஆரிய காண்டம், திராவிட காண் டம், விவகார காண்டம் என்று மூன்று பிரிவுகளாக உள்ளது. இதில் முதல் இரண்டு பகுதிகள் வேளாளர் சூத்திரர் அல்லர், அவர்கள் வைசியர்களே என்பதை வற்புறுத்தும் வகையில் எழுதப்பட்டுள்ளன. மூன்றாவது பகுதி முழுமையும் கதிரை வேற்பிள்ளையை இழிவுபடுத்தி எழுதப்பட்டுள்ளது. அந்தப் பகுதியில் கதிரைவேற்பிள்ளை மேல் சுமத்தப்படும் குற்றங் களில் ஒன்று இவரை இப்படியே விட்டால் சாதிகளே இல்லை என்று சாதிப்பார் என்பதும் இலங்கையில் ஓர் இடத்தில் தாழ்த்தப்பட்ட மக்கள் கோவிலுக்குள் நுழையலாம் என்றார் என்பதும் – இது சகிக்க முடியாத செயல் என்றும் குறிப்புகள் உள்ளன.

கதிரைவேற்பிள்ளை, தன் மீது சுமத்தப்பட்ட அவதூறு களுக்கும் பழிப்புகளுக்கும் பதில் கூறும் விதத்தில் எதிராளிகள் மீது தொடுக்கப்பட்ட தாக்குதல் என்பது எதிர் அணியினர் கொண்டாடியதாகக் கருதிய வள்ளலாரையும் தாக்குவதாக அமைந்தது. இதன் ஒரு கட்டத்தில் கதிரைவேற்பிள்ளையைக் கொலை செய்ய முயலுமளவு சென்றதாக மறைமலையடிகள், திரு. வி. க. வாழ்க்கை வரலாற்று நூல்களில் பதிவாகி உள்ளதைக் கவனிக்க வேண்டுகின்றேன்.

'கதிரைவேற்பிள்ளை உண்மை சரித்திரம்' என்பது அவரைச் சாடுவதற்காகவே எழுதப்பட்ட ஒரு நூல். அதில் குறிப்பிடப்படும் பல நிகழ்வுகளுக்கு எந்தச் சான்றாதாரங்களும் இல்லை என்பதோடு பல கேவலமான வசவு வார்த்தைகளும் நிரம்பியது, ஒரு கட்டத்தில் அருட்பா அணியினர் கதிரைவேற் பிள்ளை இறந்துவிட்டதாகப் பத்திரிகை அடித்து விளம்பரம் செய்து இரங்கல் கூட்டம் நடத்தியதாகவும் அதில் தகவல் உள்ளது. இத்தகைய ஒரு பக்கச் சார்பான நூலை ஆதாரமாகக் கொண்டு கதிரைவேற்பிள்ளையை விமர்சிக்க முற்படும்

நூலாசிரியர், மதிப்புரையாளர் கூற்றுகளை நாம் ஏற்பது நடுநிலையான செயலாகுமா?

உண்மையில் இதுபற்றிய சரியான விளக்கங்களுக்கு நாம் இன்னும் பல பிரசுரங்களைப் பார்க்க வேண்டும். குறிப்பாக அந்தக் காலத்தில் வெளியிடப்பட்ட 'பிரபஞ்ச மித்திரன்,' 'பூலோக நண்பன்' பத்திரிகைகளைக் கண்டுபிடித்து முழுமையாகப் பரிசீலிக்க வேண்டும். திரு.வி.க. எழுதிய 'கதிரைவேற்பிள்ளை சரித்திரம்' தவிர அவருடைய இன்னொரு மாணவரான பாலசுந்தர நாயகர் எழுதிய கதிரைவேற் பிள்ளை வரலாறும் உள்ளது. அந்த நூல் இந்த ஆய்வில் கண்டுகொள்ளப்படவே இல்லை. திரு.வி. கல்யாணசுந்தர முதலியார் — முதன்முதலாக எழுதியது தன் ஆசிரியர் (கதிரை வேற்பிள்ளை) பற்றிய இந்நூல்தான். பிற்காலத்தில் அவர் எழுதிய பிற நூல்கள் எல்லாம் மறு அச்சிடப்பட்டும் இந்த நூல் இதுவரை மறு அச்சு தமிழகத்தில் ஆனதாகத் தெரிய வில்லை. (ஈழத்தில் அது மறு அச்சு பெற்றது 1968இல்).

இதில் நாம் கவனம் செலுத்த வேண்டிய செய்தியாக ஒன்றைக் குறிப்பிடலாம். அருட்பா X மருட்பா கட்சியினரில் பெரும்பாலோர் வேளாளர்களே. ஆயின் இவர்களுக்குள் ஏன் இந்த முரண்பாடு வந்தது?

19ஆம் நூற்றாண்டின் இறுதியிலும் 20ஆம் நூற்றாண்டின் தொடக்கத்திலும் செல்வாக்குப் பெற்ற பகுதியினராகத் திகழ்ந்த வேளாளர்கள் இரண்டு வகையினராகப் பிரிந்தனர். ஒரு பிரிவு சைவத்தின் வடிவில் தங்களுக்கிருந்த செல்வாக்கைப் பேணிக் காக்க வேண்டுமெனில் வள்ளலார் போன்றவர்களை அதனுள் ஏற்றுக்கொள்வது சைவமரபை நீர்த்துப் போகச் செய்து தங்கள் ஆதிக்கத்திற்குப் பாதகம் விளையும் என்று அஞ்சிய நிலப்பிரபுத்துவக் கலாச்சாரத்தைச் சேர்ந்தவர்கள். இவர்கள் தங்களை அன்றைய நில உடைமையின் இருப்பிட மாகிய மடங்களுடன் இணைத்துக்கொண்டவர்கள். தங்க ளுடைய பிரதிநிதியாக ஆறுமுக நாவலரைப் பார்த்தனர். பிற்காலத்தில் அந்த இடத்தில் கதிரைவேற்பிள்ளை காட்சி அளிக்கின்றார். இப்படிப் பார்த்தால் வேளாளரைச் சூத்திரர் என இவர்கள் ஏற்றுக்கொள்வது ஏன்? என்ற கேள்வியை நியாயமாகவே கேட்கத் தோன்றும். ஆனால் இதற்கான பதில் மிகச் சாதாரணமானது. இவர்களுக்குச் சுமார் நூறு ஆண்டு களுக்கு முன்பாகவே, இவர்களின் குருநாதர் சிவஞான

முனிவர் – தான் எழுதிய 'சிவஞான போதப் பேருரை'யில் சூத்திரரை இருவகையாகப் பிரித்து விடுகின்றார் – சற்சூத்திரர் – சூத்திரர். உயர்சாதி வேளாளர்கள் சற்சூத்திரர். இவர்கள் தீட்சை பெற்று குருவாகலாம். அத்தகையவர்கள்தான் சூத்திரச் சாதி மடாதிபதிகள். மற்ற சாதிச் சூத்திரர்கள் தீட்சை பெறும் தகுதியற்றவர்கள் – சாதாரண சூத்திரர்கள். இந்த வசதியை வரலாற்றின் ஊடே உருவாக்கிக்கொண்ட வேளாளர்களுக்குச் சூத்திரர் என்பதால் எவ்விதக் குறைவும் இல்லை. இவர்கள் வடமொழி வழியான வேதத்தையும் ஆகமங்களையும் ஏற்றுக்கொண்டவர்கள். இன்றும்கூட இவர்களின் நிலை இதுதான் என்பது கவனிக்கத்தக்கது.

மற்றொரு பிரிவினர் அன்றைய நவீனத்துவத்தின் குறியீடாகிய பல்கலைக்கழகங்களின் வழியாகப் பயின்று பட்டதாரிகளாகி பேராசிரியர்களாகவும் அரசு அதிகாரிகளாகவும் பத்திரிகையாளர்களாகவும் உள்ள வேளாளர் உள்ளிட்ட தமிழகத்தின் பிற உயர்சாதியினர். இவர்கள் சைவத்தை ஏற்றுக்கொண்டவர்களாயினும் நவீன சிந்தனைகளின் ஊடாக வள்ளலாரை ஏற்றுக்கொண்டவர்கள். இவர்கள் நான்காம் வருணமாகிய 'சூத்திரர்' என்று தங்களை அழைப்பதை மட்டும்தான் எதிர்த்தனர். மூன்றாம் வருணமாகிய 'வைசியர்' என்று அழைக்க வேண்டும் என்றனர். அதுதான் நியாயமாகும் என்பதை நிலைநாட்ட 'வருண சிந்தாமணி' என்ற நூலை வெளியிட்டனர். இவர்களில் யாரும் அன்று வருணமுறை இழிவு என்றோ, சாதியம் தமிழ்ச்சாதிக்கு இழுக்கு என்றோ கூறவில்லை. தங்களுக்குக் கீழே உள்ள சாதிகளின் இருப்பு உண்மை என்றனர். 'வருணசிந்தாமணி' நூலின் இரண்டாம் பகுதியான 'திராவிட வேதம்' முழுமையும் இதனை உறுதிப்படுத்தும் வாதங்களைப் பதிவு செய்கின்றது. இப்பாகத்தின் இறுதியில் 1809ஆம் ஆண்டின் நீதிமன்றத் தீர்ப்பின் விபரத்தை வெளியிட்டு நிலைநாட்டுகின்றனர். அந்தத் தீர்ப்பின் வாசகங்கள் தமிழர்களைப் பல சாதிகளாகப் பிரிப்பது சரியென்றும் ஒவ்வொரு சாதிக்கும் ஆன கடமைகளும் உரிமைகளும் இன்ன இன்ன என்பதும் மேலிருந்து கீழ் என்ற முறைப்படி கூறிச் செல்கின்றன. இதற்கு எதிரான வாதங்களைப் பேசியும் எழுதியும் வந்த கதிரைவேற் பிள்ளையை அருட்பா X மருட்பா பிரச்சினையின் ஊடாக வள்ளலாருக்கு எதிரானவர் என்று காட்டித் தங்கள் தாக்குதலை நடத்தினர்.

அருட்பா X மருட்பா பிரச்சினையைத் தனிநபர்கள் சம்பந்தப்பட்ட பிரச்சினையாகப் பார்ப்பது, அந்தப் பிரச்சினையின் உண்மைத் தன்மையைக் காண உதவா. கால மாற்றத்தின் ஊடாகப் பகையாகிப்போன இரண்டு நட்புக் கருத்தியல்களின் முரண்தான் இது. தங்கள் பக்கம் நியாயமானது என்பதைக் காட்ட 'வள்ளலார்' பகடைக்காயாக உருட்டப்பட்டதுதான் அருட்பா X மருட்பா அழிவழக்கு.

'கவிதாசரண்', செப். – அக். 2003

தமிழில் மொழிபெயர்ப்பு நூல்களின் வரலாறு

(பத்தொன்பதாம் நூற்றாண்டு வரை)

ஜூன் 2003 'கணையாழி' இதழில் 'நாகூர்ரூமி' எழுதிய 'தமிழில் மொழிபெயர்ப்புக் கவிதைகள்' என்னும் கட்டுரையில் சொல்கிறார்: "பிறமொழிகளிலிருந்து தமிழுக்குக் கவிதைகளை மொழிபெயர்க்கின்ற பணி எப்போது துவங்கியது என்பதில் பல கருத்துகள் உள்ளன. நவீன தமிழ் இலக்கிய வரலாற்றில் நிலையான இடம் பிடித்துவிட்ட 'எழுத்தில்' தொடங்கி பின்பு 'கசடதபற' வழியாக இந்தப் பணி தொடர்ந்தது என்றும் சொல்லப்படுகிறது. ஆனால் 'எழுத்து', 'கசடதபற' இதழ்கள் கிடைக்காத (அவருக்குக் கிடைக்கவில்லை – தமிழகத்தில் பல இடங்களில் அவை கிடைக்கின்றன. நாமக்கல் நகரத்தில் திரு. துரை அவர்களிடம் முழுமையான இதழ்கள் உள்ளன – கட்டுரையாளர்) காரணத்தால் அதுபற்றி முடிவான எந்தக் கருத்தும் சொல்ல முடியாத சூழ்நிலை உள்ளது. எனினும் வெங்கட் சாமிநாதனின் கூற்றுப்படி இந்தப்பணி கிட்டத்தட்ட ஒரு நூறு ஆண்டுகளுக்கு முன்பே துவங்கிவிட்டதென்று கூறலாம். 1905களில் தொடங்கி இருபதுகளின் இறுதி வரை மகாபாரதம் 14–15 வால்யூம்களாகத் தமிழில் வெளியிடப்பட்டதாகச் சமீபத்திய கட்டுரை ஒன்றில் கூறுகிறார். இத்தோடு அந்தக் கட்டுரையாளர் நிறுத்தி இருந்தால் பரவாயில்லை. இறுதியில் அவர் இனியாவது தமிழ்க் கவிதை தன் பாரம்பர்யப் பெருமைகளைப்

பேசுவதை நிறுத்திவிட்டுத் தேக்க நிலையிலிருந்து மீளவும் அகில உலகத்தையும் உள்ளடக்கிய கவிதை என்ற நிகழ்வில் தன்னை உணர்ந்து கொள்ளவும் இம்மொழிபெயர்ப்புகள் நிச்சயம் உதவும் என்று நம்புவோம்" என்று முடிக்கின்றார்.

அண்மைக்காலமாக எழுதிக்கொண்டிருக்கும் பலர், தாம் எழுதத்துணியும் பொருள் பற்றிய வரலாற்று உணர்வு சிறிதும் அற்றவர்களாக, 'கண்டதே காட்சி கொண்டதே கோலம்' என்பது போல எழுதுவதும் கூச்ச நாச்சமின்றிப் பிறருக்கு உபதேசம் செய்ய முயல்வதும் நம்மை அருவெறுப் படையச் செய்கின்றது. 'தமிழில் மொழிபெயர்ப்பு' என்பது சுமார் 2000 ஆண்டுக் கால வரலாறு உடையது. அதனைப் பின்னர் பார்ப்போம். கட்டுரையாளர் குறிப்பிடும் மகாபாரத மொழிபெயர்ப்பே பல நூற்றாண்டுக் கால வரலாறு உடையது. சுமார் 1500 ஆண்டுகளுக்கு முன்னையதான வேள்விக்குடிச் செப்பேட்டில் 'மாபாரதம் தமிழ்ப்படுத்தியும் மதுராபுரிச் சங்கம் வைத்தும்' என்று பாரத மொழிபெயர்ப்பைப் பற்றிய குறிப்பு உள்ளது. கி.பி. 8ஆம் நூற்றாண்டில், மூன்றாம் நந்திவர்மன் காலத்தில் பெருந்தேவனாரின் பாரதம் வெண்பா யாப்பில் பாடப்பட்டது. கி.பி. 1210ஆம் ஆண்டின் கல்வெட் டொன்று அருள்நிலை விசாகன் என்னும் ஒருவர் மகாபார தத்தைத் தமிழில் மொழிபெயர்த்துச் சைவநெறியை நிறு வியதைக் குறிப்பிடுகின்றது. 14ஆம் நூற்றாண்டில் வில்லிப்புத் தூரார் வடமொழி பால பாரதத்தை அடியொற்றி எளிமை யான கவியோட்டமாக, எடுப்பாக இசை நயத்துடன் இணை யற்ற செய்யுள்களில் வடித்துத் தந்துள்ளார். இன்னும் 'செவ்வை சூடுவார் பாரதம்,' டாக்டர் உ.வே.சா. நூல் நிலைய 'மகாபாரத சுருக்கம்' போன்ற பல உள்ளன.

இது ஒரு புறம் இருக்க, தமிழின் பழமையான இலக்கண நூலாகிய தொல்காப்பியத்திலே 'மொழிபெயர்ப்பு' என்ற சொல்லாட்சியும் மொழிபெயர்ப்பு நூல்கள் என்ற பகுப்பும் பேசப்படுகின்றன. தொல்காப்பியம் மரபியலில், தமிழ் நூல்கள் எத்தனை வகையாக உள்ளன என்பதைக் கூற வருகின்ற ஆசிரியர் 652ஆம் சூத்திரத்தில் "தொகுத்தல், விரித்தல், தொகைவிரி, மொழிபெயர்த்து அதர்ப்பட யாத்தலோடு அனைய மரபினவே" என்று குறிப்பிடுகின்றார். உரையாசிரி யராகிய 'பேராசிரியர்' 'மொழிபெயர்த்தென்பது, பிற பாடை யாற் செய்யப்பட்ட பொருளினைத் தமிழ் நூலாகச் செய்வது' என்று விளக்கம் எழுதிச் செல்கின்றார். இவ்வாறு தொடங்கிய ஒரு மரபு தொடர்ந்து வந்த காலங்களில் இலக்கணம், இலக்கியம், சமய சாத்திரங்கள், தர்க்க நூல்கள், புராணங்கள், நாடகங்கள் என்று பரந்து விரிந்து வளர்ந்தது.

தொல்காப்பியர் காலத்திலிருந்து கி.பி. 9ஆம் நூற்றாண்டு வரையிலான காலத்தில் இந்தியத் துணைக் கண்டத்தில் அறியப்பட்ட மொழிகள் என்பன – (எழுத்து வடிவும் இலக்கண, இலக்கிய வளமும் பெற்ற மொழிகள்) 1. ப்ராகிருதம் 2. சமஸ்கிருதம் 3. தமிழ் 4. பாலி மட்டுமே. இன்றுள்ள இந்திய மொழிகள் எவையும் அன்று முழுதாய்த் தோற்றம் பெறவில்லை என்பதும் மேலே குறிப்பிட்ட நான்கு மொழிகளில் தமிழ் மட்டும்தான் மக்களின் பேச்சு வழக்கிலும் இலக்கிய வழக்கிலும் ஒருசேரப் பயின்ற மொழி என்பதும் கவனிக்கத்தக்கது. அன்றைய தமிழகத்தில் வைதிகமும் சாதி முறையும் செல்வாக்குப்பெற இயலாமல், இலக்கண, இலக்கியங்கள் வாயிலாகவும் நீதி நூல்களின் வழியாகவும் தடுத்து வந்த ஜைனமும் பௌத்தமும் மக்கள் மத்தியில் செல்வாக்குடன் திகழ்ந்தன. தமிழ் மொழியில் இன்று வரை புகழ்பெற்று விளங்கும் சிலப்பதிகாரம், மணிமேகலை, பெருங்கதை, நீலகேசி, சூளாமணி, சீவகசிந்தாமணி, யாப்பருங்கலம், யாப்பருங்கலக்காரிகை போன்றவை அவைதிக மதம் சார்ந்தவைதான். இவற்றுள் பெருங்கதை என்ற உதயணன் கதை 'பிருகத் கதா' என்று பிராகிருதத்தில் வழங்கும் 'குணாட்டியர்' என்ற பெரும்புலவர் செய்த நூலின் மொழிபெயர்ப்பு என்று கருதப்படுகின்றது. இந்தப் 'பிருகத் கதை'யிலிருந்து புகழ்பெற்ற கவி காளிதாசன் உள்பட பலர் தங்கள் படைப்புகளுக்கான மூலத்தைப் பெற்றனர் என்பது வரலாறு. ஆனால் பெருங்கதை இன்றும் உள்ள நூல். குணாட்டியரின் 'பிருகத்கதா'காலத்தால் மறைந்துவிட்டது. மேலும் விரிவான விவரங்களை உ.வே.சா. பதிப்பு முன்னுரையில் காணலாம்.

மணிமேகலையும் நீலகேசியும் பௌத்த, ஜைன தத்துவங்களையும் நீதிகளையும் காவியப் படைப்பின் வழியாகப் புகல்வன. இந்த நூல்களில் கூறப்படும் தத்துவக் கருத்துகள் பாலி, பிராகிருதம், சமஸ்கிருதம் என்ற பல மொழிகளிலிருந்தும் மொழிபெயர்க்கப்பட்டுள்ளன. (மொழியாகப் பார்க்கையில் வேறாகத் தோன்றும் இம்மொழி நூல்கள் பலவற்றைப் படைத்தவர்கள் தமிழர்கள் என்பது கவனிக்கப்பட வேண்டியது). இந்த நூல்களில் கூறப்பட்டுள்ள தத்துவக் கருத்துகளின் ஆசிரியர்களில் சிலரைக் குறிப்பிடலாம் (1) கிருதகோடி அதாவது போதாயானர் (2) பூர்வமீமாம்சைக்கு சைமினி, உத்திர மீமாம்சைக்கு வாதராயணர் (3) நியாயபிந்து என்ற நூல் எழுதிய இந்தியாவின் கான்ட் என்று மேற்கு நாட்டு அறிஞர்கள் போற்றும் காஞ்சி புரத்துத் தமிழரான தர்மகீர்த்தி (4) நவகதிர் என்ற நூல் எழுதிய மற்கலிகோசர் (5) சாங்கிய காரிகை எழுதிய ஈஸ்வர கிருஷ்ணர் (6) கபிலர் (7) காணாதர் போன்ற பலர்.

இந்த இடத்தில் இன்னொரு செய்தியைக் குறிப்பிடுவது பொருத்தமாக இருக்கும். பழைய தமிழ் நூல்களின் உரையாசிரியர்களைப் பற்றிப் பெரும்பாலான தமிழர்கள் (ஆய்வாளர்கள் உள்பட) அவர்கள் ஏதோ பழங்காலத்து "கோனார் நோட்ஸ்' போட்டவர்கள் என்ற கருத்து உள்ளது. இது மிகவும் பிழையானது மட்டுமன்று; வெகுளித்தனமானது. சிலப்பதிகாரத்தின் உரையாசிரியர் அடியார்க்கு நல்லார், யாப்பருங்கலத்தின் பெயர் தெரியாத உரையாசிரியர், நீலகேசி உரையாசிரியராகிய சமய திவாகர முனிவர், சிவப்பிரகாசம் என்ற சைவ சாத்திர நூலின் உரையாசிரியரான மதுரை சிவப்பிரகாசர் போன்ற மாபெரும் கல்வியாளர்களைப் பிற்காலத் தமிழ் அறிவுச் சூழல் உருவாக்கவே இல்லை எனலாம். இதனால் இவர்களைப் பற்றிய முறையான புரிதலும் தமிழர்களிடம் உருவாகவில்லை. மணிமேகலையைப் பதிப்பிக்கும் முயற்சியில் உ.வே.சா. அந்த நூலைப் புரிந்துகொள்வதற்கே தமிழ்நாட்டில் வழியில்லாது போனதையும் பின்னர் பலரின் உதவியினாலும் குறிப்பாக மஞூர் ரெங்காச்சாரி என்பவர் உதவியினால் 'ரைட்டேவிட்ஸ்' போன்ற பௌத்தக் கல்வியாளர்களின் ஆங்கில நூல்களைப் படித்த பின்னர் அதில் ஓரளவு தெளிவு ஏற்பட்டதாக மணிமேகலைப் பதிப்பு முன்னுரையில் குறிப்பிடுகின்றார். நீலகேசியின் உரையாசிரியர் தன்காலத்து (10 அல்லது 11ஆம் நூற்றாண்டு) இந்திய மதத் தத்துவ நூல்களில் பெரும்பாலானவற்றைப் படித்துவிட்டுத்தான் உரையெழுதுகிறார் என்பது உரையின் எந்தப் பகுதியைப் பார்த்தாலும் நமக்கு வெளிப்படையாகவே புரிந்துவிடும். தமிழ் நூல் வரலாற்றில் பகவத்கீதையை மேற்கோள் காட்டி எழுதப்பட்ட முதல்பதிவும் கீதையின் கருத்தோட்டங்கள் அபத்தமானவை என்று வாதிட்டு நிறுவும் போக்கும் இந்த உரையில்தான் உள்ளன. புகழ்பெற்ற தர்மகீர்த்தியின் நியாயபிந்து நூலிலிருந்து மேற்கோளும் அவற்றின் மீது விமர்சனமும் உள்ளன. கி.பி. 5ஆம் நூற்றாண்டிற்கு முற்பட்டதாகக் கருதப்படும் ஈஸ்வர கிருஷ்ணரின் சாங்கிய காரிகையின் 22ஆவது காரிகைப்பாடல் மேற்கோள் காட்டப்பட்டு, அதன் பொருத்தமின்மையை உரையாசிரியர் தன் கருத்தோட்டத்தின் வழியாக விளக்கி தர்க்கமிடுகிறார். இந்த நூலுக்கும் மற்ற இது போன்ற நூல்களுக்கும் உள்ள உறவையும் இந்திய மதத் தத்துவஞான கருத்துகள் இந்நூல் கருத்துகளுடன் பொருந்துவது, முரண்படுவது போன்ற பல செய்திகளையும் இந்நூலின் முதல் பதிப்பாசிரியர் பேராசிரியர் சக்கரவர்த்தி நயினார் 300 பக்கம் எழுதியுள்ள (ஒரு தனி நூல் போன்ற) முன்னுரையில் விரிவாக விளக்குகின்றார்.

‘யாப்பருங்கலக்காரிகை’ நூலின் பெரும்பகுதி மொழி பெயர்ப்பு என்பது ‘ஆரியம் என்னும் பாரிரும் பௌத்தத்தைக் காரிகையாக்கித் தமிழ்ப்படுத்திய அருந்தவத்துப் பெருந்தன்மை அமிதசாகரர்’ என நூலின் தொடக்கத்தில் குறிப்பிடப்படு வதிலிருந்து நாம் அறியலாம். இந்நூலில் குறிப்பிடப்படும் இன்னொரு செய்தி நம்மைப் பெரிதும் வியப்பில் ஆழ்த்தும். இந்த நூல் எப்படிப்பட்டது என்பதை விளக்கும் முன்னுரைப் பகுதியில், பாளித்தியம் என்னும் பாகத (பாலி மொழி) இலக்கணம் போலவும் பிங்கலம் என்னும் சந்தோபிசிதம் போலவும் காரிகை யாப்பால் ஆனது. குணகாங்கியம் என்னும் கருநாடக சந்தம் (இந்த நூல் தற்காலத்தில் கன்னட மொழியில் கிடைக்கவில்லை. இதன்பெயர் மட்டும்தான் கன்னட இலக்கிய வரலாற்றாளர்களுக்குத் தெரிகின்றது. நூல் அழிந்து விட்டது) போன்று மகளிரை முன்னிலைப்படுத்திச் சொல்லிச் செல்வது அருமறையகத்து அட்டகவோத்தின் வருக்கக் கோவை போலவும் உரூபாவதாரத்திற்கு நீதகச் சுலோகம் போலவும் நினைவூட்டல் பாடல்களை உடையது. வேதத்திற்கு நிருத்தமும் வியாகரணத்திற்குக் காரிகையும் போல யாப்பருங் கலம் என்னும் யாப்பிற்கு அங்கமாகச் செய்யப்பட்டது யாப்பருங்கலக்காரிகை.

ஒரு தமிழ் யாப்பு நூலை மாணவர்களுக்கு அறிமுகப் படுத்துவதற்காக எழுதப்பட்ட குறிப்பில், பாலி, பிராகிருதம், சமஸ்கிருதம், கன்னடம் போன்ற வேற்றுமொழி நூல்களை உதாரணமாகக் காட்டுவதில் இருந்து அன்றைய தமிழ் மாணவர்கள் இத்தகைய பிறமொழி நூல்களை அறிந்து இருந்தனர் என்பதும் அவைகளின் சில தன்மைகள் யாப்பருங் கலக்காரிகை நூலில் சுட்டப்படுவதைப் புரிந்துகொண்டனர் என்பதும் நமக்குப் புலனாகிறது. ஆனால் இதனை அச்சில் கொண்டு வந்த எவரும் (அண்ணாமலைப் பல்கலைக்கழகத்துப் ‘பாடநூல் பதிப்பு’ உள்பட) இந்தப் பகுதிகளை விளக்கும் ஒரு சிறு குறிப்பையேனும் எழுதவில்லை என்பது தமிழ் வளர்ச்சியின் இன்றைய அவல நிலையைப் புரிந்துகொள்ள உதவும். டாக்டர் உ.வே.சா. நூல் நிலையப் பதிப்பில் சில எளிய குறிப்புகளை எழுதி உள்ளார். அடுத்து, தமிழின் அணியிலக்கண நூலாகிய ‘தண்டியலங்காரம்’ வடமொழி காவ்யதர்சத்தின் மொழிபெயர்ப்பு என்பதும் ‘புத்தமித்திரன் இயற்றிய ‘வீரசோழியம்’ என்ற இலக்கண நூலின் பல பகுதிகள் வடமொழியைத் தழுவி எழுதப்பட்டவை என்பதும் அடுத்துவந்த காலங்களில் எழுந்த ‘குவளையானந்தமும்’ மொழிபெயர்ப்பு என்பதும் தமிழ் உலகம் அறிந்த செய்திதான்.

தமிழ் வரலாற்றில் வெண்பாவில் கவிதை புனைந்து புகழ்பெற்ற 13ஆம் நூற்றாண்டின் புகழேந்திப் புலவரை அறியாதார் இருக்க முடியாது. அவருடைய படைப்பு 'நளவெண்பா'வும் சரி, சென்ற நூற்றாண்டின் நடுப்பகுதி வரை தமிழ் ஆர்வலர்களிடம் புகழ்பெற்றிருந்த அதிவீரபாண்டியனால் எழுதப்பட்ட 'நைடதமும்' சரி மொழிபெயர்ப்பு நூல்கள்தாம். ஹர்ச சக்கரவர்த்தியின் அவைப் புலவர் பட்டபாணரால் எழுதப்பட்ட 'காதம்பரி' நூல் 15ஆம் நூற்றாண்டில் 'ஆதி வராக கவி' என்பவரால் 1232 பாடல்களில் மொழிபெயர்க்கப்பட்டது. வடமொழியில் பெரும் புகழ் பெற்றிருந்த இந்த நூலின் மொழிபெயர்ப்பான 'காதம்பரி' 1912இல் ஸ்ரீரங்கம் வக்கீல் ஜே. கிருஷ்ணையங்கார் அவர்களால் மூலப் பாடல்களுடன் பி.ஆர்.கிருஷ்ணமாச்சாரியர், குருசுப்ரமணிய ஐயர் என்பவர்களைக்கொண்டு 188 பக்க வசனமும் 17 பக்கத்தில் அரும்பத உரையும் எழுதி வெளியிட்டார். ஏதோ காரணத்தால் அவரே அச்சிட்ட அனைத்துப் புத்தகங்களையும் கொளுத்திவிட்டார் என்று செய்தி. அதில் தப்பிப் பிழைத்த ஒரு சில புத்தகங்களில் – தஞ்சை திரு. டி.என். ராமச்சந்திரன் (சேக்கிழார் அடிப்பொடி) அவர்களிடமிருந்த பிரதியைக் கொண்டு, தான் இயக்குநராக இருந்த காலத்தில் பல அரிய நூல்களை அச்சில் கொண்டுவந்த திரு.இராமர் இளங்கோ அவர்களால் உலகத் தமிழ் ஆராய்ச்சி நிறுவனத்தின் வழியாக வெளியிடப்பட்டுள்ளது.

அடுத்து 15ஆம் நூற்றாண்டில் எழுந்த ஜைன நூல் ஸ்ரீபுராணம். இது 9ஆம் நூற்றாண்டு ஜைன நூலான வட மொழி மகாபுராண சங்கிரகத்தின் மொழிபெயர்ப்பு. இந்நூல் சமண சமயம் சார்ந்த தத்துவங்களையும் அச்சமயம் சார்ந்த தீர்த்தங்கரர்களின் வரலாறு பற்றிக் கூறுவது. இதில் இராமாயண, பாரத, பாகவதக் கதைகள் பல வேறுபாடுகளுடன் சொல்லப்பட்டுள்ளன. புராணக்கதைகளில் சிபி, பரசுராமன், மகாபலி முதலியோர் வரலாறுகள் உள்ளன. இந்நூலைச் சென்னைப் பல்கலைக்கழகம் 1943இல் வேங்கடராம செட்டியாரை வைத்துச் செம்மையாகப் பதிப்பித்துள்ளது.

தமிழில் 13ஆம் நூற்றாண்டிலிருந்தே ஏராளமான வேதாந்த நூல்கள் தோன்ற ஆரம்பித்தன. இது 19ஆம் நூற்றாண்டு வரையில் தொடர்ந்தது. ஸ்ரீபட்டனார் என்பவரால் 'பகவத்கீதை' பரமார்த்த தரிசனம் (எல்லாவற்றுக்கும் மேலான காட்சி) மொழிபெயர்க்கப்பட்டுள்ளது. இதன் ஏட்டுச்சுவடிகளில் பகவத்கீதை என்றே எழுதப்பட்டுள்ளதாக மு. அருணாசலம் கூறுகின்றார். விருத்தப்பாக்களால் எழுதப்பட்ட இந்நூலுக்கு உரையும் உள்ளது. கர்ம காண்டம்,

உபான காண்டம், ஞான காண்டம் என்று பிரிக்கப்பட்டு 500 பாடல்களுக்கு மேல் உள்ளது. மலையாள மொழியில் 16ஆம் நூற்றாண்டுக்குப் பின்னர் எழுந்த பகவத்கீதை இந்த நூலின் மொழிபெயர்ப்பு என்று தெ.பொ.மீ. தக்க சான்று களுடன் நிறுவியுள்ளார்.

அத்வைதம் தமிழில் பரவிய வரலாற்றைப்பற்றித் தெ.பொ.மீ. யின் 'தமிழ் நூல்களில் அத்வைதம்' என்ற கட்டுரை நூல் சுவையான பல அரிய தகவல்களையும் அத்வைதக் கருத்துகளுக்காக மொழிபெயர்க்கப்பட்ட பல தமிழ் நூல்களை யும் தருகின்றது. அவருடைய கட்டுரையின் சுருக்கப்பட்ட பகுதி வருமாறு: 'அப்பைய தீட்சிதரது சித்தாந்த லேச சங்கிரகம்' நூல் சமஸ்கிருதம் தவிர 'நாட்டுமொழி'களில் அத்வைதக் கருத்துகளை எழுதக்கூடாது என்று பேசுகிறது. இப்படி இந்நூல் பேசுவதன் காரணம் சமஸ்கிருதம் தவிர்த்த மொழிகளில் இந்த நூல்கள் வந்தால் சமஸ்கிருத நூல்களின் செல்வாக்குக் குறையும் என்ற அச்சம்தான். இதை மீறி பிற்காலத்தில் தமிழில் ஏராளமான நூல்கள் வந்ததால் அவற்றை இழிவுபடுத்த 'சூத்திர வேதாந்தம்' என்று அழைத் தனர். இதனால்தான் ஸ்ரீபட்டரின் தமிழ் பகவத்கீதை ஓரங் கட்டப்பட்டது. ஆனால் இச்செயல்கள் எல்லாம் இக்கருத்து கள் தமிழில் பெருகி வந்ததைத் தடுக்க முடியவில்லை.

வடமொழியில் வழங்கும் சூதசங்கிதையிலுள்ள 'ஈஸ்வர கீதை'யை அழகிய தமிழில் தத்துவராயர் மொழிபெயர்த்தார். பரணி இலக்கிய வகையில் வேதாந்தக் கருத்துகள் 'அஞ்ஞ வதைப்பரணி', 'மோகவதைப்பரணி' எனப் பாடப்பட்டுள்ளன. 20ஆம் நூற்றாண்டின் முற்பகுதியில் தமிழில் வேதாந்தம் பயில விரும்பும் மாணவர்கள் முதலில் படிக்கும் நூலாக இருந்த 'சசிவன்னபோதம்' என்ற நூல் மோகவதைப் பரணி யில் உள்ள ஒரு பகுதிதான். இதற்கும் மேலாக இக்கருத்துகள் நாடோடிப் பாடல்களாகத் 'தச்சன்பாட்டு', 'வண்ணான் பாட்டு,' 'பள்ளிபாட்டு' என்ற பெயர்களிலும் 'மெய்ஞ்ஞானக் கும்மி', 'ஞானக் குறவஞ்சி' போன்ற நூல்களாக 19ஆம் நூற்றாண்டு வரை எழுந்து மக்கள் மனதைக் கவர்ந்து வந்தன.

தமிழில் வழங்கும் அத்வைத நூல்களில் தலைசிறந்தது 'கைவல்லிய நவநீதம்.' இதன் தெளிவும் இனிமையும் சுவையும் வேறெங்கும் நாம் காணாதவை. இதனை இயற்றியவர் தாண்ட வராயர். இது தமிழ்நாடு, மலையாள நாடு முதலியவற்றில் எங்கும் வழங்குவது. தெலுங்கு நாட்டிலும் இதன் மொழி பெயர்ப்பு மக்கள் மனதைக் கவர்ந்தது. 'பிரபோத சந்ரோதயம்' என்ற நூல் நாடக வடிவில் அத்வைதக் கருத்துகளைத் தருவது. வடமொழி பிரபோத சந்ரோதயத்தின் தழுவல்

இது. 19, 20ஆம் நூற்றாண்டுகளில் பலமுறை அச்சான நூல் இது. அத்வைதம் மட்டுமல்லாது மற்ற இந்திய மதத் தத்துவ ஞானக் கருத்துகளுடன் அத்வைதத்தை மோதவிட்டு வெற்றி கொள்வது போன்று படைக்கப்பட்டது. கருத்துகளைப் பாத்திரங்களாகப் படைத்துக்காட்டும் தன்மை கொண்டது.

பதினேழாம் நூற்றாண்டில் வாழ்ந்த பெருங்கவிஞர் சிவப்பிரகாச சுவாமிகள் கன்னடமொழியில் நிஜகுண முனிவர் எழுதிய 'வேதாந்த சூளாமணியை'த் தமிழில் மொழி பெயர்த்தார். சென்ற நூற்றாண்டுகளில் வேதாந்தம் பயின் றவர்கள் மிக விரும்பிய நூல்களில் இது முதன்மையானது. வீர சைவ தத்துவம் பேசும் 'பிரபுலிங்கலீலை'யும் இவரால் கன்னடத்திலிருந்து மொழிபெயர்க்கப்பட்டதுதான். இந்தியி லிருந்து தஞ்சை குப்புசாமி ராஜூ என்பவர் பல வேதாந்த நூல்களைத் தமிழில் தந்துள்ளார். 'ரிபுகீதை' என்ற நூல் நடராசன் என்பவரால் 19ஆம் நூற்றாண்டிற்கு முன்னர் எழுதப்பட்டது. இது புகழ் பெற்ற பல உபநிடத நூல்களின் கருத்துகளைத் தழுவி மொழியாக்கப்பட்டது,

இவை தவிர தர்க்க நூல்கள் பல, தமிழில் மொழி பெயர்க்கப்பட்டுள்ளன. 'தர்க்கபரிபாஷை' என்ற நூலைத் தமிழில் சிவப்பிரகாச சுவாமிகள் மொழிபெயர்த்தார். 'தர்க்க சங்கிரகம்' என்ற நூலை யாழ்ப்பாணம் சார்ந்த சுன்னாகம் முருகேச பண்டிதர் 'பதார்த்த தீபிகை' என்று மொழிபெயர்த் தார். 'தர்க்க சங்கிரகத்திற்கு' அன்னம் பட்டீயம் என்று எழுதப்பட்ட உரையைச் சிவஞான முனிவர் மொழிபெயர்த்தார்.

தமிழ்மொழியில் வரலாற்றுக் காலந்தொட்டு வந்த மொழி பெயர்ப்பு நூல்களை முறையாகத் தொகுத்து ஆராய்ந்தால், அது சில ஆயிரம் பக்கங்களாவது விரிவடையும். இந்தக் கட்டுரையில் 19ஆம் நூற்றாண்டுக்கு முன் வரையில் வந்த – என் நினைவில் பதிந்த சில நூல்களைப் பற்றி ஒரு பருந்துப் பார்வையாகத்தான் எழுதி உள்ளேன். 19, 20ஆம் நூற் றாண்டுகளில் இந்திய மொழிகள் தவிர ஜெர்மன், பிரெஞ்சு, ஆங்கிலம் என்று பல மொழிகளிலிருந்து நாடகங்கள், இலக்கியங்கள், வரலாற்று நூல்கள், அறிவியல் நூல்கள் என்று பலவகை நூல்கள் வந்துள்ளன. இவற்றில் பல, இன்றைய தமிழகம் அறியாதது. இவை பற்றிய ஒரு சிறு குறிப்பாக, சென்ற 'கவிதாசரண்' இதழில் 'அச்சில் வந்தும் அறியப்படாத தமிழ் நூல்கள்' என்று ஒரு கட்டுரை எழுதி உள்ளேன். இவை போன்ற நூல்களில் பல நூல்கள் 'பிரிட்டிஷ் மியூசியம்' நூலகத்தில் உள்ளன. இவை தவிர மராட்டி யிலிருந்தும் குஜராத்தி, தெலுங்கு போன்ற மொழிகளிலிருந்தும் சுமார் 300 ஆண்டுகளுக்கு முன்பே மொழி பெயர்க்கப்பட்ட

பல நூல்களைப் பற்றிய தகவல்கள் 'தஞ்சாவூர் சரஸ்வதி மகால்' நூலகத்தில் உள்ளன. இவற்றில் சில நூல்கள் அச்சாகி உள்ளன. பல மொழிபெயர்ப்பு நூல்கள் ஏட்டுச் சுவடிகளாகவும் காகிதச் சுவடிகளாகவும் உள்ளன.

சம காலத்தில் எழுதவரும் பல எழுத்தாளர்கள் இவைகளைப் பற்றி அறிந்துகொள்வது தமிழை அறிய உதவும். நவீனம் என்ற பெயரால் நவீனத்தையும் சரியாக அறியாமல், சென்றதையும் அறியாமல் பேசி, எழுத முயல்வது நியாயமா? இத்தகைய பொருளில் எழுதத் துணை புரிய தமிழ் வரலாற்றில் உள்ள மிகச் சிலரில் முக்கியமான அறிஞர்களான, தெ.பொ.மீ., பேராசிரியர் மு. அருணாசலம் போன்றவர்களுக்கு என்னுடைய பணிவான நன்றியும் வணக்கமும் என்றும் உண்டு.

'கவிதாசரண்', ஜூலை – ஆகஸ்ட் 2003

மொழிபெயர்ப்புக் குளறுபடிகள்

இந்தியாவில் வழங்கும் மொழிகளில் மிகப் பழமை யான வரலாறு கொண்ட மொழிகள் சில உண்டு. அவை தமிழ், சமஸ்கிருதம், பிராகிருதம், பாலி ஆகியவை யாகும். பழமையான காலத்திலேயே இலக்கிய, இலக் கண வளம் பெற்ற மொழி தமிழ். தமிழில் தொன்மை யான இலக்கணமான தொல்காப்பியம் 2000 ஆண்டு களுக்கு முற்பட்டது. அதில் நூல்களின் தன்மை பற்றிக் கூறும் ஒரு நூற்பா (649, 650, 651 – அண்ணாமலைப் பல்கலை, டாக்டர் கு. சுந்தரமூர்த்தி) உள்ளது. அதில் முதல் நூல், வழி நூல் என்று இரண்டு வகைகள் குறிப்பிடப்படுகின்றன. வழி நூலில் நான்கு பிரிவுகள் சொல்லப்படுகின்றன. அதில் ஒன்று மொழிபெயர்ப்பு. மிகப் பழங்காலத்திலேயே மொழிபெயர்ப்பு நூல்கள் என்ற ஒரு வகை நூல்கள் தமிழ் நூல் வரிசையில் இடம்பெற்றிருப்பது வியப்புக்குரியது போன்று தோற்ற மளித்தாலும் யாப்பருங்கலம், யாப்பருங்கலக்காரிகை போன்ற நூல்களில் வரும் செய்திகளும் 'மாபாரதம் தமிழ்ப்படுத்தியும்' போன்ற செப்பேட்டுத் தொடர்களும் பெருங்கதை போன்ற நூல்களின் வரலாறுகளும் இந்தியாவில் இன்று வழங்கும் பல மொழிகள் பிறப் பதற்கு முன் காலத்திலேயே தமிழ்மொழியில் மொழி பெயர்ப்பு நூல்கள் ஒரு முக்கியமான இடத்தைப் பிடித்துக் கொண்டதைத் தெளிவாகக் காட்டுகின்றன. குறிப்பாகச் சொன்னால் யாப்பருங்கலக்காரிகை நூலில் தொடக்கத்திலேயே குறிப்பிடப்படுகின்ற 'பாளித்தியம்', 'பிங்கலம்', 'குணகாங்கியம்', 'உருபாவதாரம்' என்று சொல்லப்படும் நூல்கள் தொடக்க நிலையில் தமிழ்

'யாப்பு' பயிலும் இளம் மாணவர்களுக்குக்கூட பிறமொழி நூல்கள் அறிமுகப்படுத்தப்பட்டன என்பதும் அத்தகைய நூல்களை அந்த மாணவர்கள் புரிந்துகொண்டனர் என்பதை யும் புலப்படுத்துகின்றன.

கி.பி 1000க்கும் கி.பி 1900க்கும் இடைப்பட்ட ஒன்பது நூற்றாண்டுகளில் சமஸ்கிருதம், மராட்டி, கன்னடம், தெலுங்கு போன்ற இந்திய மொழிகளிலிருந்தும் ஆங்கிலம், பிரெஞ்சு போன்ற ஐரோப்பிய மொழிகளிலிருந்தும் நூற்றுக்கணக்கான நூல்கள் தமிழுக்கு வந்துள்ளன. இருபதாம் நூற்றாண்டில் நவீன உலகத்துப் படைப்புகள் உலகின் பல மொழிகளிலிருந் தும் ஆயிரக்கணக்கில் தமிழில் வெளிவந்துள்ளன. அதே போன்று சங்க இலக்கியங்கள், திருக்குறள், நாலடியார் போன்ற பழந்தமிழ் நூல்கள், பாரதி கவிதைகள், நவீன உரைநடையில் எழுதப்பட்ட பல படைப்பாளிகளின் சிறுகதை கள், நாவல்கள் போன்ற தமிழ் நூல்களும் ஆங்கிலம் போன்ற பிறமொழிகளில் மொழிபெயர்க்கப்பட்டுள்ளன.

மொழிபெயர்ப்பு நூல்களைப் பற்றிக் கருதும்போது இரண்டு முக்கியமான பிரச்சினைகளைக் கருத்தில் கொள்ள வேண்டியதாக இருக்கிறது. ஒன்று, பிறமொழியிலிருந்து தமிழ் மொழிக்கும் தமிழிலிருந்து பிறமொழிக்கும் மொழிபெயர்க்கும் ஆசிரியருக்கு ஏற்படும் சிக்கல்கள். இதனைத் தொழில் நுட்பச் சிக்கல் என்றழைக்கலாம். இரண்டு, அந்த நூலை வாங்கிப் படிக்கின்ற வாசகர்களுக்கு ஏற்படும் பிரச்சினை. இந்தப் பிரச்சினை இரண்டு பகுதிகள் உடையது. ஒன்று, ஒரு குறிப்பிட்ட மொழிபெயர்ப்பு நூலின் தகவல்கள் சம்பந்தப் பட்டது. மற்றது, நீண்ட காலத்திற்கு முன்னர் சரியான தகவல்களுடன் வந்த நூல் மறுபதிப்பு செய்யப்படும் போது அந்தப் பதிப்பாளர்களால் உண்டாக்கப்படும் குளறுபடிகளை உள்ளடக்கியது. இதனை நம்பகத்தன்மை பற்றிய பிரச்சினை என்று சொல்லலாம். முதலாவது பிரச்சினை பற்றிக் கருத்தரங் கில் பலரும் பேசியிருப்பார்கள். நான் பேசப்போவது இரண்டாவது பிரச்சினை பற்றியது. இந்தப் பிரச்சினையைத் தமிழில் இருந்து ஆங்கிலத்தில் மொழிபெயர்க்கப்பட்ட திருக்குறள், நாலடியார் போன்ற நூல்களைக் கொண்டும் ஆங்கிலத்தில் இருந்து தமிழில் மொழிபெயர்க்கப்பட்ட கால்டுவெல் அவர்களின் 'திராவிட மொழிகளின் ஒப்பிலக் கணம்' என்ற நூலைக் கொண்டும் சமஸ்கிருதத்தில் இருந்து தமிழில் மொழிபெயர்க்கப்பட்ட 'தொனி விளக்கு' என்ற நூலைக் கொண்டும் விளக்க முயற்சிக்கிறேன்.

19ஆம் நூற்றாண்டில் ஐரோப்பிய பாதிரிமார்களால் தமிழ் நூல்களில் பல ஆங்கிலத்தில் மொழிபெயர்க்கப்பட்டன. அந்த நூல்களின் பொதுவான அமைப்பு என்பது 1. முன்னுரை 2. மொழிபெயர்ப்புப் பகுதி 3. குறிப்புகள் 4. பொருளகராதி 5. சொல்லகராதி 6. பின்னிணைப்புகள் என்ற வடிவத்தில் இருக்கும். துரூவின் 'திருக்குறள் பரிமேலழகர் உரை'யும் 'குறள்' ஆங்கில மொழிபெயர்ப்பும் சார்லஸ் கிராலின் 'கைவல்லிய நவநீதம்', போப் ஐயரின் திருக்குறள் மொழி பெயர்ப்பு, நாலடியார் மொழிபெயர்ப்பு போன்ற நூல்கள் மேற்குறிப்பிட்ட அமைப்பு முறையைக் கொண்டுள்ளன.

இதில் முன்னுரைப் பகுதியில் குறிப்பிட்ட நூல் தமிழிலக் கியத்தில் எந்த வகையைச் சார்ந்தது, அதன் ஆசிரியர், அவருடைய வாழ்க்கை வரலாற்றுக் குறிப்புகள், அந்த நூலுக் கும் மற்ற தமிழ் நூல்களுக்கும் உள்ள ஒற்றுமை வேற்றுமைகள், அந்த ஆசிரியர் இந்த நூலை ஏன் மொழிபெயர்த்தார் என்பதற்கான விளக்கங்கள், இந்த நூலை மொழிபெயர்ப் பதற்கு அந்த ஆசிரியர் தேர்ந்தெடுத்துக்கொண்ட அச்சுப் பிரதிகள், ஓலைச் சுவடிகள் பற்றிய விளக்கங்கள் போன்றவற் றுடன் பிறமொழி மாணவர்கள் இந்த நூலைப் பயில்வதனால் பெறும் பயன்கள் போன்ற குறிப்புகள் அடங்கியிருக்கும்.

மொழிபெயர்ப்புப் பகுதியில் பெரும்பான்மையான தமிழ் நூல்களில் முதலில் இடம்பெறும் கடவுள் வாழ்த்துப் பற்றிய குறிப்பு (தான் வணங்கும் கடவுள் அல்லது அந்நூலுக்கு ஏற்புடைக் கடவுள்) விவரங்கள், அதிகாரம் என்ற சொல் பற்றிய விளக்கம் போன்ற செய்திகளையடுத்து எடுத்துக் கொண்ட பாடலின் மொழிபெயர்ப்பு இடம்பெறும். அதனை யடுத்து குறிப்பிட்ட தமிழ்ப் பாடலிலுள்ள சொற்களுக்குச் சமமாக மொழிபெயர்க்கப்பட்ட ஆங்கிலச் சொற்களின் பொருள் பொருத்தப்பாடு பற்றிய விளக்கங்களும் குறிப்பிட்ட தமிழ்ச் சொல்லுக்கு நேர் இணையான ஆங்கிலச் சொல் இல்லை என்று கருதுகிற நிலை ஏற்படின், அந்தச் சொல் எந்தளவுக்குக் குறிப்பிட்ட தமிழ்ச் சொல்லை விளக்குகிறது என்பதற்கு மேலே அத்தமிழ்ச் சொல்லை முழுமையாகப் புரிந்துகொள்வதற்கு மேலும் சில விளக்கங்களும் கொடுக்கப் படும். பின்னர் குறள், நாலடியார் பாடல்களின் யாப்பு அமைப்பு விளக்கப்படும். அத்துடன் அந்தப் பாடலுக்கு இணையாக மற்ற தமிழ் நூல்களிலுள்ள பாடல் பகுதிகள் குறிப்பிடப்படும். இறுதியாக இந்த ஆசிரியர் கருதுகின்ற ஆங்கிலம் மற்றும் பிற மொழிகளிலுள்ள ஒப்பீட்டுப் பகுதிகள் சுட்டிக்காட்டப்படும்.

'நோட்ஸ்' என்பது குறிப்பிட்ட பாடலின் அடிக்குறிப்பாக வருவது. போப் அவர்களின் திருக்குறள் மொழிபெயர்ப்பின் அடிக்குறிப்பில் எல்லிஸ், பெஸ்கி, கிரால் போன்றவர்கள் மொழிபெயர்த்த பாடல்களைப் பல இடங்களில் ஒப்பீடாகத் தருகிறார். பகவன், இறைவன் போன்ற சொற்கள் *Deity*, *God* போன்ற சொற்களால் மொழிபெயர்க்கப்படுவதில் உள்ள இடர்ப்பாடுகளுக்கு விளக்கம் தருவது போன்ற பகுதிகள் உள்ளன. பெரும்பாலான மொழிபெயர்ப்பு ஆசிரியர்கள் இதுபோன்ற விளக்கங்களைத் தருகின்றார்கள்.

சொல்லகராதி, பொருளகராதி என்ற பகுதிகள் '*LEXICON AND CONCORDANCE*' என்ற தலைப்பில் தரப்படுகின்றது. போப்பினுடைய 'திருக்குறள்' மொழிபெயர்ப்பில் நாலடியார் நூலுக்கும் சேர்த்து இதனைத் தருகிறார். இப்பகுதியில் ஒரு சொல்லுக்கான பொருள் அந்தச் சொல் மற்ற பாடல்களில் வழங்கியிருந்தால் அந்தப் பாடல்களின் எண்கள் குறிக்கப்படு கின்றன. சில சொற்களுக்கு இன்னும் விரிவான விளக்கங்கள் உள்ளன. எடுத்துக்காட்டாக 'அகல்' என்ற சொல்லைப் பற்றி விளக்குகையில் 'அகல் விசும்பு' என்பது வினைத்தொகை என்றும் 'அகறல்' என்பது வினைப்பெயர் என்றும் அதன் எதிர்ப்பதம் அணுகாது என்றும் கொடுக்கப்பட்டு இந்தச் சொற்கள் பயின்றுவரும் பாடல் எண்களும் குறிக்கப்படுகின் றன. மற்ற தமிழ் நூல்களில் இந்தச் சொல் பயின்று வரும் இடங்களும் சுட்டிக்காட்டப்படுகின்றன.

இறுதிப் பகுதியாக இன்டெக்ஸ் (*Index*) என்று அழைக்கப் படுகின்ற சொல்லடைவுப் பகுதி இடம்பெறும். கிரால் மொழிபெயர்த்த 'கைவல்லிய நவநீதம்' நூலில் 200 பக்கங் களுக்கு மேல் தமிழ் இலக்கண அமைப்பை மற்ற மொழியின ருக்கு விளக்கும் பகுதி உள்ளது.

எடுத்துக்காட்டாக, போப் மொழிபெயர்த்த நாலடியார் நூல் 450 பக்கங்கள் உடையதென்றால், பாடலும் மொழி பெயர்ப்பும் உள்ள பகுதிகள் 200 பக்கங்கள்தான் இருக்கும். மேற்கொண்டு குறிப்பிடப்படும் செய்திகள் 250 பக்கங்கள் இருக்கும் என்பது குறிப்பிடத்தக்கது.

இன்று நம் அனைவருக்கும் கிடைக்கின்ற 'போப்' பின் 'திருக்குறள்' மொழிபெயர்ப்பு, நாலடியார் மொழிபெயர்ப்பு, துரூவின் திருக்குறள் மொழிபெயர்ப்பு ஆகியவை சைவ சித்தாந்த நூற்பதிப்புக் கழக வெளியீடாகவும் ஆசிரியர் நூற்பதிப்புக் கழக வெளியீடாகவும்தான் கிடைக்கின்றன. இந்த நூல்களில் பாடலுக்கான மொழிபெயர்ப்புப் பகுதி

தவிர பிற விளக்கப் பகுதிகள் இடம்பெறவில்லை. 'ஏசியன் எஜூகேசனல் சர்வீஸ்' வெளியிட்டுள்ள போப்பின் திருக் குறளையும் நாலடியாரையும் நான் பார்க்காதிருந்திருந்தால் சைவ சித்தாந்த நூற்பதிப்புக் கழகம் வெளியிட்டுள்ள நூலைத் தான் போப்பின் மொழிபெயர்ப்பு என்று கருதியிருப்பேன். துரூ மொழிபெயர்த்த திருக்குறள் 1850க்குப் பிறகு அச்சிடப் படவேயில்லை. ஆகவே அந்த நூல் அமைப்பு என்பது 19, 20ஆம் நூற்றாண்டுத் தமிழர்களுக்குத் தெரியாமலேயே போய்விட்டது.

இருபதாம் நூற்றாண்டுத் தமிழ்நாட்டு வரலாற்றைப் புரட்டிப்போட்டு மாற்றியமைத்ததில் கால்டுவெல்லுக்கும் அவர் இயற்றிய 'திராவிட மொழிகளின் ஒப்பிலக்கணம்' நூலுக்கும் பெரும் பங்குண்டு. ஆனால் அத்தகைய நூலின் மூலப் பிரதி முறையாக வெளிவரவில்லை. ஆங்கிலத்தில் வெளிவந்த நூலின் மொழிபெயர்ப்பாகச் சொல்லப்பட்ட கா. கோவிந்தன் அவர்களின் நூலும் முறையான மொழி பெயர்ப்பாக இல்லை.

1856இல் முதன் முதலாக வெளியிடப்பட்டது கால்டு வெல்லின் ஒப்பிலக்கணம். அதனுடைய இரண்டாம் பதிப்பு 1875இல் ஆசிரியர் அவர்களாலே வெளியிடப்படுகின்றது. இந்த இரண்டாம் பதிப்பு முதற் பதிப்பிலிருந்து வேறுபட்டு ஒரு புதிய நூலாகவே எழுதப்பட்டதாகக் கால்டுவெல் அதன் முன்னுரையில் குறிப்பிடுகிறார். 1915இல் ஜே.எல். வாட் (J.L. WYATT), டி. இராமகிருஷ்ண பிள்ளை ஆகியவர்களால் மூன்றாம் பதிப்பு வெளியிடப்படுகின்றது. இந்த நூல் முன்னுரையில் இரண்டாம் பதிப்பின் சில பகுதிகளை நீக்கியும் குறிப்பாகத் 'திராவிட மொழி இலக்கிய வரலாறு' என்ற தலைப்பில் உள்ள அதிகாரம் முழுமையாக நீக்கப் பட்டுவிட்டதாகவும் காலத்திற்குப் பொருத்தமில்லாத பல பகுதிகள் நீக்கப்பட்டுப் புதிதாகச் சில அட்டவணைகள் சேர்க்கப்பட்டுள்ளதாகவும் குறிப்பிடப்பட்டுள்ளது. இன்று நமக்கு அந்த நீக்கப்பட்ட பகுதிகளும் தெரியாது; சேர்க்கப் பட்ட பகுதிகளும் தெரியாது. ஒன்றைத் தெளிவாகச் சொல்ல லாம்; கால்டுவெல் எழுதிய மூல நூல் முழுமையாக எப்படி யிருந்தது என்று இன்றைய தமிழ் உலகத்திற்குத் தெரியாது.

1915இல் வெளிவந்த கால்டுவெல் ஒப்பிலக்கணத்தின் ஆங்கிலப் பிரதியை அடிப்படையாக வைத்துப் புலவர் கா. கோவிந்தன், பேராசிரியர் க. ரத்னம் ஆகிய இருவரால் தமிழில் மொழிபெயர்க்கப்பட்டு 1959இல் முதல் பதிப்பும் 1977இல் இரண்டாம் பதிப்பும் வந்துள்ளது. இப்பொழுது

மூன்றாம் பதிப்பு வந்ததாகவும் தெரிகிறது. 'குறள் நிலையம்' என்ற சென்னையைச் சேர்ந்த ஒரு பதிப்பகம் இந்நூலை வெளியிட்டுள்ளது. கால்டுவெல்லின் மூல நூலை 1, 2, 3, 4 பகுதிகளில் முழுமையும் வெளியிட்டுள்ளதாக முகப்புப் பக்கத்திலேயே குறிப்பு உள்ளது. கா. கோவிந்தன் தனது முன்னுரையில் இனிய தமிழில் முழுமையாக வெளியிட்டுள்ள தாகக் கூறுகிறார். இரண்டு தலைமுறைக் காலமாகத் தமிழுலக மும் அதனை ஏற்றுக்கொண்டுள்ளது.

ஆனால் 1915ஆம் ஆண்டுப் பதிப்பிலுள்ள பதிப்பாசிரியர் முன்னுரை, அதே நூலிலுள்ள கால்டுவெல் அவர்களால் எழுதப்பட்ட இரண்டாம் பதிப்புக்கான முன்னுரை, பொரு ளடக்கம், மேற்கோள் நூல்கள் ஆகியவை அடங்கிய முற்பகுதி யில் நாற்பது பக்கங்கள் மொழிபெயர்ப்பு நூலில் இல்லை. மூலப் பிரதி மொழிபெயர்ப்பில் முதலாவதாகத் தொடங்கும் அறிமுகம் பகுதி ஆங்கிலத்தில் எட்டுப் பத்திகள் உள்ளது. தமிழ்ப் பகுதியில் சில பத்திகளில் சில வரிகள் விடுபட்டும் சில பத்திகளில் பாதிப் பகுதி விடுபட்டும் மீதிப் பகுதிகள்தான் மொழிபெயர்க்கப்பட்டுள்ளன. நூலின் பெரும்பகுதி இதேபோல்தான் மொழிபெயர்க்கப்பட்டுள்ளது. நூலில் ஆங்காங்குள்ள அட்டவணைப் பகுதிகளில் பல, தமிழ் மொழிபெயர்ப்பில் இல்லை. குறிப்பாக நூலின் இறுதிப் பத்திக்கு முன்னால் உள்ள இரண்டு அட்டவணைகள், அதற்கான குறிப்புகள் தமிழ் நூலில் இல்லை. ஆங்கில நூலின் பின்னிணைப்பாகச் சுமார் 21 பக்கங்களிலுள்ள விளக்கக் குறிப்புகளும் சொல்லடைவுப் பகுதிகளும் தமிழ் நூலில் இல்லை.

கால்டுவெல்லின் நூலை அடிப்படையாகக் கொண்டு தயாரிக்கப்பட்ட ஒரு குறிப்பு விளக்கம்தான் புலவர் கா. கோவிந்தன் மொழிபெயர்த்ததாகச் சொல்லும் நூல். கால்டுவெல்லின் 'திராவிட மொழிகளின் ஒப்பிலக்கணம்' என்பது தமிழில் முழுமையாக வெளிவரவில்லை. இன் னொன்று ஆங்கில நூலை மொழிபெயர்த்ததாக நம்மிடமுள்ள இந்த நூல் மூல நூலின் கருத்துகளை எந்த அளவுக்குச் சரியாகக் கொடுத்துள்ளது என்பதைக் கூறுவதற்கான ஆங்கில மொழிப் புலமை எனக்கு இல்லாததால் அந்தப் பணியை அத்தகைய தகுதியுள்ள ஒருவர்தான் செய்ய வேண்டும்.

வடமொழியில் ஆனந்தவர்த்தனர் எழுதியுள்ள 'தொனியா லோகா' என்னும் நூல் 'தொனி விளக்கு' என்ற பெயரில் கரிச்சான் குஞ்சு அவர்களால் மொழிபெயர்க்கப்பட்டதாக, சந்தியா பதிப்பக வெளியீடாக வந்துள்ளது. 9ஆம் நூற்றாண்டு

வாக்கில் காஷ்மீரத்தைச் சேர்ந்த ஆனந்த வர்த்தனர் எழுதியது இந்நூல். தமிழ் நூலான தண்டியலங்காரம்கூட இந்தக் காலகட்டத்தை ஒட்டியதுதான். இதுபோன்ற பழமையான ஒரு நூல் தமிழில் வரும்போது ஆய்வாளர்கள் எதிர்பார்க்கும் எந்தக் குறிப்பும் இன்றி மொட்டையாக வெளிவந்துள்ளது. 9ஆம் நூற்றாண்டைச் சேர்ந்த ஒரு நூல் அதிலும் சமஸ்கிருத வரலாற்றில் சிறப்பிடம் பெற்ற ஒரு நூல், ஓலைச் சுவடி யிலிருந்து எப்பொழுது அச்சுருவம் பெற்றது, மூல நூலின் அச்சுப் பதிப்பு என்பது ஒருவர் செய்ததா? பலர் செய்ததா? ஏட்டுச் சுவடிகள் பலவற்றைக் கொண்டு ஒப்புநோக்கி வெளியிடப்பட்டதா? அல்லது தொல்காப்பியப் பொரு ளதிகாரம் இளம்பூரணர் உரை ஒரே ஒரு சுவடி கிடைத்து ஒப்பிடுவதற்கு வேறு சுவடிகள் இல்லாமையால் கிடைத்த சுவடியைக் கொண்டு தேசபக்தர் வ.உ.சிதம்பரம்பிள்ளை வெளியிட்ட தொல்காப்பியம் போன்றதா? அல்லது பேரா சிரியர் மாக்ஸ் முல்லர் போன்றவர்களால் ஆங்கிலத்தில் வெளியிடப்பட்ட சமஸ்கிருத நூல்களிலிருந்து தமிழாக்கம் செய்யப்பட்டதா? அல்லது கரிச்சான் குஞ்சுவே எழுதிய நூலை ஆனந்தவர்த்தனர் என்ற பெயரில் வெளியிட்டுள்ளார் களா? போன்ற பல கேள்விகளுக்கு விடையில்லை. கி.அ. சச்சி தானந்தத்தால் எழுதப்பட்ட 'தொனிக் கோட்பாடு' பற்றிய ஒரு கட்டுரை நூலின் முகப்பில் உள்ளது. அதிலும்கூட கி.அ. சச்சிதானந்தத்தின் சில கருத்துகளைத் தவிர இந்த நூலின் மொழிபெயர்ப்புத் தன்மை பற்றி எவ்விதக் குறிப்பும் இல்லை.

தமிழில் வந்துள்ள மொழிபெயர்ப்புகள் ஆயிரக்கணக்கில் உள்ளன. தமிழிலிருந்து பிற மொழிகளில் மொழிபெயர்க்கப் பட்ட நூல்களும் பல. ஆனால் தமிழில் மொழிபெயர்ப்பு வரலாறு பற்றிச் சிந்திப்பவர்களுக்கு இன்று அச்சிலுள்ள பல நூல்கள் எந்த வகையிலும் பயன்படுத்திக்கொள்ள இயலாத நிலையில் உள்ளன. எடுத்துக்காட்டாக, 'திராவிட மொழிகளின் ஒப்பிலக்கணம்' என்னும் நூலில் முதற்பதிப்பின் பகுதிகளில் சிலவற்றை 'ஜான் மொர்டாக்' எழுதிய 'தமிழ் அச்சு நூல்கள் – சில குறிப்புகள்' என்ற நூலில் நாம் பார்க்க முடியும். இந்த நூல் கால்டுவெல்லின் முதற்பதிப்பை அடுத்து 9 ஆண்டுகளில் அதாவது 1865இல் வெளிவந்துள்ளது. இது கால்டுவெல்லின் இரண்டாம் பதிப்பு வருவதற்குப் பத்தாண்டு கள் முன்பே வெளிவந்தது. கால்டுவெல் நூலின் இன்றுள்ள அச்சுப் புத்தகத்துடன் மொர்டாக்கின் நூலிலுள்ள பகுதிகளை ஒப்பிடும்போது, ஒப்பிடப்படும் பகுதிகள் எல்லாமே விரிவாக்கப் பட்டும் சில பகுதிகள் மாற்றப்பட்டும் உள்ளது தெரிகின்றது.

கூடுதலாகக் கால்டுவெல் அவர்களின் 1856 முதல் பதிப்பு 528 பக்கங்கள் உள்ளதென்றும் அது ஐரோப்பியக் கல்வியாளர்களுக்கு இந்தியாவிலுள்ள திராவிடப் பழங்குடிகளைப் பற்றிய பல சுவையான தகவல்களைக் கொடுக்கவல்லது என்றும் அதனுடைய விலை 10½ ரூபாய் என்றும் அந்தப் புத்தகம் சென்னையிலும் பம்பாயிலும் அரசாங்க புத்தகக் கடைகளில் விற்பனைக்குக் கிடைக்குமென்றும் குறிப்புகள் உள்ளன. இலண்டன் அருங்காட்சியகத்தில் இந்த நூலின் முதல் பதிப்பும் கால்டுவெல் தானே புதுக்கி வெளியிட்ட இரண்டாம் பதிப்பும் முயன்றால் ஆய்வாளர்களால் பார்க்க முடியும். அந்தத் தகவல்களைத் தரவுகளாகக் கொண்டு இப்பொழுதுள்ள பதிப்புகளை ஆராய்ந்தோமானால் ஒரு நூற்றாண்டுக் காலத்தின் தமிழ் மொழி பற்றிய சிந்தனைகளில் ஏற்பட்ட மாற்றங்களையும் வெளிப்படுத்த முடியும்.

போப், துரூ போன்றவர்களின் மொழிபெயர்ப்பு நூல்களைச் செம்மையாக வெளியிட வேண்டும். அது வரும் தலைமுறைத் தமிழ் ஆய்வாளர்களுக்குப் பல வெளிச்சங்களை வழங்கும். அத்துடன் பிறமொழியினர், மொழிபெயர்க்கப்படும் பழந்தமிழ் நூல்களைச் செம்மையாகவும் நுண்மையாகவும் மரபை ஒட்டிப் புரிந்துகொள்ளும் வாய்ப்பை வழங்கும். ஆனால் இத்தகைய பணிகள் இனிமேல்தான் தொடங்கப்பட வேண்டும்.

பயன்பட்ட நூல்கள்:

1. ஆனந்தவர்த்தனர்., கரிச்சான் குஞ்சு (மொ.ஆ) – தொனி விளக்கு, 2004, சென்னை, சந்தியா பதிப்பகம், முதற்பதிப்பு.
2. கோவிந்தன். கா., ரத்னம். க., (மொ.ஆ) – டாக்டர் கால்டுவெல், திராவிட மொழிகளின் ஒப்பிலக்கணம், 1977, சென்னை, குறள் நிலையம், இரண்டாம் பதிப்பு.
3. சுந்தரமூர்த்தி. கு., (ப.ஆ) – தொல்காப்பியம் பொருளதிகாரம் பிற்பகுதி பேராசிரியர் உரை (குறிப்புரையுடன்) 1985, அண்ணாமலைப் பல்கலைக்கழகம்.
4. JOHN MURDOCH., – CLASSIFIED CATALOGUE OF TAMIL PRINTED BOOKS WITH INTRODUCTORY NOTICES, 1968, GOVERNMENT OF TAMILNADU, TAMIL DEVELOPMENT AND RESEARCH COUNCIL, REPRINT.

5. POPE. G.U., — THE 'SACRED' KURRAL OF TIRUVALLUVA – NAYANAR, 1981, NEW DELHI, ASIAN EDUCATIONAL SERVICES.

6. WYATT. J.L., RAMAKRISHNA PILLAI., — A COMPARATIVE GRAMMAR OF THE DRAVIDIAN OR SOUTH INDIAN FAMILY OF LANGUAGES, 2000, UNIVERSITY OF MADRAS, REPRINT

பொருளடைவு

அக்கட்சிப்பட்டி 146

அக்னிகோத்ரம் 81

அகத்தியர் 25

அகநானூறு 46, 79

அகம்படியச் சாதி 62

அகம்படியர்கள் 64, 65

அகராதி 17, 106, 107, 136, 190

அகஸ்டஸ் 89

அகிம்சை 22

அங்கலயம் 126

அங்காதிபாத சுகரணவாத உற்பாலன நூல் 103

அச்சில் வந்தும் அறியப்படாத தமிழ் நூல்கள் 15, 202

அசலன் 24

அசோகர் கல்வெட்டுகள் 80, 123

அஞ்ஞுவதைப் பரணி 201

அட்லாண்டிக் 154

அடியார்க்கு நல்லார் 53, 154, 198

அண்ணல் ஜோதிபாபூலே 28

அண்ணாதுரை 91

அண்ணாமலைப் பல்கலைக்கழகம் 39, 55, 142, 199, 204, 211

அத்வானி 188

அத்வைதம் 97, 133, 201, 202

அத்வைத வேதாந்தம் 106

அதர்வணம் 81

அ.தி.மு.க 81

அதிவீரபாண்டியன் 200

அந்தணர் 38

அந்தமான் 188

அப்பர் 53

அப்பாத்தீவு 156

அப்பாதுரை, கா., 153

அப்புராவ் காடிகே 48, 177

அப்பைய தீட்சிதர் 201

அபிதம்ம பிடகம் 125

அபிநயம் 35

அம்பபாலிகை 48

அம்பிகை விக்ரகம் 184

அம்பேத்கர் 20, 21, 22, 27, 28, 31, 80, 84, 85, 111, 130, 134, 189

அம்மணக்குண்டி 74

அம்பேத்கர் பேச்சும் எழுத்தும் தொகுதி – 7,19

அம்மா வந்தாள் 166

அமரோலி 173

அமலன் 24

அமிதசாகரர் 199

அமெரிக்கா 84, 104, 117

அமெரிக்க நீக்ரோ அடிமைகள் 145
அய்யனார் கோவில்கள் 122
அயலவர்கள் 77
அயோத்திதாசப் பண்டிதர் 28, 31
அயோத்திதாசர் 16, 109, 111, 112, 114, 116 – 122, 124, 125, 129 – 132
அயோத்திதாசர் சிந்தனைகள்-I 112, 116, 117, 119, 121, 126
அயோத்திதாசர் சிந்தனைகள்-II 127, 128, 129, 130
அர்த்தசாஸ்திரம் 80, 123
அரசியல் மேலாண்மை 29
அரசு, வீ. 71
அராபியர் 89
அரிக்கமேடு 52
அரிச்சந்திரன் பொய்கள் 28
அருகன் 24
அருட்பா 16, 97, 190 – 194
அருணாசலம், மு., 33, 34, 37, 45, 52, 55, 79, 138, 200, 203
அருந்ததியர் 130
அரேபியம் 107
அரேபியா 52
அல்லையன்ஸ் 56
அலி 179
அலிகாணா 48
அவ்வை 45
அவலோகிதர் 126
அவைதிகக் கூறுகள் 27, 30
அவைதிகச் சமயங்கள் 152
அவைதிகம் 21 – 24, 94
அவைதிக மதத்தினர் 183, 184
அவைதிக மதம் 26, 130, 182, 197
அவைதிக மரபு 29, 93, 95, 125, 176

அவைதிகர் 20, 169
அவையல் கிளவி 168, 169
அறத்துப்பால் 125
அறவாணன், க.ப., 39
அறிவியல் 103
அறிவியல் நூல்கள் 202
அன்னம் பட்டியம் 202
அன்னிபெசண்ட் 79, 83, 84
அனார்க்கிசம் 161

ஆகமங்கள் 193
ஆங்கிலம் 28, 92, 102, 107, 121, 134, 187, 202, 205, 206, 208, 210
ஆங்கிலேய அரசு 70, 79
ஆங்கிலேயர் 60, 61, 63, 65, 72, 110, 111, 112, 118, 123, 149
ஆசாரக்கோவை 36
ஆசியா 155
ஆசியா பூமி சாஸ்திரம் 105
ஆசிரியம் 35
ஆசிரியர் நூற்பதிப்புக்கழகம் 207
ஆண்டாள் 45
ஆணியல் பார்வை 48
ஆத்திசூடி 28, 106
ஆதிவராககவி 200
ஆப்கானிய மன்னன் அமீர் 83
ஆப்பிரிக்க நாவல் 166
ஆப்பிரிக்கா 155
ஆப்பிரிக்காவின் வரலாறு 106
ஆபரகாம் பான்ஸோ 60, 61
ஆபுத்திரன் 22, 44
ஆயிரத்தெண்ணூறு ஆண்டுகளுக்கு முற்பட்ட தமிழகம் 89, 90
ஆர்.எஸ்.எஸ் 47, 188

ஆர்க்காட்டு நவாப் 63, 65
ஆர்க்காடு 60
ஆரிய இனம் 80, 154
ஆரிய காண்டம் 191
ஆரிய சமாஜம் 27
ஆரியப் படையெடுப்பு 25
ஆரிய புத்திரர்கள் 114
ஆரியம் 25, 151, 199
ஆரியர் 77, 80, 123
ஆரிய வேதம் 30
ஆல் பொட்டைடன் கௌர் 104
ஆலங்குடிவங்கனார் 46
ஆலயம் 127
ஆவுடையம்மாள் 107
ஆறகளூர் 177
ஆறுமுகநாவலர் 96, 137, 190, 192
ஆனந்தவர்த்தனர் 209, 210, 211
ஆனந்த விகடன் 55
ஆனந்தாயி 60
ஆணைமுத்து 92
ஆஸ்திரேலியா 114, 156
ஆஜீவகம் 20, 94

இசுலாமியர் 51
இசை 94
இசைநுணுக்கம் 52, 53
இசை நூல்கள் 53
இட்டசித்தி 154
இடக்கரடக்கல் 168, 169
இடப்பெயர்வு 25
இதழியல் 110
இதிகாசம் 80, 93, 96, 123, 175
இந்தி 94, 120, 121

இந்திய சமுதாயம் 175
இந்தியச் சமூகம் 118, 129, 160
இந்தியத் தத்துவ ஞானம் 20, 140, 141
இந்தியத் தத்துவ ஞானிகள் 20
இந்தியத் தத்துவத்தின் வரலாறு 52, 183
இந்தியத் தத்துவம் 134
இந்தியத் துணைக்கண்டம் 27
இந்திய தேசம் 119, 120, 126, 187
இந்திய தேசிய காங்கிரஸ் 187
இந்திய நாகரிகம் 187
இந்தியப் பகுதி 133
இந்தியப் பாரம்பரியங்கள் 173
இந்திய மொழிகள் 104, 105, 183, 197, 202, 205
இந்தியர் 72, 90, 111 – 116, 121, 123, 126, 162, 175
இந்திய வரலாற்றில் பகவத்கீதை 134
இந்திய வரலாறு 21, 22, 50, 86, 110, 123, 152, 173, 189
இந்தியன் வங்கி 186
இந்தியா 16, 19, 21, 50, 52, 70, 72, 80, 82, 84, 93, 94, 110, 111, 113, 116, 120, 121, 123, 124, 126, 129, 131, 134, 135, 142 – 145, 174, 183, 187, 188, 204
இந்தியா பத்திரிகை 70, 72, 82, 83
இந்தியாவின் சான்ா 197
இந்திரகாளியம் 52, 53
இந்திர தேச சரித்திரம் 28
இந்திரர் 126
இந்திர விழா 126, 129
இந்திரா காந்தி 187
இந்திரியங்கள் 126
இந்து 83, 119, 128, 167, 187, 188, 189
இந்துக் கோவில்கள் 176

இந்து சமூகம் 84
இந்து ஞான மரபில் ஆறு தரிசனங்கள் 139
இந்துத்துவச் சொல்லாடல்கள் 181
இந்துத்துவம் 94, 142, 160, 168, 181, 184, 186 – 188
இந்துத்துவவாதி 76, 81, 183, 188
இந்து தேசம் 115
இந்தோ – ஆரியப்பண்பாடு 25
இந்தோ – ஆரியமொழி 187
இந்து பாசிசம் 189
இந்துமத இழிவுகள் 93
இந்துமதம் 27, 88
இந்துமதவாதி 76
இந்துமாக்கடல் 155
இந்து ஜனத்தலைவர்கள் 83
இப்ராம் ஸாதான் 177
இமயமலை 77
இரணமங்கலம் 63, 64
இரணியகற்பம் 38
இரத்தக்கண்ணீர் 41
இராகவய்யங்கார், மு., 36
இராகவய்யங்கார், இரா., 110
இராகவன், அ., சாத்தான்குளம் 93
இராசதுயம் வேட்டபெருநற்கிள்ளி 134
இராசமாணிக்கனார், மா., 92, 122
இராசராசன் 23, 182
இராதாகிருஷ்ணன் 142
இராமகிருஷ்ண பிள்ளை, டி., 208
இராமச்சந்திரன், டி.என்., (சேக்கிழார் அடிப்பொடி) 101, 102, 200
இராமசுவாமி, மு., 179
இராமர் இளங்கோ 200
இராமலிங்க அடிகளார் 26, 28

இராமலிங்க விலாச அரண்மனை 66
இராமனாதபுரம் 60, 63, 66, 156
இராமனாதபுரம் சேதுபதி 65, 66
இராமாமிர்தம் அம்மாள், மூவலூர் 30, 46
இராமாயணம் 80, 95, 200
இராமானுச தாத்தாச்சாரியர் 81
இராமேஸ்வரம் 157
இராயபாதூர் 130
இராயபுரம் 122
இராஜராஜ சோழன் 183
இராஜாராம் மோகன்ராய் 27
இருண்டகாலம் 22, 26, 33, 35, 36, 38, 51, 52
இருபதாம் நூற்றாண்டின் சங்கீத மேதைகள் 56
இருமுடி சோழ பிரமாதிராயன் 182
இலக்கணம் 103, 196, 197
இலக்கணம் மீறிய கவிதை 47
இலக்கியம் 14, 94, 103, 110, 196, 197, 202
இலக்குமணப்பிள்ளை, கோய முத்தூர் 74
இலங்கை 52, 133, 153, 156, 157, 183, 191
இலங்கை அரசு 142
இலண்டன் அருங்காட்சியகம் 211
இலண்டன் கேட்லாக் 105
இலிங்கம் 126
இளங்கோவடிகள் 50
இளம்பூரணர் 41, 138, 210
இளம்பூரணர் உரை 72
இறையனார் களவியல் உரை 35, 36
இறைவன் 207
இன்டெக்ஸ் 207

216

இன்பத்துப்பால் 125
இன்னாசி, தூ., 90
இனக்குழு மக்கள் 25
இனக்குழு மரபு 26
இனியவை நாற்பது 35
இஸ்லாம் 93
இஸ்லாமியப் படையெடுப்பு 16
இஸ்லாமிய மரபு 28
இஸ்லாமியர் 107, 145, 148, 149, 188

ஈரோடு 79
ஈ.வெரா 72, 75, 88, 91, 94, 95
ஈ.வெரா. பெரியார் 111, 121, 130, 143, 186, 189
ஈழம் 192
ஈனப்பறையர் 85
ஈஸ்வர கிருஷ்ணர் 197, 198
ஈஸ்வர கீதை 201

உங்கள் நூலகம் 14, 75, 136
உடன்கட்டை 178
உடுக்கைப்பறை 130
உத்திரமேரூர்க் கல்வெட்டு 16, 144
உத்திரநல்லூர் நங்கை 109
உத்திர மீமாம்சை 197
உதயணன் கதை 107
உப்புத்தண்ணித்தீவு 156
உபநயனம் 85
உபநிடதம் 20, 93, 105, 135, 141, 202
உபான காண்டம் 201
உயர்சாதிச் சூத்திரர்கள் 51, 123
உருது 107
உருபாவதாரம் 199, 204
உரோமர் 89

உரைநடை வரலாறு 15, 105
உலகத்தமிழ் ஆராய்ச்சி நிறுவனம் 200
உலகாயதர் 20
உ.வே.சா 24, 104, 105, 197, 198, 199
உ.வே.சா நூல் நிலையம் 196
உறுதிக்கோட்டை 60

ஊமைத்துரை 67

எட்டயபுரம் 73
எட்டுத்தொகை 94
எட்வர்ட் கிளைவ் 67
எதுகை 97
எருது 43
எல்லிஸ் 207
எலி விருத்தம் 35
எழுத்து (பத்திரிகை) 195
எறிபத்த நாயனார் புராணம் 168
என்றி காட்டன், சர்., 112
எஸ்.வி.ஆர் 189

ஏகாதிபத்தியவாதிகள் 118 123
ஏசியன் எஜுகேஷனல் சர்வீஸ் 104, 208
ஏலாதி 35

ஐங்குறுநூறு 79
ஐந்திரர் 126
ஐம்பொன் சிற்பங்கள் 55
ஐயர் 115, 122
ஐயர், வ.வே.சு., 27
ஐராவதம் மகாதேவன் 95
ஐரோப்பா 24, 117, 160, 187
ஐரோப்பா ஆப்பிரிக்கா பூகோள சாஸ்திரம் 105

ஐரோப்பிய அறிஞர்கள் 123
ஐரோப்பிய இழிபிறவிகள் 59
ஐரோப்பியக் கல்விமுறை 23
ஐரோப்பியக் கல்வியாளர்கள் 211
ஐரோப்பியத் தத்துவங்கள் 142
ஐரோப்பிய நாடுகள் 54
ஐரோப்பியப் படை 63
ஐரோப்பிய பாதிரிமார்கள் 206
ஐரோப்பிய முறை 51
ஐரோப்பிய மொழிகள் 107, 205
ஐரோப்பியர் 50, 57, 58, 64, 117, 175
ஐரோப்பியன் 113
ஐரோப்பியா 145, 162

ஒரு பரதேசி இகலோகத்தை விட்டு மறுமைக்கு நடந்தேறினது – சொற்பனம் 103
ஒரு பைசா தமிழன் 29
ஔவையார் 50, 98, 99, 106, 125

ஓல்டன்பர்க் 124
ஓவியம் 94

கங்கை 77, 128
கங்கைச் சமவெளி 25
கசடதபற 195
கட்டபொம்மு சகோதரர்கள் 66
கட்டபொம்மு நாயக்கன் 57, 63
கடம்பர் 53
கடுங்கோன் 34
கண்ணன்பாட்டு 72
கண்மூடி வழக்கமெல்லாம் மண் மூடிப் போக 105
கணக்கியல் 24
கணிகை 22, 24, 40, 41, 42, 44 – 47

கணையாழி 195
கதிரைவேற்பிள்ளை, நா., 92, 97, 190 – 193
கதிரைவேற்பிள்ளை உண்மை சரித்திரம் 96, 97, 191, 192
கந்தசாமி, சோ.ந., 125
கந்தசாமி புலவர், மதுரை 106
கந்தசுவாமி ரெட்டியார் அ.செ.சு., 74, 75
கந்துகூரி வீரேசலிங்கம் 46
கந்தையா ந.சி., 153
க.நா.சு., 165, 166
கபிலர் 197
கபிலர் அகவல் 82
கம்யூனிச சித்தாந்தம் 129
கம்யூனிஸ்டு இயக்கம் 79
கம்யூனிஸ்டு கொரில்லாக்கள் 160
கயத்தாறு 66
கர்ணன் 96
கர்நாடக இசை 16
கர்நாடக சங்கீதம் 54
கர்மகாண்டம் 200
கர்மயோகி 72
கர்மவினை 22
கர்னல் ஆல்காட் 187
கர்னல் வில்லியம் புல்லர்ட்டன் 63
கர்னல் வெல்ஷ் 66
கர்னல் ஜேம்ஸ் ஸ்டூவர்ட் 63, 64
கரந்தைக் கட்டுரைக் கோவை 23
கரிகால் சோழன் 50
கரிச்சான் குஞ்சு 209, 210, 211
கருணாகரன், கே.பி., 188
கருணாநிதி 92
கருநாடகசந்தம் 199
கரூர் 52

கல்கி 181 – 184
கல்யாணசுந்தரனார், திரு.வி., 92, 96
கல்லணை 161
கல்வெட்டு 17, 43, 149, 182, 196
கலறத்து மீறான் சாகிபு ஆண்டவர வர்கள் காரண சரித்திரம் 107
கலெக்டர் ஜாக்சன் 66
கவர்னர் ஜெனரல் கர்ஜன் பிரபு 112
கவி காளிதாசன் 197
கவிதாசரண் 14, 31, 87, 95, 100, 102, 108, 132, 143, 202, 203
கவிதை 23, 159, 200
கவுந்தியடிகள் 24
கள்வர் கோமான் 36
கள்வர் பாரம்பரியம் 36
கள்ளர் 127, 128, 146, 165
களப்பிரர் 16, 26, 32 – 38, 51 – 53, 145
களப்பிரர் ஆட்சியில் தமிழகம் 38
களவழி நாற்பது 35
கன்னடம் 60, 95, 199, 202, 205
கன்னடர் 31
கன்னியாகுமரி 154
கனகசபைப்பிள்ளை, வி., 89
கனகலிங்கம் 85

காக்கைப்பாடினி 45
காக்கைப்பாடினியம் 35
காங்கிரஸ் 69, 72, 75, 82, 84, 111, 187
காங்கிரஸ் மாநாடு 70
காசி நகரம் 128
காஞ்சிபுரம் 183, 197
காஞ்சிமடம் 98, 149
காணாதர் 197
காத்தவராயன் 28

காதம்பரி 200
காதலா ? கடமையா ? 107
காந்தி 70, 72, 75, 82, 83, 116, 134, 172, 187 – 189
காந்தியம் 82
காந்தி வித்தியாலயம் 55
காமக்கிழத்தியர் 40, 44
கார்ட்டூன் பத்திரிகை 72
கார் நாற்பது 35
காரிகை 199
காரைக்கால் 107
காரைக்காலம்மையார் 45
கால்டுவெல் 205, 208, 210, 211
காலச்சுவடு 14, 138
காவயதர்சன் 199
காவியங்கள் 110, 127, 161
காளமேகப்புலவர் 42, 43, 45
காளிமுத்து 45
காளையார் கோயில் 61, 63, 64
கானா 106
கானிஜாகான் 66
காஷ்மீர் 210

கிண்டர்லே 146
கிரியா 95
கிருட்டிணன், அ., 177
கிருதகோடி 197
கிருஷ்ணசாமிபிள்ளை, டி.ஜி., 73
கிருஷ்ணப்ப நாயக்கர் 66
கிருஷ்ணமாச்சாரியர், பி.ஆர்., 200
கிருஷ்ணமூர்த்தி, ஜே., 84
கிருஷ்ணா 48
கிரேக்கம் 52, 142, 145, 148
கிரேக்கர் 89

கிழக்கிந்தியக் கம்பெனி 146
கிழக்கிந்திய வணிக நிறுவனத்தினர் 63, 64
கிளி விருத்தம் 35
கிறிஸ்து சபையின் சரித்திரச் சுருக்கம் 103

கீதா, வ., 78, 79
கீழ்க்கணக்கு நூல்கள் 35
கீழை மேலை நாடுகளின் மெய்ப் பொருளியல் வரலாறு 140

குடவோலைமுறை 15, 16, 144
குடிப்பறையன் 178
குண்டலகேசி 44
குணகாங்கியம் 199, 204
குணசேகரன், கே.ஏ., 175, 178 – 180
குணா 30, 33, 35
குணாட்டியர் 197
குப்புசாமி ராஜு, தஞ்சை 202
கும்பகோணம் 81
கும்பினிப் படை 63, 67
கும்பினியார் 64, 65
குமரிக்கண்டம் 152, 153, 156 – 158
குமரித்தீவு 153
குமரிநாடு 153
குமரிநிலநீட்சி 153, 157
குமரிமுனை 156
குமரியாறு 154, 157
குயில்பாட்டு 72
குருசடித்தீவு 156
குருசுப்ரமணிய ஐயர் 200
குலோத்துங்கன் 145
குவளையானந்தம் 199
குழூஉக்குறி 168

குற்றாலம் 45
குறத்திமுடுக்கு 47, 165
குறவஞ்சி 45
குறள் நிலையம் 209, 211
குறுந்தொகை 79
குறுநாட்டவர் 38
குஜராத் 189
குஜராத்தி 202
கூடல் மாநகர் 32
கேசவபிள்ளை 187
கேரளவர்மன் 66
கையாகாடி 90
கைவல்லிய நவநீதம் 106, 134, 201, 206, 207
கொங்கு நாட்டுச் சமுதாய ஆவணங்கள் 177, 178
கொங்குப் பகுதி 66
கொண்டி மகளிர் 40
கொல்லங்குடி 63, 64
கொற்கை 52
கொற்கை கிழான் நற்கொற்றன் 33
கொற்கை கிழான் நற்சிங்கன் 32
கொன்றைவேந்தன் 106
கோசாம்பி 22
கோட்சே 188
கோப்பெருஞ்சோழன் 172
கோபால கிருஷ்ணன் 186
கோபாலையர் 132
கோவிந்தன், கா., 208, 209, 211
கோவில் 127
கோவில்தாசி 184
கோவை நூல்கள் 139

கௌடில்யர் 80
கௌரிவல்லபத் தேவர் 65, 68

சக்கரச் சின்னம் 145
சக்கரவர்த்தி நயினார் 198
சங்க இலக்கியம் 40, 41, 77 – 79, 89, 123, 152, 157, 205
சங்ககாலம் 33, 51, 123, 145, 176
சங்கநூல்கள் 90
சங்க நூல்களும் வைதிக மார்க்கமும் 23
சங்கப்பாடல் 26, 125, 134, 161
சங்கப்புலவர் 78
சங்கம் 21, 22
சங்கமித்திரர் 52, 129
சங்கரமடம் 97
சங்கரர் 133, 134, 143
சச்சிதானந்தம், கி.அ, 101, 210
சசிவர்ணத்தேவர் 67
சசிவன்னபோதம் 201
சத்தியமூர்த்தி ஐயர் 30
சத்தியாகிரகம் 70, 106, 111
சத்திரிய மரபு 22
சத்திரியர் 57
சதாசிவம்பிள்ளை, இலங்கை 82
சதி ஒழிப்பு 27
சதிர் 54
சதுக்க பூதம் 154
சதுரகராதி 90
சதுரகராதி ஆராய்ச்சி 90
சந்தஸ் 23
சந்தியா பதிப்பகம் 209, 211
சந்திரா கிருஷ்ணன் 190
சந்தோபிசிதம் 199

சபாபதி நாவலர், கோப்பாய்., 97, 98
சபாபதிப்பிள்ளை, கும்பகோணம் 146, 147
சபால்டன் ஆய்வாளர்கள் 59
சம்பிரதாயம் 93
சமணப்பள்ளிகள் 23
சமணம் 19, 20, 22 – 24, 27, 152, 200
சமண மரபு 31, 44, 169
சமணர் 20, 53, 77, 172, 184
சமய சாத்திரங்கள் 196
சமய திவாகர முனிவர் 198
சமஸ்கிருதம் 54, 74, 89, 94, 99, 120, 126, 135, 151, 187, 197, 201, 204, 205, 210
சமூக வரலாறு 15
சரவணன், ப., 190
சல்லேகனை 172
சவுத் ஆப்பிரிக்கா 115
சவுந்தர பாண்டிய நாடார் 91
சனாதன தர்மம் 134, 135
சனாதனம் 129, 131, 134, 143, 189
சனாதனி 184

சாக்கிய புத்தமதச்சங்கம் 28
சாக்கைய முனிவர் 128
சாகித்ய அகாதமி 162
சாகுந்தலம் 187
சாங்கிய காரிகை 197, 198
சாங்கியர் 20
சாணக்கியர் 123
சாத்தான் 167
சாத்திரம் 86
சாதிமுறை 110, 197
சாதியம் 118, 119, 121, 193
சாமவேதம் 81

சாமிநாதையர், உ.வே., 96, 104, 110, 121, 136, 187
சார்லஸ் கிரால் 206, 207
சாளுக்கியர் 184

சிங்கப்பூர் 159
சிங்கள மொழி 52, 183
சிங்காரம், ப., 159, 160, 161
சிட்ஷா 23
சித்தர் மரபு 28, 78, 125
சித்தாந்த சாஸ்திரம் 99
சித்தாந்த லேசசங்கிரகம் 201
சித்தாந்தி 20
சித்திராவளி 72
சிதம்பரநாதன் செட்டியார் 92
சிதம்பரம் 157
சிதம்பரம்பிள்ளை வ.உ., 48, 69, 110, 117, 138, 210
சிதைவுகள் (ஆப்பிரிக்க நாவல்) 166
சிந்துநதி 119
சிந்துவெளி நாகரிகம் 24
சிபி 200
சிரவணபெல கோலா 36
சிலப்பதிகாரம் 44, 52, 53, 104, 123, 154, 161, 176, 197, 198
சிவகங்கை 57, 59, 60 – 68
சிவகாசி கலவரம் 165
சிவகாமியின் சபதம் 181, 183
சிவசுப்பிரமணியன், ஆ., 145, 150
சிவஞான போதச் சிற்றுரை 39
சிவஞான போதப் பேருரை 193
சிவஞான போதம் 90, 133
சிவஞான முனிவர் 192, 193, 202
சிவத்தம்பி, கா., 18
சிவப்பிரகாச சுவாமிகள் 125, 202

சிவப்பிரகாசம் 198
சிவபுராணம் 117
சிவபெருமான் திருவந்தாதி 36
சிவலிங்கனார் 41
சிவன் 117, 124
சிவா 72
சிற்பம் 94
சிற்றிலக்கியம் 138
சிறுபத்திரிகை 182, 185
சிறுவயல் 60
சின்னமருது 60, 66, 67
சின்னாஜி அப்பா 189
சின்னூல் 24
சினுவா அச்சிபி 166

சீதாபாய் 48, 177
சீவகசிந்தாமணி 24, 35, 53, 125, 176, 197
சீனர்கள் 183
சீனா 52, 94
சீனிவாசப்பிள்ளை, கே.எஸ்., 79

சுத்தபிடகம் 125
சுதேசமித்திரன் 70, 73, 110, 111, 114
சுதேசி 80, 110, 118, 119
சுதேசிக் கப்பல் கம்பெனி 111, 116, 118
சுதேசியம் 94, 118, 119
சுதேசிய முயற்சி 116, 117
சுதேசிய ஸ்டீமர் கம்பெனி 116
சுந்தரம்பிள்ளை 30
சுந்தரமூர்த்தி, கு., 204, 211
சுந்தரர் 53
சுந்தர ராமசாமி 56
சுப்பராயபிள்ளை 177

சுப்ராயலு, இரா., 102
சுப்பிரமணிய அய்யர், ஜி., 73, 187
சுப்பிரமணிய சிவா 71, 75
சுப்பிரமணிய பாரதி, சி., 74
சுப்பிரமணியன், கே., 134
சுப்பிரமணிய சாஸ்திரி, பி.எஸ்., 23, 54
சுமத்ரா 153
சுயமரியாதை இயக்கம் 29
சுயராச்சியம் 119
சுரேந்திரநாத் ஆரியா 71, 72, 75
சுன்னாகம் முருகேச பண்டிதர் 202
சுனாமி 156
சுஜாதா 51, 55

சூடாமணி நிகண்டு 23
சூத்திர உயர்சாதித்தமிழர்கள் 54
சூத்திரக்கூட்டு 51, 53, 135
சூத்திரச்சாதி 52, 110, 113
சூத்திரத்தமிழர் 16, 54
சூத்திரமேல்சாதியினர் 51
சூத்திரர் 51, 57, 148, 191 – 193
சூத்திரவடிவம் 123
சூத்திர வேதாந்தம் 98, 133, 201
சூத்திரன் 85
சூதரங்கிதை 201
சூபிகவிஞர் 28
சூர்யோதயம் 72
சூரத் 70
சூலச்சின்னம் 145
சூளாமணி 197

செங்கோன் தரைச்செலவு 154
செந்தமிழ் 90
செந்தமிழ்ப் பத்திரிகை 139

செயிண்ட் ஜார்ஜ் கோட்டை 67
செர்பாட்ஸ்கி 183
செல்லமுத்து சேதுபதி 60
செவ்வை சுடுவார் பாரதம் 196
சென்னை 38, 67, 69, 70, 98, 105, 109, 114, 121, 122, 146, 209, 211
சென்னைப் பல்கலைக்கழகம் 200
சென்னை ஜனசங்கம் 71

சேக்கிழார் 33
சேதுபதி 66
சேர்வை 62
சேலம் 74, 187
சேலம் மாவட்டக் கல்வெட்டுக்கள் 177

சைகோன் 159
சைமன் காசிச்செட்டி 82
சைமினி 197
சைவசாத்திர நூல் 198
சைவ சித்தாந்த ஆசிரியர் 97
சைவ சித்தாந்த நூல்கள் 138
சைவ சித்தாந்த நூற்பதிப்புக் கழகம் 138, 207, 208
சைவ சித்தாந்தம் 98, 152, 160
சைவ நெறி 196
சைவப்பாரம்பரியம் 35, 36
சைவம் 19, 20, 25, 31, 34, 37, 92, 93, 123, 168, 192, 193
சைவ மரபு 168, 192
சைவர் 99
சைவ வேளாளர் மதம் 20
சைவ வைணவக் கோவில்கள் 122, 148
சைனக் கோவில் 176
சைனர் 143

சொர்க்க நீக்கம் 106
சொல்லகராதி 207
சொல்லடைவு 207

சோசலிசம் 188
சோதிப்பிரகாசம் 139, 140, 141
சோமசுந்தரநாயகர் 97, 98, 99
சோமசுந்தரம்பிள்ளை 55
சோழர் 31, 36, 54, 80, 144, 148
சோழவந்தான் 61

ஞானக்குறவஞ்சி 201
ஞானகாண்டம் 201
ஞானசம்பந்தன், அ.சா., 34
ஞானமுத்து 66

டாக்டர் அம்பேத்கர் நூல் தொகுதி 84, 85
டாக்டர் நாயர் 91
டால்ஸ்டாய் 164

டைட்டானிக் கப்பல் மூழ்கிய கதை 106

தகடூர் யாத்திரை 96
தச்சன் பாட்டு 201
தசியுக்கள் 80
தஞ்சாவூர் 45, 60, 64, 66, 79, 101, 146, 163, 175, 180, 181, 200
தஞ்சாவூர் சரஸ்வதி மகால் 203
தஞ்சை சரஸ்வதி மகால் நூலகம் 81
தஞ்சைத் தமிழ்ப் பல்கலைக்கழகம் 48, 176
தஞ்சை மராட்டிய மன்னர் கால அரசியலும் சமுதாய வாழ்க்கையும் 48, 177
தஞ்சை மராட்டிய மன்னன் 54

தஞ்சைவாணன் கோவை 139
தண்டியலங்காரம் 199, 210
தத்துவ தரிசனங்கள் 140
தத்துவம் 14, 17, 103
தத்துவராயர் 201
தத்துவ வேதம் 103
ததாகதர் 129
தம்மம் 21
தமிழ் 28, 74, 126, 160, 173, 195, 196, 197, 204
தமிழ் அச்சு நூல்கள் 210
தமிழ் இலக்கியம் 176
தமிழ் இலக்கிய மரபு 45
தமிழ் இலக்கிய வரலாற்று நூல்கள் 79
தமிழ் இலக்கிய வரலாறு 45, 79, 89, 169, 195
தமிழ் இலக்கிய வரலாறு பதிமூன்றாம் நூற்றாண்டு 55
தமிழ்க்கவிஞர் மரபு, 76, 78
தமிழ்க்கவிதை 76, 77, 195
தமிழ்ச் சமூகம் 142
தமிழ்ச் சூத்திரர் 133
தமிழ் தேசிய இயக்கம் 47
தமிழ் நாகரிகம் 33
தமிழ் நாட்டுக் கோயில்கள் 123
தமிழ் நாட்டு வரலாற்றாளர் 145
தமிழ் நாட்டு வரலாற்றுப் புனை வாளர்கள் 123
தமிழ் நாட்டு வரலாறு 144, 177, 208
தமிழ் நாடகம் நேற்று இன்று நாளை 179
தமிழ் நாடு 19, 50, 52, 71, 72, 117, 119, 122, 124, 126, 131, 133, 137, 138, 144, 145, 158, 175, 176, 198, 201
தமிழ் நூல்களில் அத்வைதம் 201

தமிழ் நேயம் 190
தமிழ்ப் பண்பாடு 38
தமிழ்ப் பல்கலைக்கழகம் 102, 107
தமிழ்ப் பாரம்பரியம் 38, 172
தமிழ்ப் புலவர் வரலாறு 82
தமிழ் புளூராக் 82
தமிழ் மஹாஜன சபையோர் 114
தமிழ் மொழி 88, 93, 94, 95, 106, 155, 158, 162, 197, 202, 204
தமிழ் மொழி அகராதி 107
தமிழ் வரலாற்றுக் கழகம் 38
தமிழ் வரலாறு 86, 96, 106, 107, 109, 135, 153, 170, 175, 176, 200, 203
தமிழ் வேதம் 30
தமிழகத்தில் அடிமைமுறை 145
தமிழகப் பல்கலைக்கழகங்கள் 179
தமிழகம் 25, 50, 53, 70, 77, 91, 96, 104, 107, 110, 111, 123, 133 – 135, 144, 148, 149, 150, 156, 157, 165, 167, 168, 174, 179, 193, 195, 197, 202
தமிழக வரலாறு 17, 18, 32, 35, 38, 50, 52, 54, 62, 66, 98, 104, 110, 182
தமிழர் 35, 36, 53, 55, 88, 89, 93, 116, 133, 134, 135, 136, 145, 158, 159, 162, 176, 193, 197, 198, 208
தமிழர் வளர்த்த அழகுக் கலைகள் 137
தமிழன் 136, 143, 151, 160
தமிழன் இதழ் 110, 124
தமிழிசை 16, 52, 53
தமிழிசை நூல் 53
தமிழில் அம்பேத்கர் நூல் தொகுப்பு 81
தமிழில் மொழிபெயர்ப்புக் கவிதைகள் 195
தமிழில் மொழிபெயர்ப்பு நூல்களின் வரலாறு 15
தமிழினி 139, 142, 143

தமிழும் இங்கிலிசுமாகிய முதலாவது வாசிப்பு பொஸ்தகம் 105
தர்க்க சங்கிரகம் 202
தர்க்க நூல் 196
தர்க்க பரிபாஷை 202
தர்க்க வாதம் 26
தர்மகீர்த்தி 52, 183, 197, 198
தரங்கம்பாடி 106
தருமநூல் 106
தருமபீடிகை 127
தலித் 85, 109, 123, 124, 175, 178, 179, 187
தலித் கலை இலக்கியம் அரசியல் 39
தலித்தியம் 111, 170
தவளகாரம் 81
தளபதி அக்னியு 67
தளபதி ஸ்மித் 60
தளவாய் சிவசுப்பிரமணிய பிள்ளை 66
தளவாய் வேலுத்தம்பி 59
தற்கால இலக்கியம் 47
தன்னானே கலைக்குழு 179
தனித்தமிழ் இயக்கம் 29
தனித்தமிழ் நாடு 30
தனிநாயகம் அடிகள் 104
தனிப்பாடல் 43
தனியூர்ச் சேந்தன் 154
தாசர்கள் 80
தாசி 184
தாசிகளின் மோசவலை அல்லது மதிபெற்ற மைனர் 47
தாதாபாய் நவுரோஜி 70
தாமஸ்மன் 164
தாமோதரம்பிள்ளை, சி.வை., 89

தாயுமானவர் 77, 125, 161
தாழ்த்தப்பட்டவர் 116
தாழிசை 36
தாஸ்தாவெஸ்கி 164

திகம்பரம் 184
திண்டுக்கல் 61, 64
திப்பு சுல்தான் 57, 61, 63 – 65, 67, 68
திபெத் 104
திபெத்திய அறிஞர் 183
தி.மு.க 81, 186
தியாகையர் 46
தியாலஜி 142, 160
திரமிளச்சங்கம் 36
திராவிட இயக்கம் 29
திராவிட இனம் 155
திராவிடக் கருத்தியல் 51
திராவிட காண்டம் 191
திராவிடத் தன்மை 24
திராவிடத்தால் வீழ்ந்தோம் 30
திராவிட நாடு 30
திராவிடப் பழங்குடி 211
திராவிடம் 25, 31, 160
திராவிட மகாஜன சங்கம் 28
திராவிட முன்னேற்றக் கழகம் 29, 91
திராவிட மொழி இலக்கிய வரலாறு 208
திராவிட மொழிகளின் ஒப்பிலக் கணம் 205, 208 – 211
திராவிடர் 80, 93, 123
திராவிடர் கழகம் 29, 81, 94
திராவிடர் வேதம் 193
திரான்ஸ்வால் 114
திரிகடுகம் 35

திரிகரணம் 127
திரிகோணமலை 157
திருக்காமீசுரமுடையார் கோவில் 177
திருக்குறள் 52, 72, 106, 125, 161, 205, 207, 208
திருக்குறள் அறத்துப்பால் 28
திருக்குறள் தீபாலங்காரம் 55
திருக்குறள் பதிப்புகள் 107
திருக்குறள் பரிமேலழகர் உரை 82, 206
திருக்குறள் மொழிபெயர்ப்பு 206
திருச்சி 57, 66, 163
திருச்சிற்றம்பலம் 55
திருஞானசம்பந்தர் 34, 53, 143
திருநாவுக்கரசர் 143
திருநான்மறை 98
திருநீலகண்ட யாழ்ப்பாணர் 53
திருநெல்வேலி 66, 71, 111, 187
திருப்பத்தூர் 63, 65
திருமலாசாரியார் 70, 71
திருமலைராயன் 42
திருமால் 124, 163, 164, 165
திருமுல்லை வாசல் 157
திருமுறை 53
திருமூலர் 125
திருவரங்கக் கோவில் 57
திருவல்லிக்கேணி 71
திருவள்ளுவ நாயனார் சரிதம் 28, 55, 82
திருவள்ளுவர் 42, 50, 82, 125
திருவாரூர் தங்கராசு 41, 46
திரு.வி.க, 97, 104, 105, 192
திரு.வி.க. வாழ்க்கை வரலாறு 97, 191
திருவையாறு 46, 146

திலகர் 70, 84, 134, 187
திவாகர நிகண்டு 23, 90
திவாகர முனிவர் 133
தின்னாகர் 183

தீக நிகாயம் 125
தீண்டத்தகாதவர் 116
தீண்டாமை 110, 118, 119
தீபசாந்தி 129
தீர்த்தங்கரர் 200
தீராநதி 149, 189

துடியர் 53
துத்திநாமா என்னும் கிளிக் கதை 107
துரு 206, 207, 208, 211
துரை 195
துரைசாமிப்பிள்ளை, ஔவை. 23, 33, 34, 39
துலாபாரம் 38

தூத்துக்குடி 71, 116, 117, 156
தூதுத்திரட்டு 48

தெ.பொ.மீ., 18, 82, 104, 133, 201, 203
தெலுங்கர் 31,
தெலுங்கு 46, 95, 138, 201, 202, 205
தென்குமரி 168
தென் திருப்பேரை 48
தென்மொழி 54, 126
தென்னமராவதி 157
தென்னாசியா 24
தென்னாடு 183
தென்னாப்பிரிக்கா 70, 72, 74, 82, 111
தென்னிந்தியர் 134
தென்னிந்தியா 77, 134, 156

தேசியம் 94
தேவடியாள் கும்மி 107
தேவதாசி 46, 54, 79, 148
தேவதாசி மரபு 30
தேவநேயப் பாவாணர் 89, 153
தேவர் குறள் 98
தேவர் சாதி 65
தேவர் சீமை 68
தேவரடியார் 145, 148, 176, 178
தேவராட்டம் 177
தேவி பிரசாத் சட்டோபாத்தியாயா 143
தேவேந்திர குல வேளாளர் 130

தைத்திரியம் 81

தொண்டை மண்டலச்சதக உரை 26
தொண்டை மண்டலம் 36
தொல்காப்பிய ஆய்வுகள் 107
தொல்காப்பியச் சொல்லதிகாரம் 54
தொல்காப்பியம் 152, 196, 204
தொல்காப்பியம் பொருளதிகாரம் 41, 55, 72, 138, 210, 211
தொல்காப்பியர் 41, 42
தொனிக்கோட்பாடு 210
தொனியா லோகா 209
தொனி விளக்கு 205, 209, 211

நக்கீரர் 50
நச்சினார்க்கினியர் 81, 138
நச்சினார்க்கினியர் உரை 50
நச்செள்ளை 45
நடராசன் 133, 202
நத்தத்தம் 35
நரசிம்ம பல்லவன் 184
நரசிம்மன் 184

நரபலி 177, 178
நரிவிருத்தம் 35
நல்லந்துவனார் 44
நவகதிர் 197
நவ பார்ப்பனியம் 131
நவாப் முகம்மதலி 57, 60
நவாபுகள் 148
நளவெண்பா 168, 200
நளன் 168
நற்றிணை 79
நன்னூல் 24, 107, 125

நாகசாமி இரா., 149
நாகப்பட்டினம் 98, 157
நாகராஜன். ஜி, 47, 165
நாகூர் ரூமி 195
நாட்டியம் 54
நாட்டுப்புறப்பாடல் 161
நாட்டுப்புறவியல் 179
நாடகசாலை 48
நாடகம் 53, 196, 202
நாடார் 165
நாமக்கல் 18, 101, 195
நாயக்கர் 148
நாரண அய்யங்கார் 110
நால்வருணக் கோட்பாடு 110
நாலடியார் 41, 52, 106, 125, 205, 206, 207, 208
நாலந்தா 24, 94
நாலாயிர திவ்வியப் பிரபந்தம் 81
நாலுகோட்டை 60
நாவல்கள் 159, 205
நாவலந் (சும்பூத்) தீவு 153
நாவிதன் 178
நாளை மற்றுமொரு நாளே 47, 165

நிகண்டு 23, 106
நிகண்டு நூல்கள், 131
நிருத்தம் 23
நியாயபிந்து 197, 198
நியாய வைசேஷகர் 140
நிலப் பிரபுத்துவப் பொருளாதாரம் 129
நிறப்பிரிகை 13, 93, 175, 178, 185
நிறப்பிரிகை ஆய்வரங்கக் கட்டுரைகள் 49
நினைவு மஞ்சரி 121
நிஜகுண முனிவர் 202

நீக்ரோ 84
நீதகச் சுலோகம் 199
நீதிக்கட்சி 30, 91
நீதிவெண்பா 41
நீரோ அரசன் 143
நீலகண்ட சாஸ்திரியார் 33
நீலகேசி 24, 44, 94, 133, 169, 176, 197, 198

நெடுங்குருதி 163, 164, 166

நேதாஜி 160
நேரு 187, 188
நேமிநாதம் 125
நேரியன் கோன் நெடுஞ்சடையன் 32

நைடதம் 200
நையாயிகர் 20

ப்ளாவிட்ஸ்கி 187
பக்கீர் 163
பகத்சிங் 189
பகவத்கீதை 16, 72, 133, 134, 173, 198, 201
பகவத்கீதை பரமார்த்த தரிசனம் 200

228

பகவன் 81, 127, 207
பச்சையப்பன் கல்லூரி 121
பசாம் A.L, 52, 55
பசிஃபிக் 155
பஞ்சமர் 78
பஞ்ச மரபு 53
பஞ்சவரணம் 128
பஞ்சாங்கப் பார்ப்பான் 92
பட்டபாணர் 200
பட்டயம் 133, 144
பட்டர் 133
பட்டினத்தார் 125, 161
படமாத்தூர் 65, 68
பண்டார்கர் 135
பண்டிதர் 130
பண்பாடு 14
பத்துப்பாட்டு 94
பதஞ்சலி 135
பதார்த்த தீபிகை 202
பதிகம் 53
பதிப்பாசிரியர் 142
பதிப்பு வரலாறு 15
பதியிலார் 40, 42, 43, 44
பதிற்றுப்பத்து 79
பதினோராம் நூற்றாண்டு இலக்கிய வரலாறு 138
பம்பாய் 69, 70, 83, 187, 189, 211
பம்பைப் பறை 130
பர்டெயின் ஸ்டெயின் 35, 36, 37
பர்மா 159
பர்னெட் 103
பரசுராமன் 200
பரணி 201
பரத்தை 41, 42, 44, 46, 54, 96, 106, 107

பரத சேனாதிபதியம் 53
பரதவர் 67
பரதேசி (அயலவன்) 118
பரமசிவானந்தம், அ.மு., 105
பரமாத்மா 135
பரமார்த்த குரு கதை 162, 163
பராசக்தி 73
பரிதிமாற் கலைஞர் 89
பரிநிருவாணம் 126
பரிபாடல் 42, 79
பரிமேலழகர் உரை 50
பல்காப்பியம் 35
பல்காயம் 35
பல்யாகசாலை முதுகுடுமிப் பெரு வழுதி 33, 135
பல்லவநாடு 128
பல்லவர் 31, 36, 80
பல்லவர் செப்பேடு 133
பல்லவ ராஜ்யம் 183
பல்லிப்பாட்டு 201
பலியாடுகள் 175, 178, 179, 180
பவகாரணி 154
பவானந்தம் பிள்ளை 71
பழங்குடி 50, 51, 77, 119, 168, 172
பழனியப்பன் சேர்வை 60
பள்ளர் 67, 165
பள்ளு 45
பறையர் 28, 53, 130
பன்னிரு திருமுறை வரலாறு 55
பனகல் அரசர் 91
பஃறுளி ஆறு 154
பாக் நீரிணை 157
பாகவதக் கதைகள் 200
பாகனூர் 32

பாசனமுறை 25
பாஞ்சாலங்குறிச்சி 63, 66, 67
பாஞ்சாலி சபதம் 72, 74
பாடலிபுத்திரம் 77
பாண்டித்துரைத் தேவர் 110
பாண்டிநாட்டு மறவர் குலத்தவர் 182
பாண்டிய மன்னர் 33, 38
பாண்டியர் 33, 36, 80, 148
பாண்டியர் செப்பேடுகள் பத்து 38, 133
பாண்டியன் 154
பாணர் 45, 53
பாம்பன் 156
பாய்ச்சலூராப் பதிகம் 109
பார்ப்பனப் புலவர் 77, 78
பார்ப்பன மேலாண்மை 30
பார்ப்பன மேன்மை 125
பார்ப்பன யாகம் 135
பார்ப்பனர் 16, 22, 23, 24, 26, 33, 34, 35, 37, 38, 51, 53, 54, 88, 89, 94, 97, 98, 100, 113, 123, 135, 144, 148, 151, 182
பார்ப்பனன் 32, 86, 160, 184
பார்ப்பனிய ஆதிக்கம் 176
பார்ப்பனியத்தின் வெற்றி 22
பார்ப்பனியம் 20, 78, 88, 90, 91, 94, 95, 118, 121, 134, 152, 170, 181, 188
பாரதம் 80, 196, 200
பாரத மாதா 115, 116
பாரதி 16, 27, 69, 70 – 76, 78, 79, 80 – 85, 87, 93, 100, 105, 110 – 113, 116 – 119, 121, 133, 143
பாரதி உரைநடைத் தொகுதி 143
பாரதி கவிதைகள் 205
பாரதி படைப்புகள் –I 84, 111, 114, 117, 119, 120
பாரதிய ஜனதா பார்ட்டி 82, 85, 87

பாரதியின் கடிதங்கள் 74
பாரீஸ் 104
பாலசுந்தர நாயகர் 192
பாலசுப்ரமணியம், ஜி.என்., 54, 56
பாலி 28, 52, 94, 124, 127, 197, 199, 204
பாலிய விவாக மறுப்பு 27
பாவலர் சரித்திர தீபகம் 82
பாவாணர் 90, 93, 102
பாளித்தியம் 199, 204
பாளையக்காரர் 57, 59, 60, 62
பாளையப்பட்டு 59, 60, 62

பிங்கலந்தை 90
பிங்கல நிகண்டு 23, 125
பிங்கலம் 199, 204
பிர்லா, ஆர்.டி., 187, 188
பிர்லா, ஜி.டி., 187
பிரதாபசிம்மன் 45, 54
பிரதாப முதலியார் சரித்திரம் 105
பிரபஞ்சமித்திரன் 192
பிரபுலிங்க லீலை 202
பிரபோத சந்ரோதயம் 201
பிரம்ம சமாஜம் 27
பிரம்ம ஞான சபை 154, 155, 187
பிராகிருதம் 197, 199, 204
பிராஞ்சிலக்கண நூற் சுருக்கம் 105
பிரான்மலை 64
பிராமணர் 57, 75, 79, 85, 90, 182
பிராமணியம் 19, 27
பிராமி 35, 80, 123
பிராமிக் கல்வெட்டு 152
பிரிட்டிஷ் 70
பிரிட்டிஷ் கப்பல் கம்பெனி 117
பிரிட்டிஷ் மியூசியம் 15, 16, 55, 104, 202

பிரிட்டிஷ் ராஜாங்கம் 115
பிருகத் கதா 197
பிரெஞ்சு 72, 202, 205
பிரேம்நாத் பசாஸ் 134
பிலாசபி 142, 160
பிற்காலச் சோழர் 182
பினாங்கு 159
பிஜித்தீவு 106
பி.ஜே.பி 186

புகழேந்தி 50, 200
புத்த சங்கத்தோர் 127, 128
புத்த தேவர் 122
புத்தமத அரசர்கள் 129
புத்த மதம் 19, 27, 28
புத்த மரபு 29
புத்த மார்க்க வினாவிடை 28
புத்த மித்ரன் 199
புத்தர் 21, 22, 48, 125, 126, 129
புத்தரும் அவர் தம்மமும் 21
புத்த நெறி 21
புதிய பார்வை 55
புது எழுத்து 161
புதுக்கோட்டை 64, 74, 177
புதுக்கோட்டைத் தொண்டைமான் 60, 63, 66
புதுச்சேரி என்ற பாண்டிச்சேரி 72, 74
புதுவிசை 56, 150
புதுவை 72
புயலிலே ஒரு தோணி 159
புராணம் 50, 90, 93, 110, 175, 196
புலவர் இராசு 178
புவியியல் 103
புளும்பீல்டு 19

புறநானூறு 33, 152
புனா 187
புனைவு இதிகாசங்கள் 110
பூம்புகார் பதிப்பகம் 90
பூமி சாஸ்திரச் சுருக்கம் 103
பூர்வ மீமாம்சம் 197
பூலே 134
பூலோக நண்பன் 192

பெங்களூர் 45
பெங்காளம் 117
பெண்ணியம் 179
பெண்ணியவாதி 175
பெர்சியஸ் 107
பெர்சிய மொழி நூல்கள் 107
பெரியபுராணம் 33, 92
பெரியபுராணம், திரு.வி.க உரை 38
பெரிய மருது 60, 62, 65, 68
பெரியார் 21, 46, 88, 91, 134, 160
பெரியார் ஈ.வெ.ரா 79, 81, 93
பெரியார் சுயமரியாதை சமதர்மம் 78
பெரியாரியம் 93
பெருங்கதை 35, 52, 53, 125, 176, 197, 204
பெருஞ்சோற்று உதியஞ்சேரல் 152
பெருந்தேவனார் 196
பெருமாள்முருகன் 18, 169, 173
பெஸ்கி 90, 207

பேராசிரியர் 196, 211
பேராசிரியர் உரை 50
பேராற்று நெடுந்துறையன் 154

பைபிள் 106, 107
பைபிளின் புதிய ஏற்பாடு 105

பொதிய மலை 161
பொதுநீக்கி 43
பொதுமொழி 119
பொதுவுடைமை 47
பொய்த்தேவு 166
பொருளகராதி 207
பொருளடைவு 136
பொற்காலம் 22, 38, 51, 89
பொற்கொல்லர் 135
பொன்வால் நரி 84
பொன்னம்பலம், இராமநாதன் 133
பொன்னியின் செல்வன் 181, 182

போகிப்பண்டிகை 125, 129
போதாயனர் 197
போதி தர்மர் 52
போப் ஜி.யு., 103, 107, 206 – 208, 211
போயர் 115
போர்த்துக்கீசியர் 149
போலீஸ் சர்க்கிள் இன்ஸ்பெக்டர் 55
பௌடிகம் 81
பௌத்தக் கல்வியாளர்கள் 198
பௌத்த சங்கம் 183
பௌத்தம் 20, 22, 23, 93, 124 – 126, 130, 176, 182, 197, 199
பௌத்த மடாலயம் 104
பௌத்த மத ஆராய்ச்சி 122
பௌத்த மதப் பகுதிகள் 121
பௌத்த மதம் 110, 129, 152
பௌத்த மரபு 31, 44
பௌத்தர் 20, 52, 53, 77, 125, 128, 143, 183
பௌத்த விகாரைகள் 183
பௌத்த, ஜைனக் கோவில்கள் 122, 126

மகாத்மா காந்தி 75
மகாபலி 200
மகாபாரத சுருக்கம் 196
மகாபாரதம் 95, 195, 196
மகாபுராண சங்கிரகம் 200
மகாயான பௌத்தம் 52
மகாராஷ்டிரம் 93
மகாவீரர் 21, 22
மகிழ்ச்சியற்ற இந்தியா 84
மகீதலம் பொதுநீக்கி 38
மகேந்திர பல்லவன் 183, 184
மங்கலம் 60
மங்கல வழக்கு 168
மங்கல வாரம் 128
மடக்கு 105
மடல் 45
மடாதிபதி 193
மண்டையன் கூட்டத்தார் 71
மணக்குடவர் உரை 72
மணிமேகலை 23, 44, 52, 94, 121, 123, 125, 176, 197, 198
மணியம்மை 30
மணியன் 160
மணிரத்தினம் 83
மணிவாசகர் நூலகம் 140, 142
மணிவாசகர் மெய்யப்பன் 137
மத்தாளப்பறை 130
மத்துவாச்சாரியார் 134
மதம் 14
மதவியல் 142, 143
மதிமாறன், வே., 79, 81, 82, 83, 84, 85, 87
ம.தி.மு.க 81, 186
மதிவாணர் நாடகத்தமிழ் 53

மதிவாணன் 137
மதுராபுரிச் சங்கம் 196
மதுரை 36, 52, 66, 139, 163
மதுரைக்காஞ்சி 46, 52
மதுரைப் பல்கலைக்கழகம் 82, 90
மம்மது. ந 52, 55
மரபியல் 196
மராட்டி 202, 205
மராட்டிய சிவாஜி 85, 188, 189
மராட்டியம் 28
மராட்டியர் 148
மருட்பா 16, 97, 190, 192, 193, 194
மருதத்திணை 46
மருதிருவர் 60, 61, 62, 64, 65
மருது சகோதரர் 59, 60, 61, 66
மருது பாண்டியர் 57, 61, 63, 64, 67
மருது பாண்டியன் 59
மல்லிகா 163
மலபார் 66
மலையனூரான் 182
மலையாள நாடு 201
மலையாளம் 133
மலையாளம் எழுத்தச்சன் 95
மலையாள மொழி 201
மலையாளி 31
மழை இதழ் 101
மற்கலி கோசர் 197
மறவர் 165
மறவர்குலம் 62
மறவர் சீமை 65
மறை திருநாவுக்கரசு 100
மறைந்த லெமூரியா 155
மறைமலையடிகள் 17, 19, 22, 26, 31, 89, 90, 92, 93, 96 – 102, 104, 137

மன்னார்குடி 55
மன்னார்சாமி 121, 122
மன்னார் வளைகுடா 156, 157
மனுநீதி 133
மனோகரன், மீ., 59
மனோன்மணி 48

மாக்ஸ் முல்லர் 210
மாணிக்க வாசகர் 92, 98
மாப்பிள்ளாகலவரம் 106
மாபாரதம் 196, 204
மாயை மலம் 168
மார்க்சிய நூல்கள் 165
மார்க்ஸ், அ., 13, 129
மானாமதுரை 11

மிட்சுக்கோ உபநிடதம் 173
மிராசு சிதம்பரம் பிள்ளை 146
மிருதிசந்திரிகை 106
மில்டன் 106
மிஸ்மேயோ 84

மீமாம்சகர் 20, 140, 141
மீனாட்சி 146
மீனாட்சி சுந்தரனார், தெ.பொ., 92

முக்கூடல் 45
முக்கூடற்பள்ளு 138
முசல்மான்கள் 57, 59
முத்துப்பழனி 45
முத்துலெக்ஷ்மி ரெட்டி 30
முத்துவடுகநாத தேவர் 60, 61, 64
முத்துவடுகநாத பெரிய உடையாத் தேவர் 60, 65
முத்தையா ரெட்டியார், அ.செ.சு., 74
முதலாளித்துவச் சமூகம் 129

முதலி 115
முதலியார் 51
முதுகுளத்தூர் 165
மு.வ. (மு. வரதராசன்) 104
முனிமொழிப் பிரகாசிகை 96, 98
முஸ்லீம் 83, 188, 189

மூன்றாம் நந்திவர்மன் 196

மெய்ஞ்ஞானக்கும்மி 201

மேல்சாதிச் சூத்திரர் 123
மேஜர் பானர்மேன் 66

மைதூர் 64

மொகஞ்சதாரோ 80
மொழிபெயர்ப்பு நூல்கள் 103, 107, 196
மொழிபெயர்ப்பு நூல்களின் வரலாறு 195
மொழிபெயர்ப்பு வரலாறு 15

மோகமுள் 44
மோகவதைப் பரணி 201
மோகன ரூபம் 184
மோடி ஆவணங்கள் 149

மௌரியர் 77

யதூர் 81
யசோதர காவியம் 53
யதார்த்த பிராமண வேதாந்த விவரம் 28
யமகம் 105
யவனர் 77

யாப்பருங்கலக்காரிகை 197, 199, 204
யாப்பருங்கலம் 197, 198, 199, 204
யாழ்ப்பாணம் 202
யாஸ்கநிருத்தம் 81

யோக தத்துவ உபநிடதம் 173
யோகம் 135
யோக மதத்தினர் 20

ரங்கசாமி அய்யங்கார் ஏ., 73
ரத்தக்கண்ணீர் 46
ரத்னம், க., 208, 211
ரவீந்திரன் 100

ராகுல்ஜி 183
ராகுல சாங்கிருத்தியாயன் 22
ராட்லர் 107
ராணடே 27
ராதாகிருஷ்ணன் 140
ராதுகாசந்தவனம் 45
ராபின்சன் குரூசோ 106
ராமகிருஷ்ணன், எஸ்., 165
ராமஸ்வாமி அய்யங்கார், வி., 74
ராமானுஜர் 134
ராஜகவுதமன் 105
ராஜகோபாலாசாரியார் 74
ராஜதுரை, எஸ்.வி., 186, 187
ராஜீவ்காந்தி 187

ரிபுகீதை 134, 202

ருக் 81

ரெங்காச்சாரி, மஞர்., 198
ரெசிடெண்ட் துரை 48

ரைட்டேவிட்ஸ் 124, 198

ரொமீலா தாப்பர் 25

ரோம் 52, 104
ரோமானியப் பொற்காசுகள் 52
ரோமானியம் 145, 148

லட்சுமி அம்மணி, கி.சு.வி., 55
லட்சுமி நரசு 122, 124
லண்டன் 104, 107
லண்டன் பிரிட்டிஷ் மியூசியம் 96, 103
லத்தீன் மொழி 90
லஷ்மணன், கி., 20, 140 – 142
லக்ஷ்மி ஸ்ரீ 73

லால்பகதூர் சாஸ்திரி 187
லாலா லஜபதிராய் 84, 85, 187

லெப்டினட்கிளார்க் 66
லெப்டினென்ட் கவர்னர் 111
லெமூரியா 152, 154, 155
லெஷ்மி 177

வ.உ.சி, 70, 71, 72, 74, 75, 118, 138
வ.உ.சி. நூல் திரட்டு 71, 75
வங்கப்பிரிவினை 111
வங்காளம் 69, 70, 83, 111, 112
வச்சிரநந்தியார் 36
வசந்தா பதிப்பகம் 97
வஞ்சி 35
வட இந்தியாவின் வரலாறு 80
வடமொழி 28, 54, 97, 100, 126, 160, 193, 199, 200, 201, 209
வடமொழி பால பாரதம் 196
வடவேங்கடம் 168
வடிவேலு செட்டியார், கோ., 82
வண்ணான் பாட்டு 170, 178, 201
வணிகர் 77
வர்ணாச்சிரம தர்மம் 22
வர்ணாசிரமம் 28, 176
வர்த்தமானன் பதிப்பகம் 181
வரதராசனார், மு., 92
வரதராஜுலு நாயுடு, பி., 74

வரலாறு 50, 103, 131
வருணகுல ஆதித்தன் காத்தான் 45
வருணகுலாதித்தன் மடல் 45
வருணசிந்தாமணி 191, 193
வருணமுறை 193
வரைவின் மகளிர் 40
வல்லபாய் படேல் 187
வழிநூல் 204
வள்ளலார் 77, 191, 192, 193, 194
வள்ளுவர் 43
வளையாபதி 96

வாட், ஜே.எல், 208
வாதராயணர் 197
வாதாபி ஒற்றர்கள் 183
வாவிள்ள வெங்டேஸ்வர சாஸ்துருலு 74
வானொலி 142

வி.எச்.பி., 189
விசுவநாதன் 73
விடியல் பதிப்பகம் 134, 136
வித்யா சுந்தரி நாகரெத்தினம்மாள் 46
விதவைத் திருமணம் 27
விதேசி 118, 119
விநாயகர் ஸ்தோத்திரம் 74
விபின் சந்திரபாலர் 70, 84, 111
விமலா 128
வியத்தகு இந்தியா 52, 55
வியாக்கியானம் 103
வியாகரணம் 23, 199
வியாச தூத்திரம் 98
வியாச பாரதம் 152
விரிவகராதி 96, 107
விருத்தப்பா 200

விருத்தாசலம் பிள்ளை 74
விருப்பாச்சி 61, 66
வில்லிப்புத்தூரார் 196
வில்லியம் ஜோன்ஸ் 187
விவகார காண்டம் 191
விவகார சார சங்கிரகம் 106
விவசாய மயமாக்கல் 25
விவசாய வைதிக மயமாக்கல் 26
விளக்கத்தார் கூத்து என்னும் கூத்த நூல் 35
விளிம்புநிலை ஆய்வுகளும் தமிழ்க் கதையாடல்களும் 49
விறலியர் 40, 45
வின்ஸ்லோ 107
வினைய பிடகம் 125
விஜயராகவாச்சாரியார் 187
விஜயா 72
விஸ்வநாதன், சீனி., 143

வீரசாவர்க்கர் 188
வீரசைவ சமயம் 125
வீரசோழியம் 125, 131, 132, 199
வீரபுரோகன் 32
வீரமணி 186
வீரமாசத்திகள் 178
வீரமாமுனிவர் 90, 162

வெங்கட் சாமிநாதன் 195
வெங்கண் பெரிய உடையாத் தேவர் 64, 65
வெண்பா 196
வெள்ளாளர் 26, 48, 51
வெள்ளிவீதி 45
வெள்ளையா 50, 51, 57, 60, 62 – 65, 116, 165
வெள்ளையன் 160
வெள்ளைவாரணன், க., 55

வேங்கடசாமி, மயிலை, சீனி., 35, 36, 38, 93, 122, 137, 138, 183
வேங்கடநாடு 36
வேங்கடராம செட்டியார் 200
வேங்கடராமையா 48
வேங்கடாசலபதி, ஆ.இரா., 138
வேசி 40, 42, 46, 47
வேணுகோபால், பி., 186
வேதக்கல்வி 23, 24
வேத சாஸ்திரம் 103
வேதநாயகம் பிள்ளை, மாயூரம்., 105
வேதம் 16, 20, 21, 23, 26, 31, 77, 80, 81, 85, 86, 93, 123, 134, 135, 140, 152, 169, 193, 199
வேத மரபு 29
வேத மேலாண்மை 30
வேத வாதச் சருக்கம் 169
வேத விதி 184
வேதவியாச முனிவர் 99
வேதவுதாரணத்திரட்டு 106
வேத வேள்வி 134
வேதாசலம் பிள்ளை, நாகை., 22, 89, 98
வேதாந்தக் கருத்துகள் 201
வேதாந்த சூத்திரம் 99
வேதாந்த சூளாமணி 102
வேதாந்த நூல்கள் 200, 202
வேதாந்தப் பள்ளு 107
வேதாந்தம் 77, 78, 99, 100, 202
வேதாந்த மத விசாரம் 96, 98, 99
வேதாந்தி 20
வேதாரண்யம் 157
வேதியப்பிள்ளை 74
வேந்தர் 77
வேல்சாமி, பொ., 13–18, 175, 180

வேளுநாச்சியார் 60, 61, 62, 64 – 66, 68
வேலூர் 146
வேள்விக்குடி 26, 32, 33
வேள்விக்குடிச் செப்பேடு 26, 33, 196
வேள்விக்குடி சாசனம் 32, 38
வேள்வி 22, 32, 77, 134
வேள்வி பாரம்பரியம் 35
வேளாளர் 25, 34, 37, 38, 97, 191 – 193
வேளாளன் 78
வேளிர் 36
வேஷப் பிராமணர் 110, 128
வேஷப் பிராமண வேதாந்த விவரம் 28

வைசியர் 57, 191, 193
வைசிராய் டப்ரின் பிரபு 69
வைணவக் கோவில் 145
வைணவ, சைவக் கோவில்கள் 126
வைணவம் 19, 20, 25, 31, 93, 168
வைதிகக் கருத்தியல் 176
வைதிகக் கூறுகள் 27
வைதிக சைவ சித்தாந்த சண்ட மாருதம் 98
வைதிக சைவ சித்தாந்தம் 98
வைதிகப் பாரம்பரியம் 23
வைதிகம் 21, 22, 24, 95, 123, 124, 126, 152, 169, 184, 197
வைதிக மரபு 25, 26, 28, 29, 30, 44
வைதிகர் 20, 124
வையாபுரிப்பிள்ளை, ச., 18, 138, 143
வைரமுத்து 162

ஜப்பான் 52, 94, 117
ஜம்பு தீபகற்பம் 57
ஜம்புதீபப் பிரகடனம் 59, 67
ஜம்பு தீவு 57, 59

ஜமன்லால் பஜாஜி 75
ஜமீன்தாரிணி 55
ஜனநாயகத் தேர்தல்முறை 16
ஜஸ்டிஸ் பார்ட்டி 91

ஜார்ஜ் டவுன் 121
ஜாவா 153
ஜான் ஆலந்த் 63
ஜான் மொர்டாக் 210
ஜானகிராமன், தி., 44, 166

ஜீவாத்மா 135

ஜெயக்கொடி 163
ஜெயகரன், சு., 153, 154, 158
ஜெயகாந்தன் 47, 164, 168, 186
ஜெயப்பிரகாசம் 100
ஜெயமோகன் 139 – 143, 161
ஜெயராணி 163
ஜெர்மன் 202
ஜெர்மானிய மேன்மை 151

ஜைன நூல் 200
ஜைன பௌத்த அறிஞர் 52
ஜைனம் 93, 124, 125, 130, 176, 182, 197
ஜைன மடங்கள் 183
ஜைன முனிவர் 168, 184
ஜைனர் 52

ஜோசப் ஸ்மித் 60
ஜோனஸ்டார்க் 114, 115, 116

ஸ்க்லேடர் 155
ஸ்காட் எலியட் 153, 155
ஸ்தல புராணம் 77
ஸ்பார்ட்டகஸ் 145
ஸ்பெலட்டிங் 107

ஷேக்ஸ்பியர் நாடகங்கள் 105
ஹமீன் ஷா 177
ஹர்ச சக்கரவர்த்தி 200
ஹரப்பா ஆய்வுகள் 80

ஹிட்லர் 151
ஹிந்தி 119
ஹியூம், ஏ.ஓ., 187
ஹினைதா பேகம் 107

ஹீம் போல்ட் 187

ஹெட் கேவர் 188

ஹைதர் அலி 61, 63, 68

ஹோம்ரூல் 79

ஸ்ரீநிவாஸாசாரியார் 71
ஸ்ரீபட்டர் 201
ஸ்ரீபட்டனார் 200
ஸ்ரீபுராணம் 200
ஸ்ரீமத் ஆண்டவன் ஆச்சிரமம் 132
ஸ்ரீரங்கம் 132
ஸ்ரீரங்கம் வக்கீல் கிருஷ்ணை யங்கார், ஜே., 200